Phan

MW00653318

CHUYỆN
DỌC ĐƯỜNG

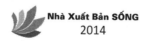
Nhà Xuất Bản SỐNG
2014

Chuyện Dọc Đường

Phan Nhật Nam

Copyright © 2013 Nhà Xuất Bản Sống - USA

ISBN: 978-1-941848-00-5

Chủ Biên	Khánh Hòa
Mỹ Thuật	Vũ Đình Trọng
Phát Hành	Thái Hoàng

Thiết kế bìa   Kevin Trần

Hình minh họa

Nguyễn Ngọc Hạnh; The Vietnam Experience; Requiem by
The Photographers Who Died in Viet Nam
and Indochina Internet

Nhà Xuất Bản Sống

Xuất bản tại Hoa Kỳ - 9/2013

Tái bản lần thứ Nhất - 10/2013

Tái bản lần thứ Nhì (có hiệu đính) - 7/2014

15751 Brookhurst St., #225

Westminster, CA 92683

Đặt mua sách: 714-856-4635 * 714-531-5362

Email: tuanbaosong@gmail.com

Ấn phí: $25.

Đôi điều về,
Người Lính-viết văn

Tên đầu tiên **Phan Ngọc Khuê**, sinh 9 tháng 9, 1943.

Chánh quán Nại Cửu, Triệu Phong, Quảng Trị.

Đổi thành **Phan Nhật Nam** với ngày sinh mới, 28 tháng 12, 1942,

Tại: Sinh quán Phú Cát, Hương Trà, Thừa Thiên-Huế.

Tiểu Học: Mai Khôi (Huế); Saint Joseph (Đà Nẵng); Trung Học: Phan Châu Trinh, Đà Nẵng (1954-1960).

Mười bốn năm lính (1961-1975), Khóa 18 Trường Võ Bị Đà Lạt; qua các đơn vị: Tiểu Đoàn 7, 9, 2 và Lữ Đoàn 2 Nhẩy Dù; Tiểu Khu Bà Rịa, Long An;

Biệt Động Quân; Ban Liên Hợp Quân Sự Trung Ương 4 và 2 Bên.

Mười bốn năm tù (1975-1989) nơi những hầm cấm cố, tử hình, hệ thống trại giam Miền Bắc, với hai đợt kiên giam (2/1979 đến 8/1980; 9/1981 đến 5/1988).

Chỉ định cư trú, quản chế tại Lái Thiêu, Bình

Dương, Miền Nam, 1990-1993.

Luôn *"Học-Đọc-Viết"* từ tuổi 20, 30... hoặc nay, 60,70 dù bất cứ hoàn cảnh, điều kiện nào - Để nói cho đến tận cùng về Khổ Nghiệp của mỗi Con Người đã sống cùng, gặp mặt, chứng kiến, nghe được trên vùng đất Bán Đảo Đông Dương, nước Việt Nam suốt hơn nửa thế kỷ qua, khắp nơi trên thế giới. Thế nên, bởi *"Bất Bình Tắc Minh"* mà cầm viết, dụng văn chứ không do tài hoa, văn vẻ, thuộc giới trí thức, khoa bảng.

Viết bốn mươi-lăm năm (1968-2013), được Lòng Tin từ Người Đọc do chữ viết, lời nói trung thực với:

-**Dấu Binh Lửa**, 1969 - Tường trình về người và chiến tranh nơi Miền Nam (1960-1968)

- **Dọc Đường Số I**, 1970 - Trên quê hương, dọc con lộ, địa ngục có thật hằng ngày mở ra.

- **Ải Trần Gian**, 1970 - Tự sự hóa qua biến cố chính trị, quân sự ở Huế, Đà Nẵng, Miền Trung, 1966.

- **Dựa Lưng Nỗi Chết**, 1971- Thảm họa Mùa Xuân Mậu Thân (1968) ở Huế được dựng lại với khung cảnh tiểu thuyết.

- **Mùa Hè Đỏ Lửa**, 1972- Thiên Hùng Ca Mùa Hè của Miền Nam trong trận chiến giữ đất, bảo vệ dân.

- **Tù Binh & Hòa Bình**, 1974- Lời báo động khẩn thiết sau Hòa Bình ngụy danh từ Hiệp Định biển lận, ký kết tại Paris 27 tháng 1,1973.

Đến Mỹ cuối năm 1993.

Tiếp tục công việc bị buộc phải gián đoạn từ 1975, tự thân đưa đến Bạn Đọc toàn thế giới, qua 40,000 dặm Đông-Tây, Nam-Bắc bán cầu, vòng quanh quả đất - Nơi nào có Người Việt - Người Lính-Viết Văn phải đi tới, hiện thực công việc: "Dựng lại chân dung đích thực về Dân-Lính của quốc gia tên gọi QLVNCH. Với:

- **Những Chuyện Cần Được Kể Lại**, 1995 - Về Khổ Nạn Việt Nam không dấu hiệu chấm dứt từ 1975.

- ***Đường Trường Xa Xăm***, 1995 - Tâm bút của người luôn trên đường đi.

- ***Đêm Tận Thất Thanh***, 1997 - Thơ viết giữa vũng tối không cùng của hơn mười tám năm (1975-1993), nơi Long Giao, Long Khánh; Hoàng Liên Sơn, Thanh Hoá.. ở Lái Thiêu, Bình Dương, miền Nam.

- ***Mùa Đông Giữ Lửa***, 1997 - Bút ký sau ba năm ở Mỹ để nhắc nhở bản thân, bằng hữu, những thế hệ nối tiếp hằng giữ Lửa Mùa Hè 1972 - Ngày vững tay súng Bảo Quốc-An Dân.

- ***Peace and Prisoner of War*** – Nhà Xuất Bản Kháng Chiến, 1987.

Sách đã xuất bản, dự định phổ biến trong Thế Kỷ 21:

- ***The Stories Must Be Told***, 2002, Bút ký tường trình cùng người đọc thế giới về phận nghiệp đau thương, vô vàn của Dân Tộc Việt.

- ***Mùa Hè Đỏ Lửa*** - Tái bản lần thứ 30 sau ba-mươi năm (1972-2002) do đích thân người viết sửa chữa, hiệu đính về Ngày Hè Lẫm Liệt nơi Miền Nam.

- ***Những Cột Trụ Chống Giữ Phương Nam*** - Ký Sự Nhân Vật - Về những Người hằng trãi thân giữ vững lực Chiến Đấu Chính Nghĩa suốt nửa thế kỷ trên toàn cõi quê hương.

- ***Ải Trần Gian*** - Tái bản lần thứ Nhất kể từ lần tuyệt bản năm 1970, 1975 do những chế độ cầm quyền tại Miền Nam, của Việt Nam tịch thu, tiêu hủy.

- ***Dựa Lưng Nỗi Chết*** - Tái bản lần thứ Nhất tại hải ngoại.

- ***Chuyện Dọc Đường***, 2007 (Phần I), Những câu chuyện nghe ra, thấy được, sống cùng.. với thảm cảnh mỗi người Việt Nam trên quê hương, khắp nơi trên thế giới, ở đất Mỹ sau 1975.

- *A ViệtNam War Epilogue*, 2013. Ấn bản Anh Ngữ gởi đến thế hệ người Việt trẻ thông điệp về chiến tranh Việt Nam.

Tiếp tục hoàn chỉnh:

- *Phận Người –Vận Nước* – Nhà Xuất Bản Sống, 2013. Tường trình về phận nghiệp mỗi Người Việt, toàn Dân Tộc đã phải mang nặng, đang chịu đày ải suốt cuộc chiến 1945-1975.

- *Chuyện Dọc Đường* - Nhà Xuất Bản Sống, 2013, hoàn chỉnh.

Cố gắng hoàn tất:

- *Tội Ác & Tội Lỗi* - Tiểu thuyết cố gắng tìm tới ngọn nguồn Sự Ác và Mối Tội.

- *Những Chuyện Không Thật* - Chuyện hằng ngày hiện thực những việc không thực với mỗi phận con người.

- *Thơ Viết Trong Lửa* - Thơ viết hằng ngày. Thơ sống hằng ngày.

- Để kết thúc với *Đá Nát Vàng Phai* - Trường thiên tiểu thuyết về mỗi phận mệnh của tất cả chúng ta hằng dự phần cùng vận nước.. 1954, 1963, 1968, 1972.. 1975.. 2000.. Và tiếp tục.. Nếu còn sống và có điều kiện làm việc.

MONG NGƯỜI ĐỌC HÃY THÚC DỤC LÒNG THÀNH CÙNG NGƯỜI VIẾT TRÊN PHẦN ĐƯỜNG CUỐI ĐỜI CÒN LẠI QUÁ XA.

Nước Mỹ, Tiểu Bang California,

Sinh Nhật 70 tuổi: 9 Tháng 9 (1943-2013)

Kính Tường Trình

Phan Nhật Nam

Dẫn Nhập

Kẻ hành nhân qua đó chạnh thương.

(Chinh Phụ Ngâm- Đoàn Thị Điểm)

Dọc theo chiều dài Tiểu Bang California có những thành phố lớn, địa danh quan trọng không chỉ riêng đối với nước Mỹ, nhưng mang tầm vóc của thế giới - Một thế giới thu nhỏ, với những khu vực điển hình khác biệt môi trường, khí hậu, sinh thái, địa thế đa dạng, phong phú... Vùng bờ biển phía Nam với thành phố San Diégo, địa vực có khí hậu tốt nhất thế giới; Los Angeles phi trường lớn, rộng với mực độ phi cơ lên xuống bận rộn liên tục, để không thể gọi là một phi trường, nhưng phải hình dung đấy là một thành phố phi cảng với Xa Lộ 105

(Xa Lộ Thế Kỷ - Đúng ra là một chiếc cầu dài nổi trên mặt đất chạy song song với Đại Lộ Thế Kỷ, Century Boulevard, chuyên chở lượng xe luôn di chuyển ở tốc độ dưới mức 65 dặm/giờ được cố định; dẫu với mười hai tuyến đường xe chạy) thường tắc nghẽn cho dầu đang lúc nửa đêm về sáng.

Tiếp miền sa mạc Mojave Đông đường Số 5 với những khu quân sự ẩn mật mà chắc đại đa số người Mỹ bản địa cũng chưa hề đi đến, nghe tới; địa danh Bakerfield, trung tâm động đất toàn thế giới. Và nơi San Francisco với những cầu treo nổi danh, Golden Gate, Bay Bridge xuyên vịnh cảng nối Châu Mỹ và miền Viễn Đông; Thủ Đô Sacramento tiếp vùng rừng sát các Tiểu Bang Oregon, Washington, bắc đường Số 5, nơi có mực độ mưa cao quanh năm gây mây mù, không khí ẩm ướt.

Cuối cùng, cũng nơi Tiểu Bang California: Vùng đất tập trung hơn hai trăm ngàn người Việt với hai thủ phủ người tỵ nạn, Orange County phía Nam và San José phía Bắc. Có những chuyến xe đò do người Việt khai thác chạy đường Nam-Bắc trên: Xe Đò Hoàng, Xe Khách Việt Nam...

Người viết do một xếp đặt tự nhiên đã có mặt trong những chuyến xe đầu tiên kia (chỉ là một chiếc xe van gia đình mười hai chỗ ngồi do chính chủ nhân Công Ty Xe Đò Hoàng sau nầy cầm tay lái) khi mới đến nước Mỹ, 1993. Nay, mười-hai năm sau, vì lớn tuổi phản ứng lão hóa trì chậm, phần do sức khỏe suy kém sau cuộc đại phẫu nên không thể lái xe, phải thường có mặt trên những chuyến xe mang đặc thù Việt Nam, hiện diện bền bỉ một cách tự nhiên nơi đất Mỹ theo lộ trình vừa kể. Từ đó, có cơ hội tiếp xúc, nghe ra những câu chuyện của nhiều người, nhiều giới người, nhiều lứa tuổi trao gởi trên đường xa...

Những câu chuyện bình thường, đơn giản của mỗi người Việt, với mỗi cá nhân thuộc nhiều sắc dân thuộc Bán Đảo Đông Dương; những người hằng sống qua, rời bỏ những nơi chốn gọi là Sài Gòn, Mỹ Tho, Nam Vang, Đà Nẵng, Quảng Ninh, Hải Phòng... trong những tình huống khác biệt.

Câu chuyện về những người đã qua ngưỡng cửa tử-sinh một cách lặng lẽ, tự nhiên như đã sống, như đã chết. Người viết tường thuật lại với tính trung trực hẳn có đối với công việc của một người dụng văn, nếu cần thiết, chỉ thay đổi phương danh, địa danh để tránh những ám chỉ, đụng chạm vô tình có thể xẩy ra.

Phan Nhật Nam

Vẽ lại từ tác phẩm "Khát Nước" của NAG Nguyễn Ngọc Hạnh.

chiếc ống
điếu thuốc lào

Xe Đò Hoàng vừa ngừng trước khu Chợ ABC, Đường Bolsa, Thành Phố Westminster, Nam Cali., hành khách vội vã bước lên. Mỗi người ngoài ghế cơ hữu sát cửa sổ thuộc những hàng ghế đầu, còn chiếm dụng thêm một chỗ ngồi bên cạnh (như thể để giành cho thân nhân, người quen sẽ cùng đi theo chuyến xe). Nhưng thực ra không là như vậy, mà chỉ do ý hướng muốn có thêm chỗ ngồi rộng rãi, trường hợp hành khách không mấy đông vào những ngày trong tuần. Xong, tất cả lại tuần tự bước xuống xe với vẻ mặt bình an, hài lòng như vừa thủ đắc được một điều hợp ý nguyện.

Hóa ra những người Việt luôn cầu một nguồn vui. Ông khách nhận ra điều nầy khi chậm rãi lên xe tìm chỗ ngồi nơi những hàng ghế cuối. Thì ngồi đâu cũng được, rồi thế nào cũng tới, không cần gì phải vội. Ông hiểu ra và áp dụng điều đơn giản nầy như một cách khôn ngoan sau nhiều lần thất bại (cũng có tính tất nhiên, không thể nào từ chối, điều chỉnh) vào buổi cuối đời.

- Tôi có thể ngồi đây không?

Ông chỉ vào chiếc ghế trống bên cạnh người đàn ông ước chừng cùng lứa tuổi.

- Bác cứ ngồi. Không có ai.

Người khách đồng hành đáp gọn, sau khi xếp lại hai chân, nới rộng khoảng trống giữa hai người. Khi đã yên chỗ, ông bắt đầu gợi chuyện do người kia có nét mặt bình thản, vui hòa; tóc hớt ngắn, động tác nhanh gọn của giới quân nhân, kẻ quen nghề chỉ huy, và sẵn lòng tuân lệnh. Ông có ngay nhận xét và tin vào suy đoán của mình. Cũng bởi, ông với họ vốn có những liên hệ sâu xa từ thuở xa xưa...

- Bác đi San José?

- Thì xe nầy chỉ chạy đến đấy.

Người đồng hành trả lời mau mắn, tỏ ý buồn cười vì câu hỏi dư thừa, vô ích.

- Nó còn chạy đến Sacramento. Ông khách điều chỉnh.

- Chiếc khác chứ không là chiếc nầy. Đến San José, khách đi Sacramento sang xe nhỏ hơn.

Người đồng hành giữ chắc ý kiến.

- Chiếc nầy chỉ tới San José thôi.

- Vậy bác thường đi xe đò nầy?

Ông chuyển câu hỏi để tránh điều không cần bàn cãi. Cách né tránh của người ngại đụng chạm.

- Ông bạn tôi trên kia nói vậy. Tôi lên San José tìm ông ta sau mấy mươi năm.

Người đàn ông tỏ ý muốn chấm dứt câu chuyện bằng cách ngó mông ra ngoài xe. Đám hành khách lần lượt lên... Từ tốn, chậm rãi bởi tất cả đã giành sẵn những chỗ tốt (có thêm chỗ ngồi trống bên cạnh) *Mời cô bác lên xe, còn mười phút nữa xe chạy.* Anh tài phụ nói to nhắc nhở; tài xế cho nổ máy, động cơ chạy đều, khí lạnh lan tỏa. Người tài phụ bắt đầu phát những phần thức ăn... Bánh mì kẹp thịt, chả lụa, hoặc xôi của hàng thực phẩm khô nổi tiếng, Lee's Sandwich...

Xe chạy thì mở băng ca nhạc nghe chú mà phải là băng hài mới được! Một bà khách lên tiếng sành sõi. Phụ tài đáp nhanh... *Có liền dì Hai, để con chia bánh và nước xong.* Ông khách có cảm giác gần gũi, ấm áp thân tình như đang sống lại sinh hoạt của những chuyến xe đò đi lục tỉnh miền Nam từ bến xe Petrus Ký Sài Gòn ở những năm 60, trước khi chiến tranh trở nên nặng độ. Ông liếc sang người bạn đồng hành, muốn chia sẻ ý nghĩ, nhưng người nầy đã úp chiếc nón lưỡi trai lên mắt.

Xe chạy ra Xa Lộ 405 North, những rèm cửa che nắng kéo xuống, những màn ảnh ti vi treo cao trước hàng ghế ngồi bắt đầu hoạt động... Đám hành khách chăm chú theo dõi, thỉnh thoảng rộ cười thích thú khi những vai hài bắt đầu màn lắc lư, nhún nhẩy theo điệu nhạc disco với y phục áo dài, khăn đóng cổ truyền người Việt.

Ông khách muốn tiếp tục câu chuyện với người đồng hành vì nhớ lại câu nói... *"mấy mươi năm nay không gặp..."*, cũng do đang nhìn lên màn ảnh vô tuyến với những vai nam, nữ vui nhộn, nên ông thấy lại cảnh tượng danh hài Thanh Việt ngồi rũ bên ly rượu trong quán Thanh Thế Đường Nguyễn Trung Trực Sài Gòn, sau ngày Ban Mê Thuột bị Bắc quân chiếm đóng (10 tháng Ba, 1975).

Hôm ấy, bộ râu đen dày của Thanh Việt không còn là nét sinh động kích thích cơn cười vỡ như mỗi khi anh nhếch mép, diễu màn vui trên sân khấu, hoặc màn ảnh, nhưng đã là dấu hiệu một sự sống đang dần bị đe dọa, suy hoại, vất bỏ... Thêm chiếc đầu cạo trắng loang lỗ. Thanh Việt sụp xuống thảm hại trông như bức tranh Anh Hề Thảm Thiết của Rouault (*). Hề thì vui thiệt, nhưng khi buồn thì hề trông tội hơn ai hết.

Ông cũng nhớ món đồ chơi nhỏ nhận được vào dịp lễ Giáng Sinh đầu đời lính ở quân trường... Một con lật đật tượng hình thằng hề, và cảm giác hiu hắt khi mân mê hình thằng hề trên tay. Hình như sau đó mình gởi cái ấy kia về cho em - Đứa nhỏ không hề có đồ chơi từ tấm bé. Trí nhớ vụt chuyển qua một tình thế bất ngờ, ông không muốn nhớ thêm những điều khó khăn, nên quay mặt về phía người bạn đồng hành.

Đúng lúc, người nầy cất chiếc nón lưỡi trai ra khỏi mặt.

- Bác dễ ngủ quá há!

Ông nói bâng quơ làm như không để ý, và tiếp vào câu chuyện đang muốn theo dõi...

- Bác lên chơi trên ấy, bạn bè lâu lâu gặp lại chắc vui lắm.

Ông nhấn mạnh chữ *"lâu lâu gặp lại"* một cách cố ý.

Người đồng hành có ngay phản ứng...

- Lấy đâu mà gặp lại, từ năm *"bảy-lăm"* tới giờ.

Tính chính xác của người thuộc giới nhà binh càng được xác định. Ông khách cười thầm thích thú, tiếp tục câu chuyện với cách thân tình. Ông hỏi không ngần ngại"

- Ông đi HO mấy?

Từ *"Bác"* được chuyển qua từ *"ông"* một cách cố ý.

- Đúng là HO12, nhưng rốt cuộc cứ trầm trầy, trầm trật miết sau nầy mới đi RD4 ngang với HO22. Vi-xi chơi khó thiệt.

Lời đánh giá mang ý vui khách quan chứ không là phê phán tức bực.

Được thúc giục bởi cách nói cởi mở, thẳng thắn từ người đồng hành, ông khách vào thẳng vấn đề muốn nghe đến...

- Vậy tại sao ông với ông ở trên San José không gặp được nhau; đi tù về, ông nào cũng chân trong, chân ngoài, phe ta tập trung suốt ngày trước công viên Dinh Độc Lập bàn chuyện đi Mỹ...

- Tôi đi tù về chưa bao lâu thì giả đã vượt biên, thêm cảnh vợ con quá kẹt nên tôi xuống làm rẫy dưới Suối Nghệ, Bà Rịa để có cái ăn, đâu lên Sài Gòn gặp giả được. Gia đình tôi chạy từ Quảng Trị vào đó từ *"bảy-hai"*...

- Ông người Quảng Trị hay sao, tôi ở Đà Nẵng, Quảng Nam.

Ông khách bày tỏ cảm thông, gần gũi, bắt đầu với những địa danh miền Trung.

- Không, tôi người Bình Dương, dạy ở Búng, năm Mậu Thân bị động viên đổi ra Sư Đoàn I, gặp bà xã tôi ngoài đó. Bả là em của ông kia. Giả ngầu lắm, trong nhảy dù, mấy đơn vị bộ binh, thiếp giáp ngoài Huế, Quảng Trị nghe đến tên giả ai cũng kính nể... Đây, tôi cho ông coi cái nầy.

Người đồng hành mở chiếc xắc cầm tay để dưới chân. Ông khách không ngờ được mau chóng dự phần vào câu chuyện, hăm hở nhìn xuống chiếc xắc đang được day day mở ra...

- Thấy chưa, cái điếu đẹp không?

Người bạn đồng hành chuyển cho ông chiếc điếu cầy hút thuốc lào bằng ống tre vàng óng, đầu và cuối ống bịt vòng kim loại, thân ống chạm trổ huy hiệu các quân binh chủng quân lực miền Nam. Nét khắc tinh xảo chứng tỏ người tạo hình có tính thẩm mỹ cao, và lòng nồng nhiệt yêu quý quân đội.

- Tôi cũng đã thấy nhiều ống điếu loại nầy, nhưng quả tình cái điếu nầy đẹp thật, khắc họa đủ hết các quân, binh chủng chiến đấu... À mà có đến cả huy hiệu đơn vị tiểu đoàn của bên nhảy dù.

Ông khách nhận ra khi đọc đến lời trang tặng... Trung Tá Sông Lô, Tiểu Đoàn Trưởng Tiểu Đoàn 7 Nhảy Dù. KBC 4919.

- Thì giả là tiểu đoàn trưởng dù mà... Nhưng cái điếu nầy còn cứu mạng được bốn ông *"thần liều"* nữa!

Người đồng hành vuốt vuốt dọc thân ống như đang cầm vật linh thiêng, quý giá.

- Đáng lẽ tôi gửi trả bằng đường bưu điện, nhưng tiện dịp đi Cali, nên nay đem trả luôn tiện để gặp mặt giả. Ông ấy gởi người đem về Bà Rịa cho bà xã tôi giữ từ khi ra trại; ra trại là tính chuyện vượt biên liền. Một anh, một em, gia đình không còn ai. Để tôi kể cho ông nghe, bốn giờ chiều mới tới San José, bây giờ mới mười hai giờ kém hai mươi.

Sự chính xác thời giờ được lập lại như bảo đảm tính thật của câu chuyện.

oOo

Sáng 29 tháng Tư, 1975, Trung Tá Lê Lô, danh hiệu truyền tin *"Sông Lô"*, Tiểu Đoàn Trưởng Tiểu Đoàn 7 Dù, kiêm nhiệm chức chỉ huy Chiến Đoàn Đặc Nhiệm Số 7 gồm những đơn vị pháo binh, thiết kỵ do Bộ Tư Lệnh Quân Đoàn III tăng phái có nhiệm vụ chận hướng tiến của những sư đoàn Bắc quân theo trục Xa Lộ Biên Hòa - Sài Gòn. Danh xưng một chiến đoàn nhưng thật sự chỉ là những thành phần không còn hệ thống chỉ huy của Quân Khu III, nay viên tư lệnh quân đoàn giao hẳn cho lực lượng nhảy dù điều động vào những giờ phút cuối cùng của trận chiến.

Sông Lô vừa chận địch vừa lui binh về gần Sài Gòn với lời gầm quyết liệt: *"Thằng nào chết để tại chỗ, thằng nào bị thương sống được thì bò theo đơn vị. Không tản thương. Không tiếp tế. Không tăng viện. Không yểm trợ."*

Mười giờ mười phút sáng ngày 30, khi nghe lệnh đầu hàng của Dương Văn Minh, Sông Lô đứng trên cầu xa lộ nhìn suốt bình nguyên, những dãy đồi thấp từ Thủ Đức đến Biên Hòa, Long Thành qua những vị trí hằn sâu vào thị giác, lên khối não bộ... Trường Bộ Binh, Bộ Chỉ Huy Lữ Đoàn 2 Dù, Nghĩa Trang Quân Đội Long Bình, doanh trại hậu cứ tiểu đoàn ở Tam Hiệp, và đằng xa phi trường Biên Hòa bốc khói mù...

Mười hai năm kể từ ngày ra trường, ông đã sống với vùng đất nầy không một giờ khắc vắng mặt. Lê Lô thấy cái chết thực dần xâm chiếm từng phần thân xác một cách cụ thể. Ngày 15 tháng 6, 1975 cùng những người bạn lính, Trung Tá Lô đi trình diện cơ quan quân quản theo lệnh gọi tập trung cải tạo với thái độ bình tĩnh, thản nhiên. Không gia đình, không tài sản... Ông đã mất tất cả từ buổi sáng ngày 30 tháng trước, nay không còn gì để phải mất thêm.

Tháng 6, 1967 Lô đến Sơn La với tâm trạng cùng đành sau chuyến đi địa ngục từ Tân Cảng, nơi chân cầu Sài Gòn đến Hải Phòng bằng tàu Sông Hương. Năm ngàn con người ngồi nêm cứng trong hầm chứa than; đại tiểu tiện tại chỗ suốt hai ngày đêm di chuyển. Tiếp chuyến xe lửa từ Hải Phòng lên vùng thượng du xuyên miền Bắc Xã Hội Chủ Nghĩa trong toa dùng chở than đá và súc vật nay đóng kín để nhồi nhét 200 con người xếp đứng, ép khít vào nhau.

Chiều ngày 23 tháng 6, 1977, Lê Lô đến ga Yên Bái với hơi người chết, phân, nước tiểu từ những thây người chung quanh lấm loét, đọng nghẹt hơi thở, dưới lớp da, sâu chân tóc. Từ tình trạng sống trong cảnh chết chịu đựng từ ngày trình diện đi tù tại Trường Lê Văn Duyệt, Gia Định suốt hai năm qua, nên khi qua phà Âu Lâu trên Sông Hồng vào hẻm núi Hoàng Liên Sơn, đi giữa hai hàng dân quân (gồm cả đàn bà, trẻ con) với những viên đá ném dày, tiếng chửi không ngắt nhịp, Lô chấp nhận, đồng thuận với cái chết ắt sẽ đến như một điều tự nhiên, hợp lý nơi hẻm hốc núi rừng xa xôi u thẳm xa lạ nguy biến nầy.

Thế nên, vào buổi học tập toàn trại do cán bộ chính trị cấp trung ương từ Hà Nội phái đến (phụ trách giảng huấn hệ thống trại cấp tá), Lô cáo bệnh, buông màn nằm ngủ. Ông bị dẫn giải đến giữa hội trường với lời chất vấn: *"Tại sao anh trốn tránh học tập?"* Trung Tá Lê Lô trả lời dứt khoát cụ thể: *"Tôi chẳng có gì để học hết, các ông chỉ nói đi nói lại những điều đã nghe nhiều lần từ trong Nam. Tôi đã đem thân đi trình diện ở tù, các ông muốn làm gì thì làm."*

Lô bị tống giam vào nhà kỷ luật vô thời hạn với vị thế thân người kéo căng cứng bởi một hệ thống cùm đục thủng từ những khúc cây. Tay, chân, phần bụng đều bị siết chặt giữa những vòng khớp gỗ sù sì thô nhám. Con người tênh hênh, trần truồng phơi trên nền đất nện với khí lạnh miền thượng du Bắc Việt đóng băng mờ kín ô thông hơi chắn nan tre tô đất sét.

Hai tháng sau, trước mặt hội trường đông người ngồi im lặng để đợi nghe kiểm điểm, Lê Lô vẫn chắc giọng: *"Tôi không có điều gì phải học. Cũng không có điều chi phải kiểm điểm."* Để áp dụng một biện pháp xét ra là khôn ngoan, trại viên Lê Lô được chuyển vào đội nhà bếp với điều kiện: Không được ra khỏi phạm vi khu vực nhà giam - Bởi ban giám thị trại đã hiểu rõ một điều: Hệ thống hàng rào trại, rừng núi Hoàng Liên Sơn, thượng du Bắc Việt không ngăn nổi ý định sẽ trốn trại của Lô đã hiện thực qua hành vi kiên trì không khuất phục.

Những ngày bị giữ chân trong đội nhà bếp không hoàn toàn vô ích: Lô được anh em cựu tù nhân, những biệt kích quân hoạt động trên đất Bắc bị bắt giữ trước 1975 hết lòng bảo vệ và bồi dưỡng, ông lấy lại sức lực sau hai tháng nằm hầm kiên giam cấm cố. Hơn thế nữa, ông còn nhận được những chỉ dẫn cần thiết về địa thế rừng núi miền Bắc, đường đi qua Lào mà các biệt kích quân vốn quen thuộc từ thập niên

60. Và quan trọng nhất, ông có cơ hội lén lút tích trữ muối và ngô, khoai, sắn khô.

Cũng trong dịp nầy, chiếc điếu hút thuốc lào được viên chỉ huy trưởng toán biệt kích (đang giữ nhiệm vụ trưởng toán nhà bếp) trao tặng với lời kính trọng: *"Ông thầy rửa mặt cho tụi em! Ông thầy rửa mặt cho cả quân đội để chúng nó không thể coi thường anh em mình."* Lê Lô nhận ống điếu, hút hơi mở đầu xong trả lại: *"Cám ơn anh em, tôi giữ không tiện. Sau nầy sẽ hay, bây giờ không nên".* Viên trưởng toán biệt kích dẫu không hiểu hết ý của Lô, song với phản ứng sắc xảo của người quen trận chiến bí mật, đơn độc, anh nhận lại chiếc điếu với lời cẩn mật: *"Khi nào ông thầy muốn thì em đưa lại. Bây giờ em giữ cho ông thầy."*

Một tháng sau, Lô vượt trại với bốn người bạn chiến đấu, hai trung tá, Khôi và Bằng; hai thiếu tá Hạnh và Thức (mà mỗi người lại là một câu chuyện kể khác). Vụ vượt ngục rúng động toàn bộ hệ thống trại tù miền Tây-Bắc và đã minh chứng: Người lính Quân Lực Miền Nam có đủ ý chí cao hơn những đỉnh núi hiểm nghèo ẩn trong mây, vùng rừng nguyên thủy chưa hề có dấu chân người của hệ thống Hoàng Liên Sơn trùng trùng cao ngất từ Vân Nam đổ xuống. Người lính Miền Nam có năng lực vượt qua nỗi đọa đày, hoàn cảnh lăng nhục thậm tệ được thực hiện một cách có hệ thống qua phân công những viên sĩ quan cấp tá vào đội trồng rau xanh mà không có một vật dụng canh tác nào ngoài hai bàn tay trần với những thúng phân người - Phân người được gọi bằng một danh từ chính xác: Phân Bắc.

Những người tù sống trong mối phấn khởi hãnh diện âm thầm ngày mỗi lên cao, khi qua hơn một tuần, ban giám thị trại, bộ đội an ninh canh gác dẫu đã phân công lùng sục khắp toàn vùng, đường lên Sơn La, Nghĩa Lộ, xuôi về đồng bằng, vẫn không tìm ra dấu tích toán vượt thoát. Nhưng đến tuần thứ hai, đám cán bộ, và vệ binh trại như được uống chất lên men cực mạnh... *Bắt được chúng nó rồi! Bắt được chúng nó rồi!* Những viên đạn súng tay bắn liên hồi trong lũng núi; kẻng trại đánh dồn; tập thể tù được lệnh bỏ bãi lao động, khẩn cấp tập trung vào hội trường chứng kiến cảnh nhục hình năm thân con người bị đánh đập bởi hai mươi lăm cây nứa do một trung đội lính thay phiên trừng trị. Thân nứa đập vào thân người đến độ vỡ toang, bẹp dúm. Viên trưởng trại chắc giọng thách thức: *"Các anh trông đó làm gương. Tôi đố các anh trốn được tai mắt nhân dân!"*

Ông ta nói thật, bởi toàn thể dân chúng trong vùng kể từ ngày năm người vượt trại đã ra đồng, vào rừng với cuộn dây thừng và ống tù và, vì họ được hứa hẹn: *"Nếu bắt được năm người tù sẽ được miễn thuế nông nghiệp năm năm, thưởng năm mươi cân thóc, và năm lít nước có vị mặn gọi là nước mắm!"* Tổng cộng số lượng hiện vật thưởng nếu tính ra tiền Mỹ không vượt quá vài đô la lúc ấy hay thời giá hôm nay, đầu thế kỷ 21.

Năm thân người, đúng ra năm chiếc thây bị kéo lê vào phòng kỷ luật, nay được khoét sâu trong sườn núi đợi ngày ra cột xử bắn. Nhưng sau vài tuần giam giữ, có đêm, toàn trại đang yên lặng như khối mồ lớn thì nghe ra tiếng gọi đùa cợt trao đổi từ những căn hầm kỷ luật... *Hê, hê... Nhảy Dù! Nhảy Dù! Cố gắng! Cố gắng!... Đường trường xa ta quyết đi cho tới cùng... Muôn đời Lục Quân Việt Nam!*

Buổi hành quyết được tổ chức nơi sân tập họp

chính của trại. Trại viên được lệnh nghỉ lao động, thay đồng phục tù mới phát. Viên trưởng trại còn ra lệnh giết heo để ăn mừng thành quả cải tạo giáo dục của trại - Lá cờ đầu của phong trào *"Học Tập Tốt-Lao Động Tốt-Kỷ Luật Tốt"* của hệ thống bảy liên trại giam giữ toàn bộ Ngụy quân - Ngụy quyền miền Nam tập trung nơi đất Bắc.

Năm quan tài được lệnh đóng khẩn cấp; trưởng trại còn có ý tốt *"khoan hồng nhân đạo"* nên cho lệnh chuẩn bị những chén cơm gạo tẻ (không độn ngô, khoai, sắn), và những cây hương để cắm lên quan tài sau khi hành quyết, trước khi đem chôn. Có người nhắc nhở với ông ta: *"Theo lễ tục người miền Nam, phải có quả trứng gối đầu đặt trên những chén cơm kia."* Trại không nuôi gà, vịt nên không thể kiếm đâu ra những quả trứng, trưởng trại bèn có sáng kiến táo bạo: Lấy những quả bóng bàn thay thế quả trứng, chôn xong lấy bóng chơi lại!

Sau khi đã chuẩn bị đủ *"nghi lễ"* cho cuộc xử bắn, năm tử tội được đưa ra trước hội trường để nghe tuyên án: *"Cộng Hòa Xã Hội Chủ Nghĩa Việt Nam Độc Lập-Tự Do-Hạnh Phúc... Xét bốn tiêu chuẩn của tập trung cải tạo, các tên Lê Lô, Trần Đình Khôi, Phạm Công Bằng, Trần Quang Hạnh, Chế Đức Thảo can tội ngụy quân... Không thành tâm hối lỗi, học tập lao động cải tạo; không chấp hành kỷ luật trại giam, âm mưu thực hiện trốn trại... Tuyên án: Tử Hình!"*

Toán tử tội được dẫn đến trước những chiếc cột. *Các anh có muốn nói điều gì không?* Trưởng trại thoáng bối rối trước sự im lặng bình thản của năm người. Không một ai có dấu hiệu sợ hãi. *Không có gì?* Lô thay mặt các bạn trả lời (Bởi khi chấp cung, Lô đã xác nhận ông là người trách nhiệm độc nhất tổ chức vụ trốn trại). Nhưng đột nhiên, ông cười nhẹ... *Nếu cho hút điếu thuốc lào thì tốt lắm!* Trưởng trại trầm mặt nghĩ ngợi (không hiểu Lô có ẩn ý gì vì yêu cầu quá nhỏ nhoi, bất ngờ) trước khi chấp thuận. Lô biết ý, giải thích: *"Tôi có cái điếu mới, gởi ở các anh BK (đọc là Bê-Ka, Biệt Kích), tôi muốn hút cái điếu đó một lần chót!"*...

Có đây! Có đây! Thưa ban (Ban giám thị), chúng tôi hiện giữ cái điếu của anh Lô. Viên trưởng toán biệt kích mau lẹ đứng dậy từ đám tù ngồi chật hội trường. Chiếc điếu được đưa tới, Lô cầm lấy ung dung... *Mình chơi một điếu nghe mấy ông.* Những người bạn đưa mắt nhìn nhau... Hạnh nói nhỏ chán nản: *Hút làm gì Lô? Thì cứ hút đi, trước sau cũng chết!*

Lô ngồi xuống, cho thuốc vào nõ điếu, châm cây đóm, kéo sâu hơi thuốc, thở khói lên trời. Ông cười nhẹ, đứng dậy, trao điếu cho các bạn... *Làm một bi đi!* Trung Tá Lê Lô nhìn quanh hội trường, đến với mỗi người tù, mặt ông không biến sắc...

Ấp Bắc, 1963; Pleime, 1965; Cầu An Hòa Huế, Tổng Công Kích đợt 2, Nghĩa Trang Người Pháp, Ngã Tư Bảy Hiền, Sài Gòn, Mậu Thân, 1968; Hạ Lào, Động Ông Đô, Chu Pao, La Vang, Quảng Trị, 1972; Long Khánh, tháng 4, 1975... Đoạn đường mười hai năm một đời chiến đấu ông đi qua không một lần yếu đuối. Vậy coi đây chỉ là trận chiến cuối, trận không vũ khí, chỉ với những người bạn từng sống-chết, và những người bạn tù ngồi im lặng dưới xa. Lê Lô thở hắt như lần trái đạn 57 ly bắn tung chiếc chiến xa và thân hình ông trước Thánh Đường Đức Mẹ La Vang, nơi quê hương Quảng Trị, chiều tháng 7, mùa Hè 1972.

Ngày ấy, cũng nắng như hôm nay. Nhưng nắng miền Nam ấm, vàng tươi, sáng rỡ hơn. Có chiếc xe đổ nhanh dưới lưng đồi, trước bộ chỉ huy trại. Bóng người chạy vội lên hội trường... *Dừng lại! Dừng lại!* Lô tỉnh lạnh bảo Hạnh, Bằng, hai người bạn đứng gần... *Cứ hút đi, đừng để ý làm gì.*

oOo

Xe bỏ Tỉnh Lộ 152 nhập vào Xa Lộ 101, địa giới giữa Gilroy (thủ phủ tất cả sản phẩm tỏi của Mỹ) và San José. Người bạn đồng hành chấm dứt câu chuyện: *Tôi phải đưa cái điếu tận tay ông ấy vì như vừa kể, nó cứu đến năm mạng người lận.* Ông khách im lặng, gật đầu đồng ý, nhưng thật ra có ý nghĩ khác: Có thể cán bộ cộng sản bày ra vụ xử bắn để hù dọa mà thôi... Bởi họ vốn rất tinh xảo dàn dựng nên nhiều "sự kiện để đánh lạc cả lịch sử, lừa được toàn thế giới", chứ ăn nhằm gì vài trăm anh tù khổ đã bó tay hàng phục. Điều đáng nói là cách hút điếu thuốc trước cái chết của Sông Lô.

Cali, tháng 7, 2005.

(*) *Rouault (1871-1958), Họa sĩ Pháp, nổi tiếng với những họa phẩm mang đường nét mạnh mẽ, bi thảm, kỳ bí.*

Đứa nhỏ chết
dưới đường cống Sài Gòn*

S ao lúc nầy tôi không thấy ông viết lách gì nữa? Người bạn hỏi với vẻ ân cần, và không đợi anh trả lời, người nầy tiếp theo ý thúc giục... Ông viết truyện lính tráng cho anh em đọc cho vui, vẫn còn người muốn nghe chuyện chiến trường ngày trước...

- Chiến trường, chiến địa gì nữa ông ơi, ngay cả bà vợ tôi cũng đã từng có câu hỏi: Ông không viết cái gì khác được hay sao mà cứ kể chuyện tù tội, lính tráng hoài như thế...

- *Rồi ông trả lời sao?*

- *Ông muốn tôi trả lời như thế nào đây, bà ấy nói đúng quá đi chứ.*

Và câu chuyện giữa hai người (hẳn là cựu quân nhân) tiếp tục theo diễn tiến như sau...

Đã có một lần tôi bắt đầu viết câu chuyện với trạng thái cực độ u uất nặng nề. Thông thường, khi bắt đầu luôn cho tôi cảm giác hứng khởi sống động, cho dù sẽ viết về một đề tài *"khổ đau"*, đề cập đến người, việc bất ưng ý - Bởi những lúc ấy, thật tâm vẫn còn có được mối thúc giục *"mong được nói đến, bày tỏ một điều gì"* cùng người đọc với lòng tự tin. Bởi lúc ấy, tôi nghĩ rằng: Chữ nghĩa kia thể hiện đúng, đủ giá trị thông tin, tường trình về người thật, việc thật với người đọc. Cũng do tôi hằng có niềm tin: Con Người luôn cần đến Chữ, vì Chữ là của Người. *Chữ chính là Con Người.*

Thế nên, hôm nay quả thật rất khổ tâm khi phải *"hồ nghi"* ngay cả chữ viết của mình, đồng thời phải định giá lại chính bản thân - Để thấy ra mình (vô tình) phạm phải một điều ân hận, một mối tội lỗi - Tội sống sót khi đồng loại chết thảm. Tội no đủ khi anh em hấp hối, khốn cùng. Tôi không nói quá lời với ông với tư cách của người viết văn (làm ra vẻ quan trọng công việc của mình) mà chỉ sợ những nội dung dự trù viết nên, nói đến quá đỗi xót xa, không đủ sức chịu đựng. Sợ rằng viết ra cũng vô ích. Vì chẳng phải đâu từ những người xa lạ mà chính là bản thân cũng đã có tiếng lời kêu khốc, khẩn thiết trong ngày đi tù về sau mười bốn năm nhục nhằn khắc nghiệt...

Tạ tội cùng Chiến Binh Hồn Anh Linh Liệt Sĩ Cào trốc mộ Nghĩa Trang Dập cốt xương uất nghẹn.

Tôi đã viết như thế nơi Nghĩa Trang Quân Đội

Long Bình, đêm Giáng Sinh 1992, hoặc đã có những câu như sau đây gởi về đồng đội, Tiểu Đoàn 9 Dù khi nhìn lại tấm hình ngay trước nhân ngày 30 tháng 4, 1996 khi ở trên đất Mỹ...

Ta nuốt miếng ăn dạ không yên. Ta ấm thân áo thấy hổ thẹn lính tráng, con em được mấy lần bên nhà, bữa cơm đầy lưng chén?!

Tiếng gào đau như trên đã dậy lên suốt buổi trai trẻ, của từng trang sách viết ra trong ba mươi năm qua... Bởi bản thân tôi, ông vẫn mãi mãi và luôn chỉ là: Người Lính của một Quân Đội hằng sống, chết để thực hiện sứ nhiệm báo ân cùng Dân Tộc khổ nạn trên quê hương điêu linh. Nhưng cuối cùng, tôi ngừng lại tất cả bởi cuốn sách đọc được sau đây (*)...

Những con người góp mặt, nói nên lời trong cuốn sách không chỉ là những người lính bình thường với nỗi truân chuyên, gian khổ, nguy nan đặc thù riêng của đời quân ngũ mà là những quân binh chịu phần oán nghiệt khốc liệt nhất trong toàn tập thể quân đội - Những Thương Phế Binh bị loại ra khỏi cuộc chiến từ lúc chiến tranh đang nặng độ. Hơn thế nữa, đấy lại là những thương phế binh của một quân đội thất trận, năm 1975 ở lại sau cùng khi những người chỉ huy đã tráo trở đầu hàng, tan hoang tháo chạy, hoặc cùng đày bó tay bẻ súng, vị quốc vong thân.

Không vũ khí, không đủ cả giác quan, tay chân, họ ở lại hứng trận đòn báo thù hèn hạ từ một tập đoàn thắng trận bạo ngược tàn nhẫn nhất trong lịch sử Đông-Tây, mà thông thường khi cuộc chiến chấm dứt, những phe lâm chiến hằng đối xử nhau một cách văn minh với tính bình đẳng huynh đệ... Pháp-Đức; Mỹ-Đức; Hoa-Nhật...

Nhưng, ở Việt Nam, nơi Miền Nam, một bên, kẻ

thắng trận, tổ chức bạo lực phát động chiến tranh, giành luôn quyền giết người và thực hiện sự ác vì *"độc lập, tự do, hạnh phúc cho đời đời con cháu mai sau!"*. Và một bên, tập thể những con người trần trụi tuyệt vọng, đối tượng của một chính sách bức hại thâm độc vô nhân tính...

Những người không cơ may được khoan thứ, không phương tiện chống giữ, không hy vọng thoát thân. Đau thương hơn nữa, họ không chịu riêng một mình mà kéo theo những người thân thích, nói rộng ra, một lần với Miền Nam thất trận cùng đành. Cái chết cũng vô nghĩa và không thể thực hiện được bởi khả năng cuối cùng nầy đã hoàn toàn bị tước bỏ.

Họ thật tận chết từ trong mỗi ngày giờ hiện sống, qua bức hại, thanh trừng, lưu đày, hành hình trên chính quê hương từ những người gọi là đồng chủng tộc.

Hãy lật qua cuốn sách, đi lại từng bước của buổi trường chinh vô hạn khốn cùng của mỗi đơn vị người gọi là thương phế binh, với những người mẹ, vợ, và những đứa con của họ: Những trẻ nhỏ hoàn toàn vô tội và vô hại cho dù xét xử dưới bất cứ chế độ chính trị, xã hội nào.

Nầy đây, chúng ta hãy nghe câu chuyện viết về hai con nhỏ của tử sĩ Nguyễn Văn Thuận, đơn vị Sư Đoàn Nhảy Dù, quê Long An...

Thằng Nô, 12 tuổi, Phát 14 tuổi cùng mẹ đi vùng kinh tế mới ở Đồng Tháp Mười, nhưng đời sống quá cực nhọc và không đủ ăn, bà mẹ dẫn hai đứa con về Sài Gòn sống lang thang. Nô và Phát thường khoe với chúng tôi rằng, cha chúng đi lính, mặc áo hoa rừng chết vào mùa hè 1972. Mẹ chúng đã khóc như mưa lúc nhận xác cha, nên mỗi khi vào mùa mưa, chúng cảm thấy buồn buồn. Gần đến ngày giỗ cha, chúng cố *"làm ăn"* cho có nhiều tiền để về Long An thăm mẹ.

Thường khi các bạn đồng lứa bắt đủ cá (dưới lòng đường cống) xong trở lên mặt đường ngủ thì chúng nó tiếp tục lặn dưới các ống cống thành phố để tìm thêm cá. Có những buổi sáng, chúng tôi thấy hai anh em rét run vì ngâm dưới nước quá lâu.

Vào một đêm nọ, tôi thấy hai anh em thằng Nô, Phát lặng lẽ mở nắp cống chui xuống, khoảng vài ba giờ sau thì sấm chớp rầm rầm, chúng tôi choàng thức dậy tìm chỗ trú mưa. Một trận mưa như vũ bão đổ ào xuống thành phố và kéo dài cho đến sớm. Bình thường, hai anh em thằng Phát vẫn ở lâu hơn bạn bè dưới cống, nhưng sao giờ nầy chúng nó vẫn chưa lên? Thôi rồi, tôi hốt hoảng hiểu ra mọi sự... Anh em chúng tôi báo động với nhau, hỏi thăm những đứa trẻ đang ngủ gà, ngủ gật cạnh những đống rác *"giữ chỗ"* cho công việc sáng hôm sau (để moi, nhặt rác). Chẳng đứa nào thấy hai anh em thằng Nô.

Cho đến một hôm, ba mươi ba ngày sau, một đứa khác đang lội bì bõm ở ống cống gần chợ Cầu Ông Lãnh tìm cá, bất ngờ đụng phải một cái gì giống như *"trái dừa"*, nó nhặt lên, soi dưới ánh đèn, hét tiếng lớn và bỏ chạy. Sợ quá, nó chui đại lên miệng cống ngay gần chợ trước sự kinh ngạc của bạn hàng...

Nó vừa lượm một cái đầu lâu. Cả chợ hay tin đó liền kêu đội dân quân gác chợ mở cống tìm xác hai đứa nhỏ, nhưng cuối cùng chỉ nhặt được một khúc đùi đã thối rữa, và nửa thân người còn lại. Bọn trẻ nhận ra cái quần đùi màu đỏ của thằng Phát, bên trong còn ít tiền gài kim băng cẩn thận. Tiền đó thằng Phát để dành về quê giúp mẹ làm đám giỗ cha.

oOo

Về những người vợ lính. Im nghe tiếp về những người vợ lính, vợ thương phế binh...

Đấy là những người đàn bà bình thường, đơn giản, trú ngụ ở các trại gia binh của các đơn vị quân đội. Những người đàn bà chỉ ao ước mỗi tháng được mua hàng quân tiếp vụ, thăm chồng nơi chốn hành quân xa với tay xách đựng vài ổ bánh mì, nải chuối, biểu lộ tình nghĩa vợ chồng qua tiếng lời trung hậu, tội nghiệp... *"Ba thằng Hai đừng uống rượu, đừng hút thuốc, để dành thuốc Quân Tiếp Vụ tui bán được một trăm hai chục đồng"*, vừa nói vừa quạt mát cho chồng để nhẹ lời cầu xin.

Cũng chính họ đã gánh chịu tai họa chiến tranh ngang tầm của người chồng trong cách thế im lặng, thụ động và cam phận. Những buổi sáng tinh mơ trước khi đoàn xe lăn bánh ra khỏi hậu cứ, họ đã có mặt với những đứa con còn ẵm ngửa, đứa dắt tay. Họ biết nói gì với chồng trước mỗi lần đi ngoài lời thầm xin cầu nguyện... Mong lần đi có khi trở lại, và nếu người chồng trở về với những thương tật không thể bù trừ, những mất mát không hề được tái sinh, họ chấp nhận sự thiệt hại đau thương, giá máu đổ xuống một cách khắc kỷ cao thượng qua lời nói nhẹ tênh...

"Ừ thôi, ba hắn không chết là tui mừng rồi, còn vợ, còn chồng là được".

Và đời họ, người chồng lính, những đứa con sẽ kéo dài bình an chìm lặng từ nỗ lực đôi vai, chiếc lưng ngồi hằng ngày nơi phố chợ, hoặc với quang gánh nhọc nhằn trên đường xa. Tất cả khổ đau hoạn nạn được quên khuất nhanh chóng với câu nói bình thản... *"Ba sắp nhỏ dù đui què, mẻ sứt chi mà còn sống là tui cũng yên lòng".*

Tất cả mối mong ước bình an chịu đựng nhỏ bé

nầy đồng bị đổ nhào, lật ngược một cách tàn nhẫn nơi ngày 30 tháng Tư, 1975. Đây, lời kể của chứng nhân Bùi Anh Sáu về lần *"Ghetto, Làng Phế Binh Thủ Đức"* bị triệt hạ:

Ba giờ sáng ngày 1 tháng 7, 1975, Làng Phế Binh Rạch Chiếc Thủ Đức, Gia Định bị đánh động, vây chặt bởi một đơn vị bộ đội đông đúc có cả xe tăng yểm trợ. Một đoàn xe chờ sẵn để dồn mọi người lên vùng kinh tế mới Sông Bé (Phước Long cũ)...

Kinh tế mới là gì, chẳng ai biết? Sông Bé ở đâu, người người bàn tán xôn xao. Trẻ nít khóc rân, người lớn nháo nhác hốt hoảng dồn đồ đạc, áo quần dưới ánh sáng luồn sục, thúc giục của đèn xe và đèn pin và lời quát tháo chửi mắng...

"Chúng mầy là gia đình bọn ngụy quân, lính đánh thuê cho đế quốc Mỹ, có nợ máu với nhân dân, chúng mầy không được quyền ở đây, phải trả lại tài sản cho nhà nước và nhân dân!" Chen trong chuỗi la ó hỗn loạn kia có những âm thanh nổ bùng, sắc gọn sau tiếng la hét uất hận... Những thương phế binh tự sát cùng với gia đình, từ chối lên vùng kinh tế mới.

Đến sáng, toàn khu làng phế binh ngày thường sầm uất nhộn nhịp nay vắng hoe, heo hút những đám cháy nhỏ gồm những vật gia dụng bộ đội không cho đem theo; chỉ còn những đơn vị bộ đội đứng gác và các toán đi lại, vào từng nhà kiểm kê. Một đoàn xe khác từ Sài Gòn đến, sau khi đã chất đầy những đồ đạc để sẵn ngoài sân, phủ bạt kín, chạy ra xa lộ, hướng về phía bắc.

Gần một năm sau, tất cả những gia đình đi kinh tế mới ở Sông Bé đồng trở về vì không chịu đựng nổi cảnh sống quá cực khổ ở vùng núi rừng hiu quạnh. Có gia đình về không đủ như lúc ra đi vì đã để lại thân xác nơi rừng sâu; có gia đình thì đông trẻ nít hơn, nhưng tất cả đều ốm yếu, nước da vàng vọt, người đầy ghẻ chốc.

Họ không còn nhà, nên thường cất những chòi bằng giấy cứng quanh nghĩa địa. Người sống và người chết chen nhau. Vào ngày nắng gắt hoặc mưa giông, nghĩa địa bốc mùi tanh nồng nặc, dần dần ai nấy đều có nước da tai tái như người chết. Nhà cửa khu trại gia binh bị trưng thu, vùng kinh tế mới sống không nổi, lấy nghĩa địa làm nhà, lề đường là vùng sinh sống, đám dân cùng khổ biến thành *"tệ đoan xã hội"*, đối tượng của chính sách dồn ép và quét sạch để *"làm đẹp tổ quốc giàu, mạnh, xứng đáng thành phố mang tên bác kính yêu"*.

Chúng ta nghe tiếp lời của phế binh có tên hiệu là Bất Hạnh, hiện ngụ tại Khánh Hội, Sài Gòn:

Những cuộc truy quét thu gọn rầm rộ được phát động trong những xóm lao động, dài theo đường phố Sài Gòn, những vật dụng ăn cướp của đám bần dân bị công an quăng đầy lên xe cây: Cây dù, tủ thuốc lá, xe xay nước trái cây, xe bán nón, đòn gánh, rổ bánh tráng... Chưa hết, bên cạnh những chuyến xe chở hàng tịch thu là những chiếc xe bít bùng chở đầy người già, trẻ nít, người tàn tật, những bà mẹ cùng những đám con thơ nheo nhó đỏ hỏn bế trên tay... Tất cả bị đưa về trại tập trung về tội *"lấn chiếm lề đường"*.

Nầy đây, một cuộc bố ráp điển hình ở Khu Hàng Xanh:

Tôi (phế binh Bất Hạnh) không may lọt ổ phục kích, chưa biết phải làm gì trước tình huống thì một xe công an từ đâu phía sau chạy tới, một tên nhảy xuống, giật thùng đồ nghề (vá xe) quăng lên xe. Thế là trắng tay! Làm sao để sống đây hở trời?

Những nơi khác, quanh Ngã Tư Hàng Xanh, tiếng la hét, khóc than vang lên tới tấp. Một chị phụ nữ la thất thanh, chị đang giằng co với một tên công an thúng trái cây, bên cạnh bên chị, hai cháu bé, đứa khoảng 5 tuổi, đứa chừng 3 tuổi bò lăn trên những trái mận, ổi, khóc vang khi thấy mẹ bị tên công an đá quay lông lốc...

Và sau đây, một tình cảnh điển hình của vạn thân phận đàn bà sau *"giải phóng"*:

Chồng chị Liên là anh Hơn, phế binh Sư Đoàn 25 Bộ Binh, cụt một chân và lao phổi nặng. Một hôm đi bán nhang chẳng may băng qua đường bị trợt té, một chiếc xe hàng chạy qua thắng không kịp, đầu anh bị cán nát, loài cả óc ra ngoài. Dẫu chồng chết, chị Liên cũng đã lây bệnh ho khặm khẹt và không hiểu sao chị sợ màu đỏ quá. Nó giống máu hòa trong nước miếng của chồng chị nhổ ra sau mỗi cơn ho, nó cũng giống màu cờ đỏ treo khắp thành phố.

Liên cùng chị Mạc, vợ một phế binh khác, và chị Nguyệt lên Long Khánh buôn củi lậu. Cả ba đi tàu chui và khi gần đến ga Bình Triệu thì tuôn củi xuống, Liên có đứa con trai lớn tên Đức, nhanh nhẹn giúp đỡ mẹ rất đắc lực, nhưng chị Mạc với bé Hoa mới 5 tuổi thì thật là khó khăn, nguy hiểm khi nhảy tàu, vừa bế con, vừa tuôn củi.

Liên khuyến khích bạn, *"Chị đừng lo, thằng Đức con tôi sẽ cõng con Hoa nhảy giùm cho..."* Nhưng đó chỉ mới là dự tính, vì khi có bố ráp, chận bắt trên các toa thì tình cảnh trở nên rất lộn xộn. Chị Mạc vừa quăng được hai bó củi thì chung quanh các bạn hàng cũng nhốn nháo tranh nhau tuôn củi xuống... Con Hoa bị củi quăng trúng chân khóc ré lên, chị Mạc vừa sợ mất củi, vừa sợ mất con, chết điếng trong lòng, cuối cùng không dám nhảy theo bó củi với đứa con trong tay.

Liên đã nhảy xuống đường rầy, chị la ơi ới... *Ném củi xuống mau, bảo vệ tới kia kìa.* Thằng Đức đu người ra ngoài tàu để cố giúp chị Mạc nhưng không kịp được nữa, đoàn tàu đã từ từ vào ga... Nhưng sự *"may mắn"* không đến với chị Liên được mãi, tai họa đã xảy ra như một điều tự nhiên của nghiệp khổ phận người Việt Nam.

Một hôm, trời mưa tầm tã, bảo vệ chia nhau ngăn chặn các toa xe. Để cứu lấy món hàng, Đức và những đứa nhỏ leo lên trần xe và chuyền những bó củi qua cửa sổ. Một đứa tuột tay bị cuốn vào bánh xe lửa, thân thể bị nghiền nát vụn dọc theo đường tàu. Về đến ga Thủ Đức, chị Liên vẫn không thấy thằng Đức đâu, hỏi thăm lũ nhỏ, có đứa bảo thấy thằng Đức leo mui xe lửa trốn bảo vệ. Nhưng đến ngày hôm sau, Liên mới biết được rằng, khi xe qua cầu Biên Hòa, con chị đã bị đà ngang đánh vỡ đầu, rơi xuống đường ray, thây xác bây giờ không biết nằm đâu...

Cuối cùng, chị Liên gia nhập lực lượng *"tình nguyện hiến máu".* Chị có ý định sau khi gom được số tiền bán máu chị sẽ đi buôn lại như xưa vì bây giờ nghe nói cộng sản không còn *"ngăn sông cấm chợ."* Chị đã đến các trung tâm tiếp huyết Thủ Dầu Một, Bình Dương, lên tận Lộc Ninh rồi vòng qua Biên Hòa để bán máu. Nhưng vì muốn mau thoát khỏi kiếp sống hè phố chị đã quên chính mình, thân xác càng ngày càng suy kiệt, mặt chị xanh xao, đi không vững, bị xây xẩm luôn.

Một đêm chị ngủ trên ghế đá một công viên ở Chợ Lớn, sáng mai người ta tìm thấy xác chị cứng đơ. Khi đem xác đi chôn, số tiền để giành trong túi chị bị công an tịch thu vì không có *"chứng minh tài chính"* hợp lệ.

Đối mặt với một chính sách diệt chủng, sáng ngày 1 tháng 5, 1975, một địa ngục có thật mở ra trên Miền Nam, càng đậm sắc với những người tàn phế ở các quân y viện... Một toán Việt cộng tiến vào Bệnh Viện 3 Dã Chiến buộc chúng tôi (người kể câu chuyện cho tác giả Phan Minh Hiển) rời viện ngay tức khắc. Bọn người nầy chửi bới chúng tôi là phản quốc, tay sai đế quốc, v.v...

Phản quốc nào, quê hương chúng tôi bị chúng xâm chiếm. Tay sai đế quốc nào khi dân tộc chúng tôi, thân thể chúng tôi bị đạn Nga, Tàu gây thương vong. Những chiếc *"nón cối"* nầy đại diện cho ai mà dám la hét: *"Cút, cút ra khỏi đây. Bọn ngụy chúng mầy không được nằm tại đây. Đồ lính đánh thuê, lũ quân bán nước!"*

Chúng tôi người nầy đỡ người kia khập khễnh ra khỏi trại, có những chiến hữu vết thương đang rỉ máu bị vất trần truồng tênh hênh trên lề đường...

Gia đình mừng rỡ thấy tôi trở về, nhưng trong hoàn cảnh nầy ai cũng lo âu cho tương lai của mình. Hằng ngày tôi thấy trước mặt từng đoàn người, già có, trẻ có và những đám con nít thay phiên nhau giành giựt những thùng đồ hộp, gạo sấy, máy móc từ trong những nhà kho. Dòng người đổ xô tràn vào những kho tồn trữ dưới chân cầu Tân Thuận bị những người đội nón cối xả súng bắn thẳng... Nhiều người giãy giụa dưới đất, trong vũng máu. Dân chúng chạy tản trốn, nhưng vài phút sau họ lại tràn vào đông hơn, bất kể súng đạn, ai bị thì té xuống, những người khác thì cứ nhào lên cậy cửa...

Khi những ngày hỗn loạn đầu tháng 5 qua đi, những

thùng đồ hộp bọn em đem về dần cạn, người phế binh phải ra đường kiếm sống với những *"nghề cứu đói"*, vá lốp xe đạp, sửa hộp quẹt gaz, bán nhang... Và cuối cùng, đi xin ăn. Nhưng tất cả không thể kéo dài khi Ba Nhiệm làm trưởng ban *"Truy quét tệ nạn xã hội"* với một bộ phận kinh hoàng, *"Nhà Nuôi Thị Nghè"* được dựng nên để làm địa điểm chuyển tiếp giải quyết tất cả những đối tượng đang sinh sống trên, với vỉa hè. Số lượng nầy càng tăng vọt khi tiếp nhận thêm hàng vạn người từ Miền Bắc túng đói tràn vào.

Tuy gọi là *"nhà nuôi"* nhưng thật ra nơi đó là nhà giam theo đúng nghĩa, những người bị đưa vào đây đều bị coi là *"tội phạm hình sự"*, do đó bị tra tấn và hành hạ thường xuyên. *"Tội phạm"* là những người bị bắt trong các đợt bố ráp lề đường, họ không có quyền khiếu nại là bị bắt trái phép hay không và cũng không có án phạt rõ ràng. Thời gian ở đây được coi như để *"nuôi dạy"* nên không hạn định thời hạn giam giữ, nhiều người đã ở lại đây vĩnh viễn.

Mỗi nhà nuôi có có vài căn trại, mỗi căn rộng chừng 200 thước vuông, với khoảng chừng 100 con người bị giam. Tối tối mọi người phải thay nhau chỗ nằm và ngồi quạt cho nhau. Sáng khi nghe kẻng điểm danh, người nầy gọi người kia, ai nằm im không cục cựa thì coi như chết đem đi hỏa thiêu tại lò thiêu Bà Quẹo. Người sống thì đi lao động, kể cả người tàn tật, mù hai mắt, cụt tay, chân. Nếu sống sót từ các *"nhà nuôi"*, trở về lại Sài Gòn, tình cảnh cũng chẳng sáng sủa hơn và cuối cùng tất cả đều *"chọn"* một biện pháp *"không còn chọn lựa"*...

Hoàng Thụy và Sơn, hai phế binh do quá kiệt sức vì bệnh lao và cụt hai chân nên được ra khỏi *"nhà nuôi số 4"* Phú Giăng, Sông Bé. Họ không dám đi ăn xin, chỉ *"xin ăn"* lại từ những người sống trong nghĩa địa. Một buổi chiều, hai anh ra bến Bạch Đằng, ngước mắt nhìn tượng Đức Trần Hưng Đạo một hồi lâu rồi nắm tay nhau nhảy xuống dòng nước chảy xiết. Xác hai anh được vớt lên, cha anh Sơn đang bán bánh ú, bánh tét quanh Chợ Bến Thành hay tin, đến nhìn xác con. Nhưng ông chỉ im lặng đứng chung với đám người hiếu kỳ, không dám nhận là thân nhân người xấu số vì không có tiền mai táng con mình.

Ông đứng thẫn thờ nhìn chiếc xe chở xác con ông đi khuất rồi mới dám khóc. Hoàng Thụy và Sơn không chết một mình, những người lính tàn phế lần lượt *"chọn"* cho mình những phương tiện và thời điểm thích hợp.

Anh Thơm khi ngồi dưới chân cầu Sài Gòn, gần Ngân Hàng Quốc Gia có suy nghĩ rằng, do vợ chồng anh thiếu quan tâm nên đứa nhỏ con anh mới chết vì suy dinh dưỡng; mẹ nó đang *"đi khách"* ngoài chợ Bến Thành để dồn tiền cho anh làm vốn đi bán nhang... Anh quá mệt mỏi để nghĩ tiếp... Cuối cùng, anh mở hai tuýp thuốc ngủ trút hết vào miệng, bị say thuốc, anh ọc mửa đầy hết áo quần, xong dãy mấy cái và ngủ luôn dưới chân cầu.

Lộc *"què"* mắc bệnh ho lao, thắt cổ chết trong một toa xe lửa bỏ hoang ở Biên Hòa. Quý *"đốc-tưa Zivago"* không nuôi nổi mẹ già 80 tuổi, bất lực nhìn mẹ hằng ngày cầm lon ra chợ xin thức ăn nuôi thân và nuôi con, nên thắt cổ chết lè cả lưỡi ra.

Thanh *"liệt"* thì mài dao tự cắt cổ, cứa mãi không đứt vì sợ đau, đâm bực mình liền chĩa mũi dao đâm cái phụt vào tim...

Nhưng trong những thân thể thương tật kia, ý chí chiến đấu của người lính không hề tàn lụi, họ vẫn giữ nguyên bản lĩnh kiêu hãnh của một quân đội, một đơn vị hằng tạo dựng những chiến tích lừng lẫy, cho dù hành động phản ứng tuyệt vọng bi tráng của họ chắc chắn sẽ đưa đến hậu quả khốc hại cuối cùng với cái chết ghê rợn nhẫn tâm...

Câu chuyện sau đây của phế binh có bút hiệu Khát Vọng, hiện ngụ tại Long Hải, Phước Tuy có thể dùng để tạm kết về buổi thụ nạn đau thương của Thương Phế Binh QLVNCH với tất cả bi hùng mà chỉ người trong cuộc mới có thể viết nên, kể lại:

Khu chính trị trại Xuân Lộc, Long Khánh thường xẩy ra nhiều chuyện đau buồn. Anh Trần Văn Được, trung sĩ nhất Thủy Quân Lục Chiến, cụt một chân và mù một mắt trong trận tái chiếm cổ thành Quảng Trị, Mùa hè 1972 bị bắt chung với trung úy Phạm Tấn Dũng, binh chủng Nhảy Dù, bị thương năm 1974 trong trận tái chiếm đồi 1062, Thường Đức, Quảng Nam vì tội *"hội họp bất hợp pháp, âm mưu lật đổ chính quyền"*.

Một hôm, viên cán bộ quản giáo quê Nghệ Tĩnh vừa được chuyển tới, ra lệnh anh Được quét sân. Vì giọng nói người nầy khó nghe, nên anh Được vẫn ngồi yên uống nước trà. Gã cán bộ nhào tới xỉ vả và đánh anh một bạt tai. Nổi nóng, anh Được cầm lon guigoz đựng nước nóng tạt vào mặt nó và chỉ tay nói: *"Mày là giống gì mà mất dạy quá vậy? Bộ tao là súc vật à, ai cho mầy vô phép dữ vậy?! Tao tuy tàn tật nhưng không để cho mầy sỉ nhục đâu. Đồ quân mất dạy, con tao còn lớn hơn mày nữa mà..."* Được chưa nói hết câu, tên cán bộ nhào tới đánh anh vào đầu vào cổ, và chửi rủa những tiếng khó nghe. Anh Được bị té xuống đất, nó liền đá vào đầu vào bụng anh.

Thấy vậy, anh Dũng cà thọt chạy tới can, bị mất thăng bằng, anh níu áo tên cán bộ nầy và cả hai ngã xuống đất. Tức thì, bảy tám cán bộ quản giáo khác từ trong nhà chạy ra vây đánh hội đồng, cả hai anh lăn lộn chịu đòn trên mặt đất. Dũng hốt cát ném vào mặt mấy tên cán bộ, đang lúc chúng còn đang dụi mắt, Dũng nắm chân một tên kéo xuống, xong thúc cùi chỗ vào mặt y. Một tên khác đi tìm một khúc tre làm cột phơi áo quần quất tới tấp vào mình, đầu anh Dũng. Tiếng bình bịch, bồm bộp vang lên khô khan, máu từ đầu và vết thương cụt của anh Dũng bê bết trên đất. Trại viên chạy ra năn nỉ xin tha, đám cán bộ chĩa súng đòi bắn, lùa tất cả mọi người vào phòng. Dũng và Được bị kéo lên văn phòng trại.

Trời bắt đầu tối, không ai còn lòng dạ nào để ăn cơm, từ phòng tra tấn đến phòng giam tập thể không xa nhau lắm, nên chúng tôi nghe được câu còn câu mất... Nội dung những tiếng la hét, tra khảo và trả lời đại khái như sau:

- Mầy đeo cái gì tòn ten dưới cổ hả thằng kia?

- Thánh Giá.

-Cởi nó ra khỏi cổ ngay lập tức.

-Còn lâu. Không ai có quyền buộc tôi phải bỏ nó ra. Bộ muốn cấm đạo hả. Cây Thánh Giá nầy là tượng trưng cho tín ngưỡng của tôi, không ai có quyền buộc tôi bỏ ra.

Tức thì tiếng huỳnh huỵch vang lên, có lẽ chúng đá vào người anh Dũng. Tên cán bộ người Nam nghiến răng hằn học (chúng tôi chỉ nghe rõ tiếng miền Nam của tên nầy)...

- Đạo hả... Đụ má đạo... đạo nè...

- Bớ người ta chúng đánh người... Họ giết chúng tôi!

Anh Được gào lên nửa chừng rồi tắt nghẹn.

Những tiếng *"huỳnh huych... bồm bộp"* lấn át tiếng la của Được. Chúng tôi chỉ nghe những tiếng rên rỉ dứt khoảng rồi im bặt.

Sáng hôm sau, cán bộ quản trại cho hay, hai anh Dũng và Được đã *"hành hung cán bộ và cắn lưỡi tự tử chết"*.

Chiều tối, chúng tôi hỏi bốn người hồi sáng đi chôn Dũng và Được thì biết rằng... Xác hai anh đầy vết tím bầm, mắt của Được bị sưng tím đen, mặt Dũng thì máu đóng cứng. Hai anh có lẽ chết vì những vết thương ở đầu, máu dưới tóc cứng khô, cạy mãi không được. Khi bó xác, bốn người phải ký giấy chứng nhận các anh tự tử mới cho phép chôn.

Trong thời gian dài chiến tranh nơi Miền Nam, dẫu trên chiến địa hung hãn, chúng ta chưa hề thấy lính Miền Nam hành hạ tù binh, đừng nói tù binh bị thương. Một trong những bức hình nổi tiếng của Nguyễn Ngọc Hạnh, có một tấm ảnh ít người kể ra: Cảnh một lính Dù vác thương binh Việt cộng ở mặt trận Chợ Lớn hồi Mậu Thân, 1968. Hoặc hình một Biệt Động Quân quần áo rách bươm cõng một Việt Cộng bị thương ở mặt trận Kontum, 1972. Thế nhưng, bức ảnh Tướng Loan bắn tên đặc công lại được phổ biến khắp cùng báo Mỹ và thế giới. Hình như tác giả tấm ảnh sau nầy khi dự đám tang của Tướng Loan đã có giọt nước mắt muộn màng ân hận.

Quả thật, thế giới đã từ lâu im lặng đồng lõa cùng tội ác của người cộng sản ở Việt Nam một cách hèn hạ và bất công. Người phải lên tiếng nói, nếu không, sự im lặng sẽ là một biểu lộ lòng dạ nhẫn tâm đáng kết án. Và kỳ diệu thay, nguồn mạch Tình Thương Việt Tộc-Nghĩa Đồng Bào luôn tồn tại sắc son liên lụy khi mối đau thương kia đã chạm trái tim người.

Những người không tham dự cuộc chiến, chưa hề mặc áo lính, nhưng lương năng khởi động từ tấm lòng biết xót đau - Trường hợp người tuổi trẻ, Bác Sĩ Phan Minh Hiển, Paris, Pháp Quốc. Anh đã thâu tập tất cả những câu chuyện đau thương trên vào trong một cuốn sách để gióng lên tiếng gào khẩn thiết sau những đóng góp nhiệt thành tích cực, hiệu quả trong hàng loạt công tác suốt hai mươi qua...

Cứu cấp người vượt biển, mất tích, trên biển Đông, cứu trợ người tỵ nạn ở các đảo, ở Pháp; giúp trẻ mồ côi, gia đình nghèo khó, người tàn tật (chủ yếu nơi Miền Nam) Và cuối cùng, khi những thành phần vừa kể tạm có đời sống ổn định, Phan Minh Hiển dồn nỗ lực yểm trợ với đối tượng Thương Phế Binh Quân Lực Việt Nam Cộng Hòa - Thành phần hứng chịu khổ nạn nặng nhất, sớm nhất từ cuộc chiến, mà dẫu quê hương đã im tiếng súng hơn hai mươi năm, nỗi cùng khổ kia vẫn chưa có dấu hiệu được bù trừ, như phần cơ thể mất đi không thể phục hồi, như người chết không hề sống lại.

Sách của Phan Minh Hiển quả thật không phải là chữ viết thông thường nhưng là những dòng chữ thấm máu đau thương. Đọc một cuốn sách như trên, tôi còn viết thêm được gì cho Người Lính nữa anh ơi!

Minnesota, 7 tháng 7 (1955-1999)
Ngày khởi dựng nền Cộng Hòa nơi Miền Nam,
Với máu xương Người Lính.

(*) Những chữ viết thấm máu
(Phan Minh Hiển, Những Mảnh Đời Rách Nát, NXB Ngày Nay. Houston, TX, US1999)

Vẽ lại từ tác phẩm "Cứu Bạn" của NAG Nguyễn Ngọc Hạnh.

Cô "Hồng đen"

Người phụ nữ mừng rỡ nhào tới ôm chặt bạn khi vừa phát hiện người nầy ngồi dãy ghế gần cuối xe nhìn mông ra phía đường phố hẹp, nơi chiếc xe đò đậu tạm thời để nhận hành khách...

- Trời đất ơi, con quỷ, mi đến San José hồi nào mà sao không cho tao hay! Mà mi ở đâu? Mi đâu ở Cali phải không? Tại sao mi không cho tụi nó biết mầy ở đâu... Gặp đứa nào tao cũng hỏi thăm mi, chuyến ni mi không thoát khỏi tay tao, tới nhà tao ở mấy ngày để nói cho hết chuyện. Tao không gặp mi như vậy là gần ba-mươi năm chớ còn gì nữa... Ủa mà mi đi xuống dưới kia làm gì?

Những câu hỏi dồn dập tuôn đổ làm người phụ nữ thứ hai không thể trả lời, bà chỉ cười nhẹ để đáp lại cách nồng nhiệt của bạn...

- Thì ngồi xuống đi đã, nói lớn quá người chung quanh cười bây giờ. Yên tâm, tao đi xe nầy hằng tuần, mấy chú tài, cô bán vé đều biết mặt...

- A, nhưng mi ở đâu tới đây?

- Tao ở trên Wisconsin.

- Là đâu, sao không nghe nói tới bao giờ hết?

- Thì đâu phải ai cũng biết hết nước Mỹ được, chỗ đó chỉ có vài gia đình người Việt thôi...

- Sao mi lên ở chỗ "chó ăn đá, gà ăn muối" kia mà hình như mi có đứa em ở đâu trên Stockton phải không, sao không dọn về Cali với con em lại ở tuốt trên chỗ gì gì nghe lạ hoắc như rứa?

- Thì tao vừa trên chỗ Stockton, nhà em tao xuống đây, nay xuống dưới Nam Cali để lo chuyện cho con Hồng; gia đình bên chồng nó ở dưới đó; mẹ con nó ở với gia đình tao trên Still Water...

- Nữa, mi vừa bảo ở tiểu bang Wisconsin gì gì mà?

- Thì Still Water là một city của tiểu bang đó... Con Hồng nào, lớp mình có tới mấy đứa tên Hồng?

- Con Hồng học Sage Femme ngoài Huế... Mầy nhớ ra chưa?

- Tao nhớ rồi, nhỏ có con mắt đen sâu phải không?

- Nó đó, nhưng giờ nầy nó không là "con nhỏ mắt đen" nữa nhưng đã là "mẹ thằng đen!"

- Ủa, là sao... Sau nầy tao vào Sài Gòn, đâu biết

chuyện chi xẩy ra của bọn lớp mình ngoài Đà Nẵng...

Đại Úy Biệt Động Quân Huỳnh Đồng hình như không hề biết cảm giác, phản ứng sợ hãi trong suốt cuộc sống. Chẳng phải chờ đến khi mặc bộ quân phục rằn ri của lính biệt động, Đồng mới có thái độ, tâm lý mạnh mẽ kia. Thuở nhỏ vừa lên trung học, vào Trường Phan Châu Trinh, Đà Nẵng, hai năm sau lên Đệ Ngũ, Đồng thực hiện một trận *"huyết chiến"* trên sân trường sau giờ tan học với những *"thứ dữ"* của lớp Đệ Tứ B2, những người có tên hiệu Hoàng *"khùng"*, Ái *"nâu"*... Những gã học sinh đã có lần bị hội đồng kỷ luật đưa ra cột cờ với những tội danh *"kinh khủng"*: Dấu bục đứng chỉ đường của nhân viên cảnh sát (Bục đứng chỉ đường bằng sắt có mái che đặt nơi ngã tư Thống Nhất-Lê Lợi, trước cổng chính của trường đã bị biến mất, chỉ tìm thấy sau đó dấu trên đồi cát, nghĩa trang quân đội Pháp - Sau nầy xây Trường Nữ Trung Học Hồng Đức); treo xe đạp ông giám thị lên đỉnh cột cờ!

Mặc cho đối thủ có *"bề dày thành tích"* như trên, nhưng vào buổi ấy, Huỳnh Đồng dẫu mới mười lăm tuổi với bắp thịt liền với khớp xương nên chắc một khối, da đen bóng, tóc dày, sợi nhỏ, xoắn chặt vào da đầu, cằm nổi gồ... đã bình tĩnh thách thức, nói lời giao ước thẳng thắn qua cách nhìn chăm chăm hai đối thủ: *"Tao nhỏ tuổi, nhỏ lớp hơn hai đứa mi... Tao đánh một mình không nổi. Tao chỉ đánh từng đứa một đứa mà thôi..."*

Trần Hoàng trước khi ra đòn cũng có lòng nể phục, nên tự nhủ... *"Chỉ đánh cảnh cáo thằng nhỏ để dọa nó sợ"*. Nhưng sự thể đã xẩy ra theo một diễn tiến khác. Huỳnh Đồng tung nắm cát trước khi nhào vào... Và khi Hoàng *"khùng"* luống cuống chùi mắt thì những cú đấm rất nhanh đã dội tới tấp lên bụng... Hoàng chịu không nổi phải gập người xuống, quỳ trên sân cát.

Đến lượt Ái *"nâu"*, rút kinh nghiệm thất bại của Trần Hoàng nên đè ngửa được Đồng... Ái ngồi lên bụng đối thủ mau chóng, và những trái đấm chính xác liên tục dập xuống mặt. Nhỏ Đồng che mặt chịu đòn không một lời van xin mãi đến khi ông cai trường ra đóng cửa mới giải cứu được, kèm lời đe dọa kẻ thắng trận: *"Tao về nói với ba mạ hai đứa mi, ai lại lớp lớn mà đi ăn hiếp đứa lớp nhỏ hơn mình. Lại hai thằng đánh một thằng!"* Hoàng *"khùng"*, Ái *"nâu"* đồng kêu lên lời oan ức: *"Tại thằng ni đòi đánh trước. Tụi tui đâu ăn hiếp mấy đứa nhỏ học sau mình ông cai."* Huỳnh Đồng nhặt cặp bước đi mặt lạnh tanh, không tiếng nhỏ xuýt xoa.

Đậu hạng Bình Thứ Ban B (chuyên khoa toán) *"Tú Tài Mậu Thân, 1968"*, Đồng liền nộp đơn vào Khóa 6/68 Trường Bộ Binh Thủ Đức, không đợi phải học Võ Bị Đà Lạt vì chương trình trường nầy lâu đến bốn năm. Thời gian không cho phép Đồng chờ lâu hơn. Sau ngày mãn khóa, Đồng tình nguyện về Binh Chủng Biệt Động Quân dẫu đã đậu trắc nghiệm thi tuyển nhập ngành công binh, pháo binh với chỉ số cao do khả năng toán học vượt trội, xuất sắc. Đồng cũng không chọn chỗ khóa sinh phi hành trực thăng của không quân - Bởi sẵn có mưu định riêng - Phải về Đà Nẵng.

Đồng đáo nhậm đơn vị mới đóng quân tại Đà Nẵng theo yêu cầu, vì đứng đầu danh sách những tân sĩ quan về Binh Chủng Biệt Động. Năm 1972, Đồng đổi qua Tiểu Đoàn 11 Biệt Động; sau trận chiến ở thung lũng Quế Sơn, Trung Úy Huỳnh Đồng, đại đội trưởng kiêm quyền tiểu đoàn trưởng dẫn tàn quân phá vòng vây khi toàn bộ thành phần bộ chỉ huy đơn vị đồng bị trọng thương hoặc tử trận. Đồng lên thẳng Đại Úy Thực Thụ qua quy chế thăng cấp tại mặt trận.

Đại Úy Huỳnh Đồng biết đến lúc trả mối nợ ân oán từ lâu mang nặng. Đồng đến Bộ Chỉ Huy Liên Đoàn I Biệt Động Quân, cơ quan chỉ huy tác chiến tiểu đoàn của anh. Đại Úy Đồng vào gặp viên Trưởng Ban 3 Liên Đoàn (Ban Tham Mưu/Hành Quân), Thiếu Tá Hồ Trực tại phòng sĩ quan độc thân, trong doanh trại hậu cứ liên đoàn. Thiếu Tá Trực đang ngồi binh bài *"sập-xám"* với những sĩ quan chung đơn vị. Trực mặc áo *lót "T-shirt"* trắng, quần trận, bắp thịt cánh tay có những hình xăm dữ dội nổi gồ trên những vết sẹo màu xanh đen do thương trận.

- Thưa tôi có thể gặp riêng thiếu tá ở ngoài được hay không?

Đại Úy Đồng nói gọn sau chào tay đúng quân cách.

- Về chuyện chi? Muốn hỏi, hỏi ngay đây. Khỏi phải đi đâu.

Thiếu Tá Trực gằn giọng, nhìn Đồng sau lớp khói thuốc lá. Ông đặt những con bài xuống bàn, đứng dậy. Thiếu Tá Trực cao hơn Đồng nửa đầu người, một phần vai rộng.

- Dạ chuyện ngày trước?

- Đ... má, chuyện ngày trước là chuyện gì? Mầy ở đâu tới bày chuyện lộn xộn phải không?

Thiếu Tá Trực nổi giận mau chóng trước cái nhìn xăm xắp đứng tròng của Đồng. Ông ta cũng không phải tay vừa...

- Mầy biết tao là ai không?

- Tôi biết thiếu tá là thằng khốn nạn chuyên ăn hiếp đứa nhỏ hơn mình!

Thiếu Tá Trực ra tay trước. Những viên sĩ quan ngồi quanh bàn đánh bài đẩy ghế ra xa để hiện trường thêm rộng rãi. Họ đồng ngạc nhiên bởi có thằng *"điên"* ở đâu đến nạp mạng, bởi Trực vốn là võ sĩ tài tử môn quyền Anh trước ngày vào lính, nổi tiếng tay quậy hàng đầu trong binh chủng biệt động từ ngày mang cấp thiếu, trung úy. Nhưng Huỳnh Đồng sử dụng quyền Karaté nhanh hơn đòn quyền Anh. Chỉ với tám thế liên hoàn của cánh tay trái, chiếc đầu, bộ mặt của viên thiếu tá đã bị hất tung, lật ngược như một tấm khăn bị rũ mạnh qua nhiều phía. Đồng thời tay phải Đồng khóa chặt cú đánh direct của Trực để tay trái của người nầy không thể xê dịch, nhúc nhích. Đồng kết thúc trận đấu nhanh chóng với cú cùi chỏ đập ngược vào cằm Trực. Viên thiếu tá bắn người vào vách...

- Đ... má mầy là thằng nào?

- Thưa thiếu tá, tôi là thằng con nít bị thiếu tá đánh ở tiệm Kem Diệp Hải Dung mấy năm trước. Năm 1966, khi thiếu tá còn là trung úy ở Tiểu Đoàn 11. Chào thiếu tá.

Đại Úy Huỳnh Đồng chào tay nghiêm chỉnh, xong bước đi ra. Đám sĩ quan xì xào... *Cha nầy là "Đồng đen" đã dẫn được cả tiểu đoàn bị overun ở trận Quế Sơn, cú căn cứ Ross! Tôi nghĩ chính là ông nầy, bộ chỉ huy liên đoàn đã theo dõi ổng qua danh hiệu truyền tin ấy. Viên trung úy phụ tá Ban 3 xác nhận. Thì sĩ quan Tiểu Đoàn 11 lúc đó còn ai ngoài nó nữa!* Thiếu Tá Trực kết luận với cách ngưỡng mộ:

- Đ... má tôi phải đi tìm nó mới được.

- Thiếu tá định "chơi" nó thêm một trận nữa sao?

Một người nào đó thắc mắc, dè chừng.

- Không, tôi kêu nó đi nhậu. Tôi đánh nó trước mà.

Quanh bàn rượu của khách sạn Morin nhìn ra bờ sông Hàn, khi chai Cognac Couvoisier nắp đen, vỏ đục đã vơi đến một nửa, Hồ Trực khề khà giọng đàn anh...

- Giờ tao hỏi thực, tại sao lúc ấy, ở quán Diệp Hải Dung mầy cứ nhìn tao lom lom tao như vậy để phải bị đòn... Mầy không biết tao mới từ trong Tiểu Đoàn 52 đổi về lại Đà Nẵng vì vụ Phật Giáo, người như đang ngồi trên đống lửa! Xui là mầy gặp tao hôm đó... Tao và thằng Năng trong 52 gặp chuyện trái mắt là nổ liền. Thằng Năng đã có lần vào quậy ngay tại Phòng Hành Quân/Sư Đoàn 5 vì vụ báo cáo láo về tình hình địch quanh Quận Đồng Xoài, năm 1965. Tiểu đoàn thả đại đội nào xuống là tiêu đại đội đó, tiểu đoàn 7 nhẩy dù cũng tan xác vì vụ báo cáo láo nầy! (*)

- Bởi thiếu tá giống con nhỏ học trường Nguyễn Công Trứ...

Huỳnh Đồng lúng túng giải bày.

- Bỏ cái lon thiếu tá đi... Thiếu tá, thiếu tướng gì. Tao thấy mầy cũng có thể chơi lút cán được. Nếu ở nhảy dù, thủy quân lục chiến với cách du côn như vậy là mầy chết ngay!

- Bởi vậy tôi mới đi biệt động... Mà ông y chang nhỏ đó thật, giờ nhìn kỹ, càng thấy giống... Nhất là ánh mắt, vẻ mặt.

(*) TĐ52BĐQ: Đơn vị biệt động nổi tiếng Vùng III (Miền đông Nam Bộ). Đồng Xoài: Tỉnh Phước Long: Chiến trường lớn tháng 6/1965.

Đồng bày tỏ ẩn tình không che dấu.

- Mầy thấy con bé đó lúc nào... Nó ra sao?

- Năm 1966, lúc đó tôi học lớp Đệ Nhị trường Phan Châu Trinh, thấy nhỏ nơi ngã tư Nguyễn Hoàng- Nguyễn Thị Giang. Tôi theo nó tới trường Nguyễn Công Trứ. Nhỏ tóc dài, mắt rất to, màu xanh đen... mũi cao như đầm.

Đồng nhìn chăm lên khuôn mặt Hồ Trực...

- Ông giống nhỏ đó thật.

Đồng thở hắt như thể đang thấy lại cô gái ngày trước.

- Mầy có gặp lại nó lần nào nữa không?

- Buổi sáng tôi gặp nó, chiều tối bị ông đánh... Xấu hổ quá, tôi liền bỏ Đà Nẵng vào Nha Trang ở nhà ông cậu; đậu tú tài hai là đi lính ngay... Cố tình xin về Đà Nẵng để kiếm nó.

- Làm gì mà phải xấu hổ... Tao không đáng tuổi anh mầy hay sao, mày lại gây chuyện trước, nhìn lăm lăm như muốn lột truồng người ta... Ai ngồi im chịu cho thấu!

Huỳnh Đồng đang sống lại buổi chiều của năm 1966... Anh kể tiếp:

- Thấy nhỏ đó xong, tôi vào lớp, không nghe, biết được điều gì nữa... Chiều vừa ra khỏi trường, tôi chạy qua Nguyễn Công Trứ, đi lòng vòng dọc mấy lớp học tìm nó... Rồi không hiểu sao tôi vào chỗ tiệm kem Diệp Hải Dung, và thấy ông... Quả thật, tôi muốn đánh bạo qua hỏi chuyện nhưng không dám, mặt ông lúc ấy gầm gầm như đang giận ai. Bị ông bợp tai không mấy chi đau, tôi chịu đòn giỏi có tiếng. Nhưng đau là vì cớ khác... Tôi muốn tới hỏi chuyện ông. Xấu hổ là điều nầy dẫu không ai biết.

Hồ Trực đứng dậy, cầm chai rượu...

- Theo tao.

- Chưa hết mà... Đi đâu thiếu tá?...

- Đã nói bỏ chữ *"thiếu tá"* đi.

Trực bước xuống lầu, cười cười thích thú... *Phải mua thêm một chai nữa mới được.*

Đến trước căn nhà thuộc cư xá nhân viên Bệnh Viện Dân Y Đà Nẵng, Thiếu Tá Trực gõ gõ cánh cửa...

- Bé! Bé... Anh đây, mở cửa!

Cánh cửa vụt mở lớn, bóng áo trắng chạy ào ra, khối tóc dài đen thẫm đong đưa...

- Anh Rô! Anh Rô...

Cô gái ôm chặt Trực:

- Đó, đó lại uống rượu rồi... con Bé biết mà...

Cô gái buông người anh, tỏ vẻ ngượng khi nhận ra Huỳnh Đồng đứng sau lưng....

- Tao một anh, một em, bà cụ chết từ năm tao đi lính. Nên đi đâu cũng dẫn nó theo, năm "Sáu-sáu" đó, từ Biên Hòa tao đem nó ra Đà-Nẵng. Giờ mầy tính sao?

Trực rót rượu ra ly, đưa cho Huỳnh Đồng,

- Dạ... tôi... em cố xin đi biệt động quân, đổi về Đà Nẵng là vì, vì...

Đồng chỉ chỉ cô gái.

- Chứ không phải cốt ý *"phục thù"* anh mầy sao? Đi uống tiếp, dẫn Bé nó đi theo.

Hồ Trực đẩy cô gái qua phía Huỳnh Đồng. Người thiếu nữ cúi gầm mặt, giật giật chéo áo ngắn. Đồng có cảm giác như sắp sửa phóng mình từ trên sàn cao đầu mối *"Dây Tử Thần"* xuống con suối nhỏ chảy xiết dưới xa ở Căn Cứ Biệt Động Quân Dục Mỹ, Ninh Hòa. Nhưng lúc ấy, khi thụ huấn lớp Biệt Động Rừng Núi Sình Lầy, anh có được khoen móc dây cáp nắm chắc trong tay, nay chỉ có chiếc nón bê-rê màu nâu xếp, gấp, mở ra vô hồi...

oOo

Thỉnh thoảng, Đồng lại đứng lên nhìn qua tấm kiếng đục ngăn phòng sinh và khu phòng đợi. Người đi qua lại loáng thoáng... Đồng lại đội mũ lên đầu, khoanh tay trước ngực thở gấp. Anh đi ra cửa, tới chỗ đậu xe jeep bảo người tài xế lớn tuổi tin cậy...

- Ông chạy mua cho tôi chai rượu!

- Trời đất, giờ nầy mà nhậu sao ông thầy? Người tài xế la lên.

- Không phải, mua chai sâm-banh để mừng vợ tôi sinh con trai.

-Làm sao ông biết cô sinh con trai, mà giờ nầy chưa uống rượu được, phải đợi về nhà, ngày thôi nôi thằng nhỏ... Tui có đến mấy đứa, kinh nghiệm hơn ông về vụ nầy... Ủa mà đã đẻ đâu để biết trai hay gái!

Đồng vụt chạy trở lại phòng đợi. Anh có cảm giác đã như xẩy ra những điều gì bất ổn trong mấy phút vắng mặt.

- Vợ tôi... vợ tôi, cô Hồng đó cô, có sao không?

Người nữ y tá bật cười:

- Có gì đâu, đến giờ thì sinh thôi, đang vỡ nước ối. Tôi quen Hồng, chúng tôi cùng làm chung một phòng, một ca trực.

Huỳnh Đồng nắm chặt bàn tay lạnh của vợ như muốn chuyền hết nguồn năng lượng mạnh mẽ bừng bừng trong người. Anh hôn lên chiếc trán đẫm ướt bê bết những sợi tóc mai.

- Anh yêu em! Anh yêu bé... Anh yêu con!

Đồng xoay qua khối thịt đỏ hồng đang ngủ thiếp. Anh nhận ra trên cánh mũi đứa bé có những chấm nhỏ. Anh lo lắng:

- Con nó bị cái gì dính trên mũi?

Hồng cười nhẹ.:

- Không có gì đâu, da còn non mà thôi. Nó nặng lắm, đến bốn ký...

- Ừ, nó nặng lắm, anh biết...

- Anh đã bồng con đâu mà biết?

- Anh biết... Anh yêu em. Anh yêu con.

Bấy giờ Huỳnh Đồng hoàn toàn không dấu vết liên hệ với viên sĩ quan tác chiến nổi tiếng gan dạ, kiên quyết, gã đại đội trưởng một dạo của Tiểu Đoàn 37 Biệt Động Quân, đơn vị giữ mặt cực Bắc chiến trận Hạ Lào năm 1971. Trong lửa đạn trùng điệp chụp xuống toàn vùng Nam lào, một thân không nao núng, Trung Úy Huỳnh Đồng dẫn đầu tiểu đoàn đã bị thiệt hại nặng vượt trùng vây của một trung đoàn lính chính quy Bắc Việt, dưới cơn pháo tập liên hồi từ hơn chục vị trí pháo bắn từ bên kia Bến Hải... Nhưng nay, Huỳnh Đồng chỉ còn cách ứng xử bối rối với tiếng nói ấp úng, loay hoay quanh chiếc giường người vợ mới sanh và đứa con ngủ thiếp...

- Như vậy con là con trai hay gái hở em?

Hồng ngoắt chồng cúi xuống... Hôn em và chú "Đồng con" của anh đi.

Ngày thứ ba, trước khi rời bệnh viện, Hồng đón chồng với nét mặt băn khoăn. Đồng nhận ra rõ:

- Bé muốn nói điều chi phải không?

Anh sử dụng tộc danh *"Bé"* với hết lòng yêu thương. Người vợ trẻ cầm tay chồng.

- Đồng chìu em một việc.

Cô chỉ chiếc nôi thứ hai bên cạnh giường đối diện. Đồng bước tới.

- A! Thằng Mỹ con. Mỹ đen!

Đồng cười vui"

- Con của ai vậy... Mẹ nó đâu?

Anh tưởng vợ muốn bày chuyện đùa. Hồng vẫn giữ mặt nghiêm:

- Mẹ nó bỏ trốn hôm qua, em nói cô Châu, cán sự trưởng khu sản khoa đem lên đây cho em.

- Bé định sao?

Đồng đã thấy ra một phần sự việc. Anh giữ nguyên cách gọi yêu thương, chỉ hơi ngạc nhiên với tình thế. Hồng nói nhanh, nhỏ nhưng âm sắc mạnh mẽ:

- Em mới sinh, hiểu rõ giá trị của đứa con... Bỏ thằng nhỏ đó không đành. Mẹ nó cũng tội nữa. Mình có dịp làm phước mà Đồng.

- Xong rồi!

Đồng lớn tiếng thản nhiên:

- Thằng tên Đại. Thằng tên Đức. Tất cả là con ông Huỳnh Đồng và cô Hồ Thúy Hồng. Bé chịu không?

Đại Úy Huỳnh Đồng bế gọn hai đứa con trên hai tay, cô vợ dè dặt bước theo với bình thủy, túi xắc đựng tã lót. Hồng cố làm vẻ thản nhiên khi đi qua phòng khách ra cửa chính, đi giữa hàng người nhìn tò mò vào đứa nhỏ da mầu trên tay viên sĩ quan mặc quân phục tác chiến rằn ri.

- Kể ra nó chỉ đen hơn anh và em nó một

chút thôi!

Đồng cố gây vui cho vợ. Hồng gượng cười khó khăn.

- Bé yêu anh!

Cô áp mặt vào ngực áo chồng nhìn xuống hai đứa con.

Hồng không thấy có chút phân biệt nhỏ. Lòng cô yên ổn dịu dàng. Nhưng sự việc không giản dị, thuận tiện như lòng đôn hậu của Hồng đã nghĩ. Vì khi còn trong tháng, thằng bé Đại chỉ khác màu da đen chân phương, cánh mũi nở rộng, cùng độ xoắn tóc của bé Đức; kỳ lạ hơn hai đứa bé cùng có một ánh mắt nhìn... Sắc mắt quyết liệt của Huỳnh Đồng - Loại người không ngã lòng trước nghịch cảnh. Huỳnh Đồng sáng tạo nên cách phân biệt (hai đứa bé) do bản năng của người cha. Anh bày cho vợ:

- Bé muốn khỏi lộn hai thằng nhóc thì lật bàn tay ra. Thằng cu Đức có chỉ tay của... Mẽo; thằng Đại có chỉ tay giống tui!

Hồng mân mê bàn tay của hai đứa con:

- Ừ thằng Đại có bàn tay giống anh như hệt thật. Mà sao tay thằng Đức lại *"đẹp"* hơn?!

- Thì nó là Mỹ mà... Mỹ "đen" cũng là Mỹ chứ bộ! Biết đâu lớn lên nó sẽ thành một Sidney Poitier!(*)

Hai vợ chồng ôm hai đứa con hân hoan cười vui đầm ấm. Nhưng cảnh nhỏ vui hòa nầy chỉ xảy ra nơi căn nhà của đôi vợ chồng trẻ với hai đứa nhỏ, bởi chung quanh có những rì rầm ác độc... *"Làm gì có chuyện con nuôi, con đẻ!? Nuôi và đẻ sao giống nhau như hai giọt nước (!) Cùng ra một giờ (!) để đem về một ngày(!) Chỉ tội cho đại úy Đồng, người thẳng thắn, thật thà nên bị con vợ xỏ mũi bảo sao nghe vậy(!)"*

Những sầm xì tai ác nầy tác động đến phía gia đình Đồng, đến nỗi nữ giáo sư Quý, chị của Đồng cũng có ý kiến: *"Chị biết Hồng là đứa thật thà đứng đắn, bạn học cùng lớp nó bên Nguyễn Công Trứ đều nhận biết điều nầy... Nhưng Đà Nẵng quá nhỏ, gia đình mình ở đây ai cũng biết, chị dạy ở Phan Châu Trinh, giáo sư, học trò ai cũng biết em là em của chị... Nhưng họ làm sao biết được sự thật về hai thằng cháu, lớn lên đi ra ngoài đường làm sao tránh khỏi dị nghị?!"* Trước những ý kiến và sầm xì kể trên, Hồng chỉ biết co rút gánh chịu, cô nghĩ đến người mẹ ngày trước với lời dặn dò luôn lập lại:

- Thương được ai thì thương nghe con. Mẹ thấy ai cũng khổ hết... Mình giúp cho ai đó bớt khổ là điều mẹ mong ước nhất. Mẹ con mình được sống đến ngày hôm nay là do lòng tốt của bao người. Di cư từ Hải Phòng vào Biên Hòa năm *"Năm-tư"*, mẹ con mình có gì ngoài hai bàn tay trắng...

Những lúc khó khăn, khắc khoải, Hồng chỉ biết đặt hai chiếc nôi trước bàn thờ và đọc lời kinh thắm thiết. *Kính mừng Maria đầy ơn phước...* Nhưng Hồ Trực và Huỳnh Đồng thì có cách giải quyết dứt khoát hơn. Ngày thôi nôi hai đứa bé, hai ông tổ chức một tiệc lớn mời hết thảy sĩ quan trong đơn vị và những người vợ của họ; nhân viên thuộc phòng sản khoa Bệnh Viện Đà Nẵng; giới giáo dục quen biết của nữ giáo sư Quý, bạn bè cũ của hai trường Phan Châu Trinh, Nguyễn Công Trứ... Khi cắt chiếc bánh có hàng chữ *"Mừng Sinh Nhật Đức-Đại "1 Tuổi"*, Hồ Trực và Huỳnh Đồng có lời mạnh mẽ:

- Đây là hai con, hai cháu của Biệt Động Quân Huỳnh Đồng, Hồ Trực. Con ruột, cháu gọi bằng cậu do cô Hồ Thúy Hồng sinh ra. Vậy xin quý vị từ nay về sau đừng đặt vấn đề con nuôi, con đẻ nếu như quý vị lỡ có. Mời tất cả nâng ly uống mừng "Hai con cọp con Đức và Đại."

Hồng bật khóc vì cảm động và sung sướng. Cô được bảo bọc giữa hai thân hình vững chắc mặc quân phục tác chiến rằn ri bế hai đứa bé. Nhưng lòng cô thình lình bỗng xao xuyến nhói đau không duyên cớ... *Xin Mẹ che chở cho chúng con.* Hồng bất chợt đọc thầm câu kinh cứu nạn hằng mong.

oOo

Cuối tháng Ba, 1975 Đà Nẵng như một tổ ong bị hun khói, người từ Quảng Trị, Huế-Thừa Thiên chạy vào; dân chúng từ Quảng Ngãi, Quảng Nam dồn ứ tìm đường di tản xuôi Nam. Liên Đoàn I Biệt Động Quân căng hết các tiểu đoàn cơ hữu thay thế lực lượng nhảy dù trấn giữ phòng tuyến từ Quận Đại Lộc về đồng bằng Quảng Nam-Đà Nẵng là khu vực trước đây sư đoàn nhảy dù lãnh phần trách nhiệm. Một liên đoàn biệt động không thể nào làm tròn nhiệm vụ của một sư đoàn được, hơn thế nữa không còn phi, pháo yểm trợ. Các chốt cấp tiểu đội, bán tiểu đội với quân số năm, bảy binh sĩ không thể nào ngăn cản nhịp tấn công của những đơn vị cộng sản cấp trung đoàn, sư đoàn (Tỷ lệ 50 đánh 1!!)...

Phòng tuyến quân Cộng Hòa vỡ nhanh chóng khi các cửa biển Thuận An, Huế; Tiên Sa, Đà Nẵng thật sự là một bãi máu trong ngày 29 tháng Ba. Trong tình cảnh hỗn loạn cực độ của toàn vùng, đơn vị biệt động không còn nhận được lệnh của trung ương, các đơn vị tùy nghi điều động bởi chỉ huy trưởng liên hệ. Trung Tá Trực nói với Thiếu Tá Đồng:

- Vợ mầy là em tao. Đứa em tao ru ngủ từ ngày

còn nằm nôi. Tao thay mẹ nuôi nó với đồng lương lính tác chiến. Con mầy là cháu tao... Đã cho tài xế Thiên về đón mẹ con nó. Vậy, nay sống chết thuộc về quyền Thiên Chúa. Tao với mầy không thể bỏ lính được.

- Tôi không bỏ anh. Tôi không bỏ lính. Anh khỏi cần nói.

Đồng lên đạn khẩu XM18 xoay qua những người lính:

- Cả liên đoàn còn mỗi tiểu đoàn mình còn đủ quân số. Mỗi người mang hai đơn vị hỏa lực, nước, lương khô... Rút về Quảng Tín.

Liên Đoàn 1 Biệt Động do Trung Tá Hồ Trực chỉ huy, nương sức bảo vệ của Tiểu Đoàn 11 của Thiếu Tá Huỳnh Đồng cắt đường núi xuống đồng bằng, theo Quốc Lộ I lui quân về Chu Lai, bản doanh Sư Đoàn 2 Bộ Binh, tiếp dùng đường thủy cùng đơn vị nầy di tản về Nam.

Trên chiến hạm xuôi Nam, Thiếu Tá Huỳnh Đồng ngồi im ở cuối tàu nhìn về hướng Đà Nẵng suốt hai ngày đêm. Nét mặt anh săn cứng như đá cắt. Người lính thân tín được Đồng cho về Đà Nẵng đón Hồng và hai con mất hẳn trong đoàn dân và lính chạy loạn ở một nơi nào đó. Vừa đỗ quân xuống Vũng Tàu, tiểu đoàn Đồng được tăng phái ngay cho Liên Đoàn 5 Biệt Động; lãnh quân trang, đổi vũ khí vào ngày hôm sau để đến tối ngày 2 tháng 4 đã có mặt tại mặt trận Phan Rang - Phòng tuyến co cụm của quân lực Miền Nam sau chưa đầy một tháng phát khởi cuộc tấn công từ Miền Bắc vào Ban Mê Thuột.

Hạ Sĩ Nhất Thiên, tài xế của Thiếu Tá Huỳnh Đồng có tác người to lớn vững vàng cũng như với tấm lòng trung hậu chơn chất. Ông nói cùng Hồng:

- Bây giờ cái gì quý mấy cũng phải để lại, mang theo còn bị họa thêm. Tui đưa cô tới Bến Cá trước Chợ Hàn, cô và hai thằng nhỏ lên tàu được thì tui trở ra Huế lo cho mấy đứa bên nhà tui. Sau nầy gặp thiếu tá, và trung tá cô nói giúp là tui không thể theo cô và hai đứa nhỏ vô trong Nam được... Phụ lòng tin của hai ông thầy tui áy náy lắm nhưng không thể làm gì khác.

Hồng cầm bàn tay thô tháp của người lính thân tín thay lời cảm ơn, nhất nhất theo lời ông không phản đối, không phản ứng, bởi hai đứa con đã hiện thực nên một khối nặng nhận chìm cô xuống. Cô chia những tờ giấy bạc màu xanh *"Năm Trăm Đồng"*, và những món đồ nữ trang nhỏ cho Hạ Sĩ Thiên với lời vô nghĩa:

- Chú giữ lấy để mà đi chợ!

Thiên biết người đàn bà đang ở cực độ âu lo, mất kiểm soát, ông cố gượng cười:

- Chợ búa gì nữa cô, nhưng tui giữ tiền, và mấy cái nhẫn, dây chuyền nầy cho cô, đợi yên yên, khi về trong bộ chỉ huy, tui tìm cô và thiếu tá để trả lại.

Thiên để bên hông trái chỗ ngồi lái khẩu XM16, trên băng ghế trưởng xa bên phải, ông đặt khẩu shortgun, vị trí dễ cầm lấy nhất; người đàn bà và hai đứa nhỏ ngồi băng sau, ông lái xe len lỏi giữa rừng người, đôi mắt sắc nhỏ quan sát cảnh tượng hỗn loạn đang diễn ra chung quanh.

Từ khu cư xá sĩ quan lối đường vào phi trường Đà Nẵng đến Bến Cá trên bờ sông Hàn chỉ khoảng một cây số, nhưng đã hơn hai tiếng đồng hồ chiếc xe mới đến được gần Trường Sao Mai. Rừng người, xe cộ các loại lèn chặt mặt lộ để cuối cùng chiếc xe jeep bị ùn lấp giữa đợt sóng ngầm ngập của người, xe, vật dụng chen chúc chắn lối. Thiên quyết định mau chóng:

- Không thể đi xe được nữa, bây giờ phải xuống đi bộ thôi.

Ông muốn nói thêm chi tiết: Chiếc xe cũng sẽ là mối tai họa đối với bọn cướp giật mà giờ nầy đã lộ mặt qua những cá nhân, hoặc đôi ba kẻ mặc đồ lính... Kinh nghiệm quân đội cho ông biết đây là loại tội phạm vừa thoát khỏi nhà giam. Nhưng suy nghĩ lại, ông im lặng bởi biết rằng nói ra chỉ gây thêm lo sợ cho người mẹ trẻ...

Những tiếng súng chát chúa, ngắt nhịp vang lên đâu đó làm mạnh thêm quyết định của ông:

- Cô cõng thằng Đại, tui cõng thằng Đức, cô đi sát theo tui... Làm chi cũng phải tới dưới Bến Cá cái đã.

Thiên nghĩ thầm: *Thế nầy thì làm sao mà bỏ mẹ con cô cho được. Rồi làm sao để về Huế...* Nhưng ý nghĩ chỉ thoáng qua không định hình. Khu Bến Cá đã nên thành một cảnh địa ngục. Người đạp lên nhau, chồng lên nhau. Đầu, thân người nầy là bậc thang để người khác giẫm lên đặng tiến sát cầu tàu, nhào vào tấm lưới thả từ trên cần trục xuống. Tiếng trẻ con khóc thất thanh, người lớn gào khản. Thân người rơi xuống chân cầu tàu và những quả đạn đại pháo nổ bùng phía bờ biển Mỹ Khê, Tiên Sa.

Hồng không còn một phản ứng tự thân nào ngoài những xô đẩy từ đằng sau và lôi kéo từ Hạ Sĩ Thiên phía trước mặt. Cô chỉ thấy ra cảm giác lạnh khi chiếc lưới cất hàng nhấc cô và một khối người lên cao, và khuôn mặt đẫm mồ hôi của người lính sát cận. Hạ Sĩ Thiên đã bám theo chiếc lưới từ bên ngoài với hai bàn tay xoắn chặt nơi ô mắt lưới.

Nắng lửa đầu hè từ trên cao xối xuống như một

vạc dầu chảy tràn ánh sáng. Sàn tàu sắt nung nỏ... Tàu Victoria im lặng như một nghĩa địa nổi trôi dọc bờ biển về phương Nam. Đến Cam Ranh, tàu dừng lại để chuyển những xác chết, người bệnh xuống đất. Không một cơ quan chính phủ nào còn hoạt động nơi căn cứ đã một lần lớn nhất của lực lượng quân sự Mỹ ở hải ngoại. Trên bãi cát trắng xóa, những thân người di động dật dờ, xiêu vẹo. Không ai còn khả năng để kêu lên một tiếng đau thương.

Do sức lực của hơn hai-mươi năm tôi sắc nơi đồng ruộng và chiến trận, Hạ Sĩ Thiên bền bỉ đương cự, vượt thắng tất cả hoàn cảnh để cuối cùng đưa được Hồng và hai đứa bé về đến Trại Định Cư Suối Nghệ, Phước Tuy nơi gia đình người chị ông đã di tản từ Quảng Trị vào sau biến cố Mậu Thân 1968. Thiên không thể đi Sài Gòn tìm người chỉ huy và đơn vị được, vì với tình trạng hỗn loạn hiện tại, ông có thể bị bất cứ bên nào bắt giữ trên đoạn đường đã bị cắt khúc, phục kích, đắp mô.

Hai người đàn bà và đám trẻ con của hai gia đình chỉ còn ông là người độc nhất để bảo vệ, gánh vác. Và gia đình ông ở Huế nữa. Ngày 30 tháng Tư, 1975 không phải kết thúc một cuộc chiến, nhưng mở đầu một thời kỳ mà Sự Khổ-Tính Ác được hiện thực toàn phần lên phận nghiệp mỗi người Việt - Có thể nói không phân biệt Bắc/Nam - Khác chăng, người Miền Nam nếm mùi tân khổ mới mẻ xót xa hơn.

Sau ngày 30 tháng Tư, Hồng luôn có cảm giác không thực mỗi buổi sáng thức dậy trên chiếc phản gỗ thô cứng. Cô không thể định vị được chỗ đang nằm, và căn chòi lợp tôn, vách gỗ trông xuống một sườn đồi loang lổ đất nâu vàng khô cứng thuộc về địa phương nào? Cô vẫn chưa quen tên gọi chốn cư trú, lánh thân: Ấp Suối Nghệ, Quận Long Điền, Bà Rịa, Phước Tuy.

Cô luôn chuẩn bị cho những chuyến đi lên Sài Gòn, đến Trại Đào Bá Phước, nơi đặt Bộ Chỉ Huy Biệt Động Quân để hỏi tin về đơn vị của anh và chồng, những người lính Miền Bắc dẫu không có cách hách dịch của kẻ xâm lược chiến thắng cũng không cho cô biết gì hơn ngoài câu trả lời ngắn, gọn, đồng nhất... *Chị về đi, anh ấy được đối xử đúng chính sách trong tinh thần hòa hợp hòa giải dân tộc!* Và buổi chiều khi trở về, thường thường không còn xe hàng, cô phải đi bộ, hai chân đau nhức bởi quai dép ni-lông cứa cắt từng bước trên quãng đường xa thẳm từ Thị Xã Bà Rịa vào trại định cư Suối Nghệ.

Mặt trời chìm khuất sau rặng Núi Ông Trịnh, dội ráng đỏ nhử lên cảnh vật hoang vắng, chập chùng những đồi chạy dài đến tận Long Khánh, miền Trung ở phía Bắc. Trong những lúc cực độ mệt mỏi thể xác và kiệt cạn tinh thần như thế, Hồng thấy quá khó khăn để sống với mỗi giờ sắp tới, của ngày mai, và *"cảm giác không thực"* trở nên như một tình trạng thường hằng, hiện thực với chính thịt da, tâm cảnh thực tế của cô.

Nhưng Hồng không hề có khuynh hướng muốn vất bỏ, buông xuôi, ngã gục, bởi đầu con đường sau khúc quanh khi vừa qua khỏi ngã ba dẫn vào căn cứ Núi Đất của quân đội Úc trước kia, cô thấy (thấy ra rất rõ) bên cạnh con đường nhựa đen dạng hình hai đứa bé ngồi đợi nơi cột cây số... Và khi cô vừa đưa chiếc nón từ dưới dốc xa hai chiếc bóng kia đồng chuyển động như những hình nhân của chiếc đèn kéo quân với tiếng kêu vang dội khoảng đường chiều sẩm nắng... *Mẹ...mẹ...* Hai chiếc đầu nôn nao luồn vào người cô, hít thở trên thân áo bụi bậm...

Rồi cô úp mặt xuống hai khối tóc đen dày, mềm dợn sóng thì tất cả nỗi khổ nhọc của đường xa, nỗi tuyệt vọng tìm kiếm đồng mất biến... *Mẹ đây, mẹ đây...* Cô khóc òa sung sướng, hân hoan, và cảm thấy phải mạnh mẽ, vững vàng hơn bao giờ.

Sáng hôm sau cô đặt lưỡi cày chắc chắn đẩy luống bắp. Mùa bắp đầu tiên, hai đứa bé giúp mẹ lẩy hạt. Nhìn những ngón tay tròn nhỏ của hai con lẩy, bật hàng hạt nhanh nhẹn lòng cô nhói đau khi nhớ lại cách so sánh của Đồng về hai bàn tay của hai đứa nhỏ... *Bố ơi!* Cô kêu thầm im lặng, vòng tay ôm hai con... *Mẹ! Mẹ! Mẹ... mẹ sao hở mẹ!*

Bóng ba mẹ con ngã chéo trên nền đất vàng bụi phủ lạnh tanh.Thế nhưng gia đình có được nguồn an ủi vào mỗi chiều Chủ Nhật, Hồng dẫn hai đứa nhỏ vào xin lễ nhà thờ Suối Nghệ. Nhà thờ lợp tôn, vách gỗ, người xem lễ áo quần rách, vá tang thương, những khuôn mặt rum ró, hằn nét lo âu bởi khổ, đói... Nhưng tất cả chợt bừng lên ánh hoan lạc dưới ráng chiều dọi xiên qua khung cửa trống khi lời xướng bồi hồi cảm động âm vang... *Chúa ở cùng anh, chị em...* Hai đứa nhỏ dẫu không biết ý nghĩa của buổi lễ, nhưng do nhận thấy người mẹ hình như vui hòa, sống động hơn trong nhà thờ, giữa tiếng hát, nên chúng nhìn lên dạng hình Chúa Cứu Thế với cách cung kính lặng im. Tuy nhiên vẫn nghe ra những lời xì xào sau buổi lễ... *Mặt mũi như thế mà đi lấy Mỹ! Lại là Mỹ đen!* Tiếng lời vấy nhục cay đắng dần lắng xuống, và im hẳn khi Hồng trở lại công việc người nữ hộ sinh độc nhất của bệnh xá khu tỵ nạn.

Người ta cũng dần nhận ra cách chịu đựng trầm tĩnh cao thượng của người mẹ trẻ chưa đến tuổi ba mươi, với dấu vết của ngày thanh xuân vừa mất đi qua ánh mắt u uẩn thăm thẳm khi nhìn xuống hai bàn tay chai sần sùi do lao nhọc. Hạ Sĩ Thiên nay đã là một nông dân thuần thành với những việc đồng áng sau hai mùa bắp, lúa.

Một ngày đầu năm 1976, ông giong xe bò (sắm được do tiền của số nữ trang Hồng trao gởi) lên vùng Quận Đức Thạnh, làng Bình Giã mua than để về bán cho dân cư trại tỵ nạn. Chiếc xe đi chậm trên con đường nhựa bị bóc dỡ loang lổ hầm hố, chung quanh thôn làng tiêu hoang đậm dấu vết của thời sau chiến tranh.

Thảm thương, tội nghiệp hơn cả lúc chiến tranh nặng độ với cảnh tượng những nhóm đàn bà, người già, trẻ con vác cuốc, dao, dụng cụ làm đồng di chuyển lếch thếch dọc con đường với chân trần, gót nứt. Hai đứa bé ngồi cạnh ông im lìm theo cảnh sắc ảm đạm thê lương, không hề mở lời đòi hỏi, kêu ca, cũng do chúng hằng thấm hiểu thân phận những đứa trẻ không cha. Bé Đức sâu sắc hơn với ánh mắt cam chịu, nó yêu thương bé Đại với tư cách thực của một đứa anh, dẫu sinh cùng năm tháng.

Đến Bình Giã, khi chờ đợi chủ lò cân than, ông Thiên dẫn hai đứa bé đi theo con đường đất đỏ lần ra đầu làng, nhìn mông ra khoảng đồng trống...

Ông có vẻ tìm gì phải không? Thiên nhìn thẳng mắt người đối diện - Người đàn ông trung niên với chiếc chân cụt và nạng gỗ của thương phế binh quân lực cộng hòa... *Năm "Sáu-tư", tui có ở đây. Ông ở biệt động hay bên thủy quân lục chiến?* Người đàn ông lần tìm ra đầu mối. *Lúc đó tui ở 52!* Thiên đáp gọn. *Tui ở 35.*

Người đàn ông chuyển giọng nồng nhiệt nghe

rõ. *Có phải tiểu đoàn "Khăn Đen" không?* Thiên hỏi thêm câu xác định. Và khi hai người lính nhận rõ ra gốc gác đơn vị, cấp bậc... Người đàn ông cụt chân, Trung Sĩ Lượm của Tiểu Đoàn 35 Biệt Động *"Tiểu đoàn khăn quàng cổ đen"* cho nguồn tin quý giá... *"Tất cả sĩ quan tác chiến phần đông tập trung ở Long Giao, Trung Tâm Huấn Luyện Sư Đoàn 18 cũ, hy vọng hai ông thầy của ông bị giam ở đó. Phải đi thăm gấp, vì nghe sắp chuyển đi chỗ khác. Có thể ra Bắc!"*

Ngày hôm sau, 29 tháng Ba, đúng ngày di tản Đà Nẵng một năm trước, ông Thiên đưa Hồng và hai đứa nhỏ theo Tỉnh Lộ 2 hướng về phía Bắc, tỉnh Long Khánh nơi có hệ thống Trại Tập Trung Long Giao.

- Cô phải giữ bình tĩnh. Đừng để cho tụi nó biết người của mình là ai. Tui biết tính hai ông thầy, sợ hai ông không chịu nổi cách đối xử của tụi nó.

Hạ Sĩ Nhất Thiên lấy lại tính khôn ngoan, cẩn trọng của người lính kinh nghiệm đã phải đối phó với một kẻ nghịch hiểm độc.

Hóa ra tin những người tù sắp phải chuyển đi xa đã loan truyền khắp nơi, nên Long Giao bỗng nhiên biến thành một vùng chợ trời với những hàng quán cất vội để đón thân nhân những người tù tập trung từ sau ngày 30 tháng Tư năm trước. Ngày ngày, đám đàn bà và con trẻ đứng chen chúc hai bên đường cố tìm xem trong đoàn tù đi qua dạng hình người thân...

- Đoàn mấy? Đội mấy...

- Chồng tôi trước ở sư đoàn 5...

- Chồng tôi bộ binh ở ngoài Trung di tản vô...

Họ trao đổi cho nhau những câu nói đứt khúc, tuyệt vọng. Những câu nói không hết lời, tắt nghẹn vì tiếng khóc nấc. Thỉnh thoảng cũng có những người tìm thấy nhau...

- Bố ơi! Con ơi!

Đoàn tù đang di chuyển bỗng khựng lại vì những đứa bé chạy nhào vào khối người mặc áo quần áo trận...

- Khẩn trương! Khẩn trương!

Toán vệ binh cuống quýt quát tháo, xua đuổi, kéo xệch đứa bé ra khỏi tay người cha đang gục xuống trên mặt đường do xúc động không thể kiềm giữ.

Hồng và ông Thiên không ngã lòng sau ba ngày không tìm ra dấu tích Trung Tá Hồ Trực và Thiếu Tá Huỳnh Đồng; sau do dò hỏi, họ biết những đội được xuất trại ra ngoài lao động phần nhiều thuộc cấp đại úy; những đội sĩ quan cấp tá chỉ phụ trách lao động bên trong trại, khoảng đất đối diện với khu rừng cao su.

Hồng mặc cho hai đứa bé chiếc áo màu đỏ rất dễ nhận (quà Tết năm 1974 qua 1975 do Hồ Trực mua cho hai cháu) đi dọc theo hàng rào ngăn cách khu đất lao động và rừng cao su. Ngày thứ hai, dấu hiệu có kết quả... Đột nhiên trong đám người đang rải rác cuốc, xới có hai bóng người chạy vụt tới hàng rào...

- Bé! Bé... Con ơi! Con ơi! Bố đây, cậu đây!

Hai khuôn mặt hốc hác, râu tóc mọc dài, thân áo nhà binh rộng thùng thình chạy sát tới hàng rào để nhìn rõ hơn hai đứa nhỏ mặc áo đỏ... Hồng thất thanh chạy tới...

- Cậu... cậu... Bố ơi! Anh ơi!

Vệ binh bắn lên trời hăm dọa. Hai đứa bé bám chặt hàng rào, vùng vằng thất thanh...

- Bố ơi bố!

- Về đi! Đừng đến!

Huỳnh Đồng hú lên tiếng thét xé gan trước khi bị gã vệ binh bắt trở lại vị trí lao động. Hồng và hai con trở lại khu hàng rào thêm hai ngày nữa nhưng không thấy gì ngoài những dạng người loáng thoáng rải rác trong xa. Cô năn nỉ ông Thiên ở lại Long Giao thêm một ngày nữa với lý do... *Biết đâu mình sẽ xin phép được thăm nuôi!* Nhưng thật ra cô đang có nỗi cào xé sâu kín không thể nói ra - Nỗi Đau của biệt ly vĩnh viễn với Sự Chết - Kinh nghiệm cô đã thấy ra một lần với người mẹ. Đêm Thứ Bảy, ngày 10 tháng Tư, năm 1976 - Đêm cuối cùng Hồng và hai con ở lại Long Giao để ngày mai trở lại Bà Rịa.

Lòng cô sôi bỏng như chiếc lò đun độ nóng nhất; trũng ngực nặng xuống... Cô phải há miệng ra mới có đủ lượng khí trời để thở. Và trong đêm khi tiếng sét nổ rền báo hiệu cơn mưa đầu mùa miền rừng Nam Bộ đổ xuống, Hồng ngồi dậy run rẩy thở dồn theo nhịp mái tôn rung chuyển. Ánh chớp hắt từng đường sáng lạnh soi rõ dòng mồ hôi rịn mặt người loang loáng nước mắt. Hồng nghe rõ những tiếng nổ sắc hơn sấm sét. Những tiếng súng.

Ngày hôm sau, mặt trời lên cao chói chang dọi xuống con đường đất đỏ trước cửa trại, trên những vũng nước thành những ao nhỏ loang loáng màu đỏ cặn như máu bầm. Không thấy các đội tù xuất trại lao động như thường lệ. Đến trưa, khu chợ trời trước trại Long Giao chuyển nhau tin đồn... *Hôm nay trại nghỉ lao động để học tập trường hợp trốn trại của hai anh em ông trung tá biệt động quân. Họ lợi dụng lúc mưa để vượt trại và bị bắn chết trên hàng rào đối diện rừng cao su.* Người phụ nữ kể chuyện trầm giọng kết luận:

- Ai ngờ đời con Hồng khổ như rứa...

Từ trại Long Giao, Long Khánh về Suối Nghệ, Phước Tuy, Hồng ngồi trên chiếc xe bò, ôm hai đứa con cạnh xác anh và chồng, không một giọt nước mắt. Chôn anh và chồng chưa được bao lâu thì khu tỵ nạn Suối Nghệ bị giải tỏa để chuyển lên vùng kinh tế mới Phước Long.

oOo

- Một tay hai đứa con nhỏ... Gặp phải cảnh đó chắc tao chết mất! Hèn gì lúc nhỏ giọng nói nó nghe như tiếng khóc. Đời nó khóc mấy cũng không đủ!

- Nhưng cuối cùng đi Mỹ được cũng có phần đỡ khổ. Người thứ hai góp ý như một cách an ủi người bạn vắng mặt.

- Không dễ dàng, giản dị như mầy nghĩ đâu... Vì hai ông Đồng và Trực vượt trại bị bắn chết nên trại đó nó đâu có chứng... Hơn nữa mới vào trại được một năm, chương trình HO đi Mỹ phải ở tù ba năm kia mà...

- Rứa thì hắn đi theo diện con lai chứ gì?!

- Cũng không hẳn là vậy, vì cái thằng đen kia hai vợ chồng hắn làm khai sinh cùng lần với thằng em nên coi như là con chính thức luôn... Đưa ra chỗ dịch vụ, họ đòi giấy chứng là con nuôi, hoặc con có cha là lính Mỹ, đằng nầy khai sinh từ đầu đã là con của ông Đồng, dù nó lai Mỹ trăm phần trăm...

- Thế thì cuối cùng làm sao mẹ con hắn đi Mỹ được?

Người bạn tỏ vẻ ngán ngẩm vì câu chuyện rẽ sang một lối khó khăn như chính bà cũng không tìm ra cách giải quyết!...

- Do có dây dưa với ông sau nầy.

Người kể im lặng một thoáng ngần ngại...

- Ông nầy là cán bộ ngoài Bắc vô, cũng là người tốt, có học, thương con Hồng thật tình...

- Thì sống lâu với nhau cũng nên tình nghĩa, kể gì Bắc, Nam nữa...

Bà bạn nghe chuyện muốn kết thúc theo lối có hậu, cũng bởi bà cảm thấy kiệt sức qua cảnh đời cay đắng của người bạn cũ vừa nghe ra.

- Biết là vậy, nhưng hai thằng con giữ nguyên tính khí của ông Đồng và ông cậu tụi nó... Nhất là thằng đen, nó thương mẹ nó đến độ quá khích... Năm 2003, vì bệnh mẹ và em, nên nó và ông kia xẩy ra chuyện, phải đi tù... Con Hồng và thằng Đại mới từ Minnesota dời qua Wisconsin ở với vợ chồng tao. Cuối năm nầy, vụ án sẽ xử chung thẩm, hôm nay tao phải xuống dưới San Diégo tìm bà Quý chị ông Đồng nhân đi Cali thăm con em tao trên Stocktone...

- Bà Quý liên can gì đến vụ nầy?

Người bạn thấy ra câu chuyện đã đi quá xa, cho dù bà đã nghe đủ một phần đời thảm thương của bạn....

- Thì bà Quý có con rể là sĩ quan Mỹ làm ở Trung Tâm Văn Khố Bộ Quốc Phòng, đã tìm ra manh mối ông già thằng Đức... Năm đó, ông già thằng nhỏ làm trong phi trường Đà Nẵng. Tao thấy hình hai người rất giống nhau, chỉ có ông nầy mới cứu nổi thằng con. Tội nghiệp con Hồng nó lo vụ nầy lắm... Tóc nó bạc trắng, rụng chỉ còn lơ thơ chứ không đen dày như ngày xưa nữa. Không còn một sợi tóc đen. Cũng có phần nó sợ sau phiên tòa sẽ phải mất con!

Cuối năm 2005 Cali, 15 tháng 12.

Phan Nhật Nam

Vẽ lại từ tác phẩm "Vá Cờ" của NAG Nguyễn Ngọc Hạnh.

chuyện "công cắn"

Tất cả dấu hiệu về con người của thằng Công chỉ hiện ra nơi hai tròng mắt.

Tròng mắt người nhưng có ánh sắc loang loáng của loài chuột sống dưới hầm sâu, nơi cống rãnh ẩm tối nhầy nhụa những rác rưới, cặn bã. Vây quanh động vật gọi là con người kia là tấm màn vô hình dày đặc oi oi gây buồn nôn bốc lên từ một thân thể không hề tắm rửa, và bộ áo quần tù khô mốc quết dính bởi mồ hôi, đất, bùn...

Sau năm tháng thấm ướt nước mưa, nước ruộng, nước tiểu ủ phân người dùng để tưới rau xanh. Và Công sử dụng sự bẩn thỉu nầy nên thành một vũ khí lợi hại. Mỗi khi lâm trận xô xác, giành giựt lá rau, củ sắn... hắn nhào vào địch thủ, ôm cứng như loài sên bám vào vỏ cây để mùi hôi thối từ thân người xông lên chụp lấy đối phương như bị ủ kín trong một chiếc chăn nồng nặc... Và nó cắn chặt vào bất cứ phần da thịt nào của đối thủ với hàm răng nhọn của một loài sài lang khủng đói mặc cho đối thủ dập xuống những nắm đấm đòn thù. Công chỉ buông kẻ nghịch khi miệng thấm ướt mùi máu và miếng da, thịt người tanh tưởi.

Lẽ tất nhiên, đối thủ nó cũng là những tên tù đói, bẩn, nhưng hơi thối của thân thể Công nặng nề, gay gắt hơn hẳn. Mùi thối có độ dày tởm lợm bốc lên từ đầu tóc rậm lởm chởm, trên lớp da đen xỉn nhầy nhầy đất ghét. Công cũng đã sử dụng mùi hôi thối của thân thể (mà bất kỳ ai đến gần cũng bị phản ứng nôn mửa) để chiếm cứ chỗ nằm sát bức tường ngăn khu cầu xí cuối buồng giam.

Em nó, thằng *"Công em"* được đặt nằm an toàn trên chỗ ngủ âm ẩm thối ủm nầy. Nó nằm ngoài che em với đôi mắt nhỏ liếc đảo ngang dọc từ đầu căn buồng đến khu chuồng xí... Khi khám phá ra một *"con mồi"* nào đấy đang nằm cử động nhẹ khẽ dưới tấm chăn đắp, Công lẻn tới im như một loài bò sát... Nó phóng nhanh lên thân người đang chuyển động kia, chớp lấy thứ, loại thức ăn mà kẻ kia đang nhóp nhép nhai, bỏ tọt vào miệng, xong gục đầu xuống ngực chấp nhận trận đòn cho đến khi nuốt xong miếng ăn vừa cướp được.

Chỉ hai thứ vật chất Công chưa đưa vào miệng: Đất, cát và lá, cỏ. Nó đã lập nên những thành tích: Ăn thức ăn từ mồm thằng *"Huân con"* nôn thốc ra sau khi tên nầy phải ăn nhanh hết hai cân gạo tẻ, cân đường chảy, lọ mắm ruốc từ nhà thăm nuôi trở về. Nó cũng vượt mặt tất cả toàn trại tù với gói phân của thằng em còn lẫn nhiều hạt bo bo chưa tiêu hóa kịp...

Từ khu lao động hầm đá, thằng Công lận gói phân dưới đũng quần, vào trại, rửa qua loa, và đun lại trong chiếc bát nhôm mẻ... *Tao ăn cứt của em tao chứ đâu ăn cứt của chúng mầy.* Công nói tỉnh khi bọn tù xỉa xói chởi rủa hành vi (hơn hẳn) súc vật của hắn.

Hai anh em thằng Công thuộc Đội 12 Trại Cải Tạo Số 5, Xã Lam Sơn, Tỉnh Thanh Hóa - Đội tù trừng giới (gồm những phạm nhân chịu án phạt tập trung vô hạn định) có nhiệm vụ cung cấp đá ong cho toàn vùng để xây các trụ sở hành chánh, công trường, nhưng chủ yếu là những hầm tù khác của hệ thống trại tù Lý Bá Sơ để lại từ những năm chiến tranh Việt-Pháp (1946-1954). Công tác sản xuất nầy có giá trị kinh tế cao, đem về cho trại nguồn thu nhập tài chánh lớn nhất (so với các đội làm gỗ, đốn củi, trồng rau, chăn nuôi...) nhưng cũng là công tác nặng nề gây nên cái chết im lặng, chắc chắn mà các *"Trường Vừa Học Vừa Làm"* (nơi huấn luyện, đào tạo nên những con người *"xã hội xã hội chủ nghĩa tiên tiến"* từ tuổi vị thành niên) tiếp chuyển giao đến khi bọn *"trại viên cải tạo"* tới tuổi nên người - Trở thành *"người tù"* nếu muốn nói rõ hơn. Trai hay gái đồng chung một chế độ quản lý, giáo dục. Chế độ không có hiện tượng *"người-bóc lột- người"* nếu muốn xác định thêm *"tính chất ưu việt của chế độ ta".*

Khu vực hầm đá trước đây là bãi đất trống, mọc rải rác một loại bụi nhỏ khô cằn có tên *là "cây cốt khí".* Không ai hiểu vì sao loại cây, cỏ nầy được đặt tên bởi tính danh kỳ cục ấy. Nhưng thật ra không có tên gọi nào thích hợp hơn. *"Cây cốt khí"* không là loại cỏ do mọc cao hơn mặt đất khoảng vài gang tay, nhưng cũng không hẳn là cây vì không cành, lá... Đấy chỉ là một loại bụi lùm hoang dã, thân có gai nhỏ, và những lá nhọn tua tủa sắc, lởm chởm như lông nhím...

- Đéo mẹ cái thứ quỷ quái nầy đun bếp cũng không được nốt!

Bọn tù ngao ngán đánh giá loại cây, cỏ vô dụng. Nhưng, ban giám thị trại đã nhìn thấy *"tiềm năng"* dưới lòng đất: Hầm đá ong được thành hình trên vùng đất không cỏ mọc nầy. Đại Úy Trịnh Bắc (thuộc một đại tộc vùng Thanh Hóa), cán bộ nhân lực Trại 5 đưa cặp mắt đứng tròng sắc xảo nhìn lướt qua vùng đất khô nỏ ong ong bốc hơi dưới nắng, nói cùng viên giám thị trưởng trại, Thiếu Tá Đỗ Năm (một đại tộc thứ hai có viên tổng bí thư đảng đương quyền họ Đỗ suốt hai thập niên 70, 80):

- Thưa Ban (Ban giám thị). Dưới lớp đất nầy là đá ong, ta sử dụng bọn Đội 12 đang làm rau xanh cho ra làm đá...

- Liệu có làm được không, đá ấy cứng như thế, sợ bọn chúng không làm nổi?

- Phải được, tôi sẽ chỉ định quản giáo Chuyên phụ trách bọn nầy. Không làm không được. Phải làm đúng chỉ tiêu mỗi ngày, thiếu viên nào bớt suất ăn phần ấy!

Trịnh Bắc tin chắc vào khả năng *"Mắt công an/ Gan bộ đội"* của bản thân - Anh ta đã *"nghĩ, thấy"* thế nào thì sự việc *"sẽ phải xẩy đến"* như thế. Đám ngụy quân, ngụy quyền mấy ngàn người (năm 1976 từ trong Nam chuyển đến trại nầy) từ cấp đại úy đến trung tướng, bao gồm cả tổng, bộ trưởng, giáo sư, tiến sĩ... lọt vào tay anh không dám hé một âm mưu, thực hiện hành vi phản động.

Ta diệt chúng từ khi chúng mới được "nghĩ" ra. Chẳng thế, năm 1978 kia mới mang cấp thượng sĩ mà nay, 1981 đã là đại úy công an không cần qua huấn luyện chuyên môn của trường, lớp *"Sĩ quan đại học biên phòng".* Bắc còn có quản giáo Chuyên phụ tá, sử dụng dưới tay bọn *"Thường Trực Thi Đua - Ban đại diện tù"* và những tên đội trưởng như gã tù tên Nhiền coi Đội 12.

Nhiền mặt vuông, thân hình thấp, ngón tay ngắn chỉ hai đốt, vốn gốc công an Hải Phòng, do phạm tội giết người đoạt của nên chịu án chuyển về Trại 5. Tại đây, Nhiền được đề bạt làm đội trưởng Đội 12 do thành tích đánh chết Định *"già"* (Cựu thượng úy bộ đội, chuyên nghiệp tình báo, thuộc diện *"B quay - Hồi chánh theo quân đội VNCH",* trao trả về quân đội giải phóng tại Thạch Hãn, Quảng Trị, năm 1973) do trên ra lệnh giết.

Định *"già"* chết không để lại dấu vết. Không giọt máu ứa ra. Cũng không kịp kêu lên tiếng gào hấp hối. Định ngã chết khi đang đứng lãnh phần bắp trước mặt Nhiền do gầm gừ phản đối vì bị chen lấn.

Buổi sáng, ra đến bãi, mỗi tên tù Đội 12 được phát một cây cuốc chim nhỏ, một đầu dùng để cuốc đá, đầu kia dùng để đẽo theo hình mẫu: Khối đá ong hình chữ nhật có góc cạnh 10 phân dày, 20 bề ngang, và 40 chiều dài. Thoạt đầu, chỉ tiêu mỗi ngày 8 viên. Qua tháng thứ hai, chỉ tiêu nâng lên 12 viên/ngày; tháng thứ ba, tư 15 viên, và ngừng ở con số nầy... Bởi bãi đá trở nên là một chiếc giếng khô khổng lồ với vòm miệng loe rộng lên bầu trời.

Bọn tù làm đá lúc nhúc dưới đáy lấm chấm như

một đàn chuột bị bẫy sập. Hơi nóng từ trời cao ủ xuống vực đá, tích tụ vào trung tâm nên thành một luồng hơi sầm sập ẩn hiện lung linh qua ánh nắng. Đầu trần (chiếc áo tù đã cởi ra trùm đầu thay mũ, nón), chân đất, những tên tù Đội 12 bò lên nền đá ong, gõ chiếc búa chim rời rạc kiệt cùng... Sẵn vũ khí, chúng gây chuyện đánh lộn để đi nằm nhà kỷ luật thay vì phơi thân làm đá.

Trò bạo loạn chạm tới cao độ khi tên *"Tịnh mắt"* (do có đôi mắt đặc biệt đen thẫm) chém đứt gân chân thằng *"Định nhạn trắng"*, chấp nhận án tử hình do cũng đã gây vụ việc từ những năm trước, ở những *"Trường vừa học vừa làm"* phía Bắc, sát biên giới Hoa-Việt.

Sau vụ thằng Tịnh, bốn vệ binh được lệnh đứng gác bốn góc bãi đá, trên cao nhìn xuống, theo dõi từng cử chỉ của mỗi tên tù. Vệ binh được lệnh nổ súng khi thấy dấu hiệu bạo động. Bọn tù cũng được chia thành từng nhóm ba tên để chỉ huy, rình rập, thúc giục nhau công tác hầu đạt được chỉ tiêu. Thiếu một viên cả ba đồng phải chịu cắt khẩu phần ngô, khoai sắn.

Hai anh em thằng Công được chỉ định ở chung một tổ. Một hôm, thằng Công em *"bất ngờ"* bị té từ trên thềm đá cao xuống một chỗ thấp hơn, đầu đánh vào góc bậc đá đang đẽo dở, máu từ trán chảy ra thấm ướt đậm màu nền đá đỏ...

- Ông cho cháu cõng em cháu về bệnh xá.

Gã bộ đội đứng gác ý hẳn cũng đang mệt nhọc dưới trời nắng hươi mũi súng thuận cho lời cầu xin của Công. Trên đường đi, Công *"em"* úp mặt lên lưng anh hỏi khẽ...

- Mầy xô tao ngã xuống phải không?

- Im, nhớ giữ kỹ *"cây bút chì"*!

Thằng em cắn vào lưng áo anh tỏ vẻ hiểu. Hai ngày sau Công *"em"* xuất viện, thằng anh ôm em ngủ vẻ săn sóc, yêu thương. Nhưng thật ra nó nói khẽ với em:

- Đêm nay, khi tao *"đánh"* cái vòm... Mầy đừng cho thằng nào vào nhà xí! Với *"cây bút chì"* (dùi đẽo đá) thằng Công mở rộng vòm tròn lỗ đại tiện không khó khăn do lớp vôi vữa từ bao năm bị nước tiểu, chất dơ bào mòn, thấm nhũn. Chỉ cần mở mỗi bên rộng khoảng gang tay. Thằng Công nhảy xuống trước, chân ngập vào hố phân. Không cần để ý, nó bò theo lỗ hổng hầm cầu (ngang mặt đất) thông ra sân sau buồng giam. Công *"em"* bò theo nói nhỏ...

- Tao dính đầy cứt!

- Im, theo tao, chạy xuống nhà bếp!

- Tại sao không chạy ra cổng?

- Xuống nhà bếp, *"đánh"* xoong ngô để khi ra nằm ngoài kia có cái ăn. Phải nằm chờ bên khu công trường trồng cam vài ngày, chưa chạy thẳng ra Thanh Hóa, về Hà Nội được...

Khi hai anh em thằng Công lọt vào được khu nhà bếp cuối trại thì từ căn buồng Đội 12 có tiếng la lớn...

- Báo cáo cán bộ... Báo cáo cán bộ... Trốn trại!...

- Báo cáo cán bộ... Trốn trại!

Tiếng súng nổ vang. Kẻng đánh dồn bốn phía trên các chòi gác. Công chạy nhanh đến chiếc giếng nơi có cây sào dùng kéo nước...

- Bình tĩnh! Nó nói chắc với em.

- *Tao giữ sào, mầy bám vào, chân đạp vào tường trèo lên trước.*

Loạt đạn từ vọng gác góc nhà bếp bắn tung lớp mảnh chai rải trên đầu bức tường... Thằng em chạm tay lên bờ tường cố rút người lên...

- *Tao, tao bị rồi...*

Thân nó rơi nhanh xuống. Thằng Công ôm em, ngồi gục mặt trên khoảng ngực dần đập yếu. Nó ngửi ra mùi máu đầm đìa ngập ngập. Những báng súng dập xuống lưng, đầu. Công vẫn ôm chặt xác đứa em với khả năng bám cứng (đối thủ) thường áp dụng. Nhưng lần nầy, cuối cùng nó phải buông rời xác em, ngã ra chết ngất.

Công tỉnh dậy ba ngày sau nơi phòng kỷ luật, biết rằng mình đang còn sống do ngửi ra mùi máu quen thuộc đóng khô trên mặt. Sáu tháng sau, Công được tháo cùm cho về buồng. Nó bò với hai tay, hai gối, nhích tới từng khoảng ngắn, xong nằm bẹp lên đất. Quản giáo Chuyên đi theo, dùng chân đè lên lưng, đầu, đá vào hai chân lê lết, cong queo của nó nói lời khinh bỉ.

- Mầy có thành con dòi cũng không trốn khỏi đây được. Tao có thể bắn chết mầy ngay bây giờ nhưng cho mầy sống để ăn cứt!

Thằng Công lết chậm im lặng, mắt ráo hoảnh, không cảm giác, tròng đen khô như hòn than. Về đến đội, Công nói cùng *"Huân con"*, tên đội trưởng mới:

- Tao sẽ không gây vụ việc gì để mầy phải liên hệ... Mầy chỉ cho tao biết thằng Nhiền (tay đội trưởng cũ) đâu rồi?

Huân trả lời kín đáo:

- Nó được chuyển vào trong Thanh Cẩm làm Trực Thi Đua vì thành tích báo cáo vụ trốn trại của anh em mầy.

Một tháng sau, tại bãi đá, Công chụp cứng bàn tay

của một gã vệ binh, cắn đứt ngón trỏ khi tên nầy xòe tay xỉa xói, tát tai nó do tội không làm đủ chỉ tiêu 15 viên đá. Ban giám thị Trại 5 có quyết định nhân hậu khôn ngoan: *Cho nó lên trại Thanh Cẩm, ở đấy, thằng Nhiền sẽ trị nó.* Người tù thở hơi dài thanh thản...

oOo

Đây là phòng kỷ luật *"tiện nghi"* nhất ông được ở của mười năm qua, kể từ 1978 khi chuyển về vùng Thanh Hóa nầy. Phòng vuông vức mỗi bề ba thước, hai bệ nằm, ở giữa có lối đi. Ông có thể *"đi bộ"* qua, lại nơi *"chiếc sân"* rộng một thước, dài ba thước nầy mà ông đo đúng hai mươi mốt gang tay. Điều tuyệt diệu hơn hết là ông có được khung cửa sổ mỗi bề rộng ba gang tay, chắn bởi ba thanh sắt dọc, kẹp ngang bởi một bản sắt dày.

Tất cả những số liệu dài, rộng nầy được đo cẩn thận mỗi ngày tưởng như một điều mới mẻ, kỳ diệu với bàn tay của ông - Cũng bởi đã từ lâu không được làm việc gì nên ông cho bàn tay một chức năng hữu dụng như vậy. Nhưng những thanh sắt chấn song không ngăn cản được tầm nhìn ra dãy núi thượng nguồn Sông Mã, và lắng nghe âm tiếng sông trôi về xuôi xa dưới chân đồi trước mặt trại.

Nếu đứng ép mình sang góc phải, người tù có thể nhìn xéo ra chiếc cổng chính của khu kỷ luật, cực trái sân cỏ, nơi có cây hoa gạo nở đỏ rực mỗi dịp xuân, báo hiệu ngày Tết. Từ khung cửa sổ thần tiên nầy, ông nghe được hơi thở nhẹ của tự thân rung động theo từng khắc giây di chuyển im lặng của trăng

- *"Ông"* ấy lên rồi đó!

Người tù nói ra thành lời (với trăng) khi căn phòng bắt đầu dọi sáng ánh biên biếc, rồi chuyển sang sắc xanh thanh khiết thắm thiết... Ông bước xuống khỏi bệ nằm, kéo chân cùm ra một góc để có được tầm nhìn tối đa khi đứng ở cửa sổ... *Cảm giác tắm đẫm giữa sắc trăng xanh.* Và *"ông ấy"* lên chậm rãi, lặng lẽ, uy nghi... Rồi cả một vùng núi trải dài hùng vĩ đồng rộ sáng dưới mầu trăng miên man cảm động. Những chấn song khung cửa sổ dọi lên tường thành hình hàng Thánh Giá nghiêng nghiêng. Ông thấy Chúa Cứu Thế có thật trên dãy Thánh Giá màu Đen kỳ diệu nầy dẫu chưa được phép rửa tội theo nghi thức Công Giáo... Ba hàng xoong sắt lạnh. *Dọi Thánh Giá lên tường. Chúa an lành có mặt. Với con người xót thương...*

Người tù đọc nhiều lần lời thơ đơn giản như cách cầu kinh của riêng ông. Bình minh lại đến với cách hân hoan rạng rỡ làm rưng rưng nước mắt. Mặt trời chưa lên mà người tù đã nghe toàn vũ trụ, vạn vật rộn ràng chào đón. Tiếng vượn hú dài hơi theo trùng điệp rặng núi. Bầy chim đen vùn vụt bay lên khoảng không, đồng lần sà xuống trên sân cỏ, và những con bướm. Những chấm vàng, trắng nổi bật nơi xa trên mầu xanh của núi, rừng dần dần bay về tụ lại trên sân cỏ trước phòng giam... *A... bướm tìm ra nhau theo màu của cánh!*

Ông miên man theo dõi, khám phá sự huyền bí kỳ diệu từ những cánh bướm im lặng, chập chờn. Người tù cũng thật sự cảm khích với cách kiên trì nhẫn nại của cách con tò vò làm tổ. Tò vò kẹp từng viên đất tròn nhỏ với hai ngàm và hai chân trước, tô đắp nên thành chiếc tổ qua từng mỗi ngày khó nhọc. Xong *"hắn"* tất tả bay đi kiếm sâu (loại sâu màu xanh lá mạ có chiều dài hơn thân tò vò), đặt vào tổ làm mồi dự trữ, đẻ trứng, đóng kín tổ bằng lượng nước dãi cố gắng mỏi mòn... *Anh yên tâm, tôi giữ tổ cho anh để hai-mươi mốt ngày sau con anh ra đời.* Người tù *"ngỏ lời"* cùng tò vò thân thiết thật lòng khi thấy ra cách bay mệt mỏi của *"gã bạn"* với đôi cánh đập dần

dần yếu đuối. Tò vò sẽ rớt chết ở một nơi nào đó sau khi làm xong nhiệm vụ truyền sinh và nuôi dưỡng sự sống của giống loài.

Người tù muốn sống trong tình thế nồng nhiệt mến thương nầy để quên khuất một cảnh tượng đau lòng. Thân con người bị kéo ngược (gã trật tự họ Bùi kéo người kia bằng cách nắm hai cổ chân) đâu từ dưới trại, qua mấy mươi bậc thang để đưa lên khu kỷ luật nơi đỉnh đồi cuối trại, vào căn buồng cực trái dãy sau - Người tù luôn cách biệt các bạn tù bởi những phòng để trống, và hai dãy buồng đối lưng nhau. Có tiếng mở cửa, kéo chân cùm, và tiếng chửi... *Địt mẹ mầy, cha, cố tao cũng đánh theo cha cố... Xem thử chúa có cứu mầy được không!*

Hôm ấy, năm xẩy ra cảnh tượng đau lòng kia đã quá lâu, nhưng người tù luôn hiện sống với cảm giác khiếp sợ làm thân người ông run lên bần bật khi mỗi lần nhớ lại (dẫu ông là người lính tác chiến của một đơn vị kiệt liệt Miền Nam)... *Người bị kéo ngược như thế chắc hẳn đã là một xác chết! Nhưng tại sao còn bị đánh bồi và sỉ nhục?!* Sau nầy hỏi ra những bộ đội phụ trách khu kỷ luật, ông biết người thụ nạn hôm ấy là một Linh Mục Công Giáo... *Chúa ơi! Sao con người có thể đau thương đến thế? Sao con người có thể ác độc với nhau như thế!*

Mỗi lần đứng ở cửa sổ, người tù có mối hân hoan (hiện sống trước cảnh trí rực rỡ vui hòa của thiên nhiên) chen lẫn mối nặng lòng (do hằng chứng kiến cảnh ác độc từ, của con người) và câu hỏi như trên nhiều lần lập lại. Sáng nay, từ phòng giam cực trái (Buồng số 1, cùng dãy trước với buồng ông, buồng Số 4) có tiếng mở khóa cùm chân và lời quát tháo... *Địt mẹ, lần sau ông đéo cho mầy đi đổ ống... ỉa xong thì ăn đi... Đi ra, đồ chó đẻ... Chó nó cũng không bẩn đến như mầy!* Nghe tiếng chửi của Nhiền, thường trực thi đua mới (thay thế gã họ Bùi, kẻ dựng nên thành tích "đánh chết đồng đội", những sĩ quan người Nam (can tội trốn trại) đưa đến trại từ 1976 kể ra trên), người tù đứng nép vào góc phải cửa sổ nhìn ra sân theo dõi... Gã tù (đợi thi hành án tử hình) khom người bước đi mệt nhọc, chậm chạp... *Địt mẹ mầy có nhanh được hay không hay đợi ông đá cho mấy cái...* Nhiền đi cách khoảng gã tù ý chừng như muốn tránh xa sự bẩn thỉu. Gã tù lê ống tre bươm (đựng phân và nước tiểu) trên sân cỏ, lúc lắc thân người rề rà hướng về phía hầm chứa phân khu kỷ luật... *Đổ vào đây... Địt mẹ đổ vào đây!* Nhiền hét lớn chỉ vào hố chứa... *Mầy làm rơi vãi tao bắt mầy phải ăn cho hết! Địt mẹ... đồ ăn cứt!*

Gã tù đã đến bên hố chứa phân, lóng cóng với ống tre bươm... Phân, nước giải rơi vãi tung tóe... *Đổ xuống hố... Địt mẹ thằng chó...* Nhiền xoay xoay chùm chìa khóa buồng giam tiến gần chực đánh... Gã tù với một phản ứng nhanh nhẹn bất ngờ tạt ống bươm vào mặt Nhiền... Tên nầy hét lớn hốt hoảng đưa tay vuốt những mảng phân thối, nước tiểu dơ. Gã tù nhảy thoắt đến viên đá chận nắp hố phân. Nó nâng lên... Đập mạnh xuống khuôn mặt lầy nhầy chất bẩn. Nhiền ngã quay quắt trên đất. Thằng Công nhảy lên ngồi trên ngực Nhiền, thọc tay vào ổ mắt... Móc ra! Nó nuốt khối nhầy ươn ướt máu, và cứt. Súng trên chòi canh nổ sắc, gọn, chính xác từng phát một. Lưng thằng Công ưỡn lên, nẩy nẩy... Trong nầy, người tù cúi gập xuống... Nôn khan.

Cali, 22 Tháng 10, 2006
Phan Nhật Nam

Đứa bé chết trên dòng sông quê hương... (*)

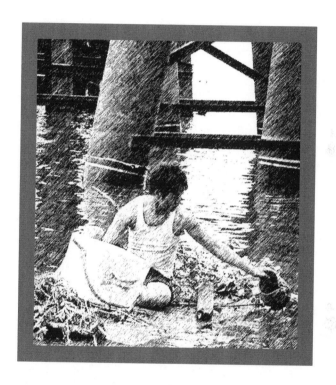

Hai đứa bé không kịp nhìn ra cảnh sắc huy hoàng khi Sài Gòn vừa lên đèn. Ánh điện từ cơ xưởng hải quân chạy dài theo bến cảng, nhấp nhô, long lanh trên những tầng lầu, hiện rõ dần khi màu nắng vàng nâu trôi chậm về phía biển và bóng tối bắt đầu loang lạnh dòng sông.

Từ Thủ Thiêm, hai đứa nhỏ nương bóng tối, vượt qua sông, hướng phía rạch Thị Nghè, nơi con sông quành một khúc cong rộng, nhập với dòng Đồng Nai trước khi đổ ra biển.

- Mình đi thế nầy có sớm không Hai?

Đứa nhỏ âu lo hỏi anh theo nhịp thở khi cố rướm mái chèo đưa con thuyền gối lên lườn sóng đang mỗi lúc mỗi mạnh bởi ngược dòng triều cuồn cuộn chảy ra biển.

- Không đâu, giờ nầy lính gác thường không để ý, họ đang mắc ăn nhậu, đi khuya hơn, dễ bị lính thấy vì lúc đó không còn ai trên sông, người lớn lúc đó cũng tới bộn, mình con nít làm sao chen vô... Thằng anh bỏ dở câu nói, nhấc người lên khỏi sàn thuyền để dầm xuống tay lái bị giật ngược vì có chiếc thuyền sắt lớn đang đi qua. Bóng tối âm u của thân tàu làm thẫm thêm màu đêm trên sông đen.

- Hai à...

Đứa em lại mở lời. Nó nhận ra có điều gì bất ổn giữa nỗi im lặng se sắc nầy.

- Đừng nói nữa, tao đang kẹt tay lái, mầy không thấy sao... Hỏi miết!

Thằng anh cao giọng tỏ ý bực dọc. Nhưng khi chiếc thuyền đã trôi xuôi theo nếp sóng, nó nhận ra qua bóng đêm, thân hình nhỏ yếu gầy gò của đứa em đang lay lắt chuyển dịch, lòng nó dâng lên mối xúc động bùi ngùi...

Tội nghiệp, má mất từ lúc nó còn nhỏ, và thằng cu vừa chập chững biết đi. Và cảnh tượng khi nó trở về từ Chợ Cầu Ông Lãnh, hai đứa em ngồi co quắp thoi thóp bên cạnh thây người vừa qua cơn hấp hối. Người mẹ nằm lật ngửa trên đống vỏ dừa sập sùi lớp rác bùn nhơ nhớp, mắt đứng tròng ngầu đục chống ngược nhìn lên gầm cầu rung rinh dưới sức nặng của đoàn xe tải, xe ba gác, khối người đang chuyển dịch gào động bên trên. Khi kéo hai thân thể nhỏ bé hôi hám ra khỏi vùng người chết, nó nhìn xuống mắt người mẹ đang mở trừng trừng khô rốc...

- Má chết nghe má!

Không một tiếng khóc, kể cả nó, dù đã đủ trí khôn để hiểu nỗi đau lần mất mẹ. Mỗi chiều chèo thuyền qua sông, nhìn về miệt rạch Bến Nghé, khi nhớ lại chuyện của năm qua, nó có cảm giác như vừa, mới... đang xảy ra... Nó luôn thấy nặng nặng phiền phiền trong lồng ngực.

Ngày nó mười bốn và đứa em nầy lên bảy. Móc được dầu khá khá.

- Mầy muốn Hai mua cho mầy cái gì?

Nó hỏi em thắm thiết, lòng trùng lại bởi mối xa xót thương yêu... Tội nghiệp, thằng nhỏ có bữa nào được no đâu! Nó thương em bởi hằng hiểu cơn đói luôn quận thắt trong thân.

- Em không muốn gì trọi trơn. Chỉ muốn có má thôi... Còn má thì cái chi cũng có, Hai không nhớ lần má cho mình ăn bún nước lèo há!

Đứa em trở lại sinh động, phấn khởi làm như thể đang được ăn món ngon kỳ lạ kia và người mẹ ngồi nhìn con tươi vui rạng rỡ.

- Mầy nói vậy, còn ba thì có nhiều thứ hơn nữa.

Giọng thằng anh trở nên khàn đục như đang phải nuốt một thứ gì đắng, cứng, quá khổ.

- Em đâu biết, mà ba làm gì, ba đâu rồi, sao ba không ở với má và anh em mình?

Thằng em dò hỏi. Quả thật, đã từ lâu nó không nghe, biết về người cha.

- Mầy biết vậy thôi, khi nào lớn lên tao nói cho nghe, mà thôi, cũng không nên.

Thằng anh chấm dứt câu chuyện. Nó trở nên nghĩ ngợi, bởi thật sự cũng không muốn nhớ cảnh tượng buổi sớm mai hôm đó... Người lính đứng giữa đám nhà doanh trại đang bốc cháy, tay anh cầm chắc một cây súng, lưng, vai đeo đầy dây đạn và hai khẩu súng khác. Toán lính vừa bắn vừa lùi dần về sau những căn nhà trại gia binh... Đám đàn bà và con trẻ nháo nhác, những viên đạn pháo nổ chụp, một vài cơ sở bốc cháy...

- Mầy chạy đi, dẫn giùm vợ con tao ra Cổng C, tao với mấy đứa tiểu đội hai giữ chốt nầy, không cho tụi nó vào bộ tư lệnh!

Ba nó hét những lời hỗn độn với những người lính chạy lố nhố chung quanh. Người mẹ quỳ xuống van nài...

- Mình mình, mình đừng bỏ mẹ con tui. Mình đừng bỏ mẹ con tui...

Má nó day day cánh tay ra hiệu cho nó chạy đến ôm chầm lấy người cha... Hai đứa em nhỏ vùng vằng, khóc ngất. Ba nó gầm gừ...

- Má nó với mấy đứa nhỏ chạy ra cổng đi. Tui không bỏ đi đâu hết, cứ chạy xuống chỗ Nhà Thờ Ba Chuông ở tạm.

Ba nó chạy đến sau những thân cây keo cùng những người lính khác. Đầu cổng chính Trại Hoàng Hoa Thám, lối vào Bộ Tư lệnh Sư Đoàn Nhảy Dù, chiếc xe tăng xoay nòng súng dò tìm độc ác.... Viên đạn nổ bùng. Những xác người bay bay...

- Mình ơi!!

Má nó gào ngất...

- Má....má!

Nó cũng kêu khản tiếng thất thanh bất ngờ. Đứa bé em bế trong tay ré khóc.

oOo

Chiều nay qua sông giữa màn đêm, thằng bé thấy lại lửa và cảnh má nó quay cuồng bên xác người cha vừa bị bắn tung xé bay mù. Thằng bé hằng sống cùng lửa - Lửa của mỗi ngày. Lửa qua mỗi đêm - Dẫu nó không biết tại sao, do đâu, là gì?! Đêm nay, nó thấy lửa bùng lớn hơn bao giờ hết. Vừa rồi, khi gắt em chính là lúc nó đang ngột thở bởi hình như lửa đang sát cạnh, nóng ran tự trong thân...

- Sắp đến chỗ rồi mầy, đừng nói gì nữa.

Thằng anh chuyển lệnh cho em. Âm tiếng lạnh lẽo. Nó nuốt vội chút nước bọt bởi miệng nhạt đắng, khô khan.

Chiếc ghe nhỏ len dần vào giữa những thân thuyền cao, đen, nằm lặng lẽ như những con vật khổng lồ no mồi say ngủ. Bây giờ chỉ còn đứa lớn chèo sau lái, thằng em đã sẵn chiếc thùng ni-lông trong tay, nó chồm ra khỏi thành ghe, nghiêng hẳn nửa người nằm ngang trên trên mặt nước, vục nước tù giữa hai thân tàu chở dầu nằm ụ...

- Đây... Đây Hai...

Thằng bé em múc vội một bình ni-lông nước, vục tay ào, đưa lên mũi ngửi ngửi...

- Đúng rồi Hai, em thấy như là dầu nguyên xi.

Đứa anh vội vàng:

- Mầy nhảy qua múc đi, đợi gì nữa, khi nào mệt, qua giữ lái để tao thay.

Tiếng phì phọt múc dầu đều đặn chen lẫn hơi thở dồn dập của đứa bé đang trong cơn căng thẳng. Thỉnh thoảng có lời xuýt xoa tiếc rẻ...

- Nhiều quá, dầu nhiều quá, biết vậy mình mượn cái ghe bác Bảy, múc được nhiều hơn, chắc họ mới xả buổi sáng.

Khi đứa anh bắt đầu thay em vì chiếc ghe chỉ còn di động đong đưa do thân đã bị mắc vào cạnh một sà-lan rộng nên đứa em chỉ cần nắm giữ những vỏ bánh xe dùng làm phao cấp cứu gắn hai bên sườn. Thằng em rảnh rỗi, khơi chuyện, nói lời vui:

- Vừa rồi Hai hỏi em có muốn ăn gì phải không?

- Ừa, cho mầy nói đi.

- Không, em không cần, nhưng nếu mình bán được dầu, có tiền, mình mua cho thằng út hộp sữa, từ ngày má chết, nó có được ai cho bú đâu, Hai chịu không?...

- Được, để tao coi.

Đứa anh trả lời mơ hồ phần vì bận việc, nhưng quả thật, trong lòng đang có điều mơ hồ thấp thoảng âu lo. Khi cúi mình trên dòng nước đen hăng hắc hơi dầu, nó ngửi thấy mùi khói và lửa ngọn bùng bùng rực đỏ đâu đây. Bộ đội Trịnh rút điếu thuốc cong queo từ trong túi áo... Ba số nhá, thuốc thẳng ba số đấy! Anh ta đi đến dưới trụ đèn, nhìn rõ hơn những dòng chữ nhỏ màu xanh in trên giấy cuốn điếu thuốc. Anh không đọc hiểu, nhưng thật sự cũng chẳng cần thiết... Ba số, ba số, thuốc thẳng có *"cán"* giấy vàng... Trịnh lẩm bẩm khi nhìn vào hàng chữ số *"555"* và khúc đầu lọc bọc giấy kim loại màu vàng...

- Chiến thật, đéo mẹ tụi đế quốc phí thật, giấy kim loại đắt đến thế mà chúng dùng chỉ để làm thuốc cán!

Anh ta hân hoan khi so sánh với những điếu thuốc

bọc giấy bạc của Hà Nội, những thứ thuốc giành cho cán bộ cấp cao... Thăng Long, Điện Biên... Chẳng làm sao bì được với *"thằng ba số"* nầy!

Anh nhẹ kéo dây tìm chiếc hộp quẹt nhôm màu trắng. Phải làm thế nào để không phải bật quẹt lần thứ hai, mùi xăng bốc lên sẽ làm hư thuốc. Anh cẩn thận, chuẩn bị tỉ mỉ trước khi trịnh trọng mồi điếu thuốc. Bộ đội Trịnh tì người trên lan can tàu, nhìn xuống dòng sông, rít dài hơi tận hưởng khoái lạc khi thân thể mở ra, đầy ắp khối lượng khói thuốc thơm lừng. Anh đưa mắt nhìn nơi xa, bên kia sông, dãy nhà lốm đốm đèn đỏ trước khi xoay vòng phía sau... Thành phố rực sáng như tập trung hết nguồn điện của tất cả đế quốc, Mỹ-Ngụy có được...

- Gớm, sao chúng phí điện đến thế!

Anh hằng có cảm giác kinh sợ thán phục chen lẫn giận dữ mỗi khi nhìn vào sinh hoạt của người, sự việc hằng ngày xảy ra nơi miền Nam, ở Sài Gòn (anh luôn nghĩ *"Sài Gòn"* thay vì nói *"Thành Phố Hồ Chí Minh"*)...

"Giải phóng rồi chúng còn thế, không biết trước kia "phồn vinh giả tạo" chúng nó ra làm sao? Chính chúng nó phí phạm thế mới làm "ngoài ta" khốn khổ, chứ không ai vào đây tất!" Trịnh hằng kết luận như thế cùng đồng ngũ và chính bản thân. Bỗng bộ đội Trịnh la lên tiếng sửng sốt lẫn phẫn nộ khi nhìn xuống dòng sông, khoảng giữa những thân tàu dầu, dạng hai đứa bé đang trên con thuyền tròng trành, xô đẩy bởi dòng chảy dồi sóng chuyển dịch do vài con tàu chung quanh rời bến. Và tai họa thực xẩy ra... Điếu thuốc rời khỏi môi rơi xuống... Chấm tàn đỏ bay ngoằn ngoèo trước khi mất hút trên vùng nước đen. Bộ đội Trịnh gầm rú:

- Địt mẹ... ông giết chúng mầy!

Anh ta giật khẩu AK trên vai xuống với động tác quyết liệt, mạnh mẽ. Bộ đội Trịnh nhắm vào lỗ chiếu môn, đỉnh đầu ruồi, đầu nòng súng... đến thân thể người. Chiếc nón cối rơi tung xuống đất. Mặc! Anh nghiến chặt răng. Bóp cò. Tràng đạn nổ ròn ba nhịp...

- Chết rồi Hai ơi... họ thấy mình rồi... chèo đi, chèo lẹ đi!

Không ai bảo ai, hai đứa bé đồng cuống quýt, thằng em nhẩy vội về thuyền. Những cánh tay gầy, yếu vung tròn, chuyển động dồn dập, tới tấp...

- Mau lên, mau Hai ơi, mau lên...

Những viên đạn vạch đường đỏ đuổi theo. Bộ đội Trịnh bóp cò lần thứ hai. Bộ đội Trịnh bóp cò lần thứ ba... Những đầu đạn rơi xuống nước, xé tung gỗ sườn ghe, và ghim im đâu đó nơi thịt da đứa nhỏ. Thằng anh gập nửa thân người ngang be thuyền, mặt úp xuống nước... Trên vũng đen im xao động nó thấy lửa... Lửa phần phật, chập chờn như buổi sáng cuối cùng với cha nó...

- Hai ơi... anh ơi....Hai đừng chết bỏ em... tội em!

Đứa bé em muốn kêu lên như thế, nhưng bởi nó đã thật sự kiệt sức khi chiếc ghe thoát được ra giữa dòng sông.

Chung quanh... Sông Sài Gòn, đoạn chảy qua xưởng Ba Son im lặng biền biệt trôi...

Để nhớ, Tháng 10 một lần của Miền Nam
(26/10/1955-2005)

Phan Nhật Nam

(*) Chuyện kể theo nhạc và lời "Thằng Bé Tát Dầu" của Phan Văn Hưng nghe trên đường đi...

Bát trăng

Ta còn một bát trăng
Đựng ngàn năm gian khổ...

Trần Hoài Thư

Người tù thức giấc vào lần thứ ba, cũng có thể là lần thứ tư trong đêm... Ban chiều ăn xong mình đi ngủ ngay, ngủ trước khi khám phòng... Nghe kéo cùm điểm danh lần đầu đêm là mình thức giấc liền. Vậy là mình ngủ được bốn chập, bây giờ có thể mười hai, một giờ đêm... Mà ở đâu rồi nhỉ... Ở đâu...? Đang nằm phòng số mấy? *Đầu quay về hướng nào... Chung quanh có những ai? Hãy nhớ lại xem... Năm kia, năm ấy dễ nhớ thôi vì là năm tuổi của mình, 1979, năm Kỷ Mùi, mình vào ca-sô lần thứ nhất... Ngày ấy cũng dễ nhớ vì trước ngày sinh nhật "cô" ấy một ngày...*

Anh hơi ngần ngại trước chữ "cô" khi nghĩ đến người vợ... Đúng ra mình phải gọi "cô ấy" bằng bà mới phải... Trên ba-mươi chứ còn trẻ gì nữa, hơn nữa, con gái lớn đến tuổi thiếu nữ thì người mẹ phải gọi là bà thôi. Nhưng khổ nỗi, anh có thói quen gọi cô - "cô ấy", từ bao năm... Do trong gia đình, bà mẹ vợ từ thương yêu, trọng nể con gái lớn, cách đối xử trong gia đình của người Miền Bắc trước di cư 1954. Nhưng bây giờ, nay anh nghĩ về người vợ với danh xưng ấy với hậu ý khác... Cách thức hờn mát khi bị vợ rầy rà về những lỗi không thể nào sửa đổi được...

- Đấy tôi nói có sai đâu, ông lại đánh vỡ cái dĩa bình trà rồi đấy mà!

- Làm sao "cô" hay gán tôi vào những tội không đâu thế nhỉ?

- Thế nào là tội không đâu? Và thế nào là gán cho ông, bộ bình trà gồm bốn cái chén, năm cái dĩa.

- Cô nói như thế nghe được à, bốn cái chén mà có những năm cái dĩa... Dĩa đâu ra lắm thế?!

Anh đắc chí do phản ứng khôn ngoan mau mắn của mình.

- Không phải năm cái thế là bao nhiêu?

- Hai, chỉ hai cái thôi. Một cái đựng ấm, cái kia đựng tách.

Anh thắng thế hân hoan, dứt khoát.

- Ông nói thế mà nghe được sao, một bộ đồ trà chỉ có hai cái dĩa?!

- Chứ sao, tôi thấy hai thì tôi nói hai.

- Hai thế nào được, phải là bốn cái dĩa cho bốn chiếc tách, một cái để đựng ấm... Ông ngoại mang từ Hải Phòng vào, mấy mươi năm không hề hấn gì, vì quí ông, mợ bảo đem về cho ông dùng... Chưa đầy một tháng ông làm vỡ hai cái, nay là cái thứ ba, mảnh còn đầy trong thùng rác. Không phải ông thì ai vào đây, các con còn bé, chị người làm ở tầng dưới, ai đến đây làm vỡ nếu không phải ông... Vậy thế nào gọi là gán, ép cho ông?

- Tại sao "cô" cứ hay nói như đinh đóng cột như thế (Chữ "cô" bây giờ mang nghĩa gây hấn thật sự, khác với xưng hô đầu tiên)... Không lẽ chuột nó không thể chạy qua đụng vỡ sao?

- Chuột nào chạy vào đây, để khi làm vỡ xong biết đem cất vào thùng rác... Ông thức khuya phải nghe, phải thấy con chuột kia chứ... Không lẽ ông muốn che lỗi cho nó sao.... Hay ông và chuột là một?!

- Bà đừng nói mỉa, tôi tuổi con dê, không phải con chuột... Tôi không phải là con chuột nhắt!

Khi "cô" đã biến thành "bà" tức là anh đã đuối lý và sắp nổi cáu, và người vợ cũng biết chuyển tình thế sang hướng khác...

- Chỉ được cái tính hung, người đâu mà hậu đậu!

Cô lẩm bẩm vùng vằng đi xuống nhà dưới.

Hậu đậu... Cái gì là hậu đậu? Quả tình anh cũng không hiểu hậu đậu có ý nghĩa gì, và cũng chỉ làm mặt giận để *"chạy tội"* với *"cô"* ấy mà thôi.

Anh tủm tỉm cười khi trả lại chữ *"cô"* nguyên thủy cho người vợ. Người tù cười thích thú giữa vũng tối... *Như vậy mà qua đi được một chút đấy anh ơi!* Anh chán nản trở lại thắc mắc... *Mình đang ở phòng số mấy, và đã thức giấc bao nhiêu lần trong đêm?* Anh muốn trở lại tình cảnh như đang cãi nhau cùng vợ và hưởng thú chiến thắng với nụ cười. Nhưng quả thật không còn hy vọng... Anh lúc lắc cổ chân. Chiếc cùm hình *"chữ U"* với hai khoen tròn chạy dọc theo thanh sắt nằm ngang đâm suốt bức tường đã khóa chặt từ phía ngoài. Như thế nầy tức ổ khóa nằm phía tay trái, và đầu mình xoay về hướng nầy... Những yếu tố định hướng được không giúp thêm gì hơn. Anh trở lại câu hỏi...*"Mình đang ở phòng số mấy ta?"* Anh hỏi anh như đang với một người nào khác. Người ngoài anh.

Anh cố gắng thêm một lần... *Quái quỷ thật, sao những chuyện đâu từ hai, ba mươi năm thì nhớ giỏi thế, còn việc chuyển vào phòng nầy chỉ xẩy ra hôm sau ngay Lễ 1 Tháng 5 (ngày có được ăn miếng thịt mỡ) mà nay đã quên không biết nơi đâu...* Trò chơi đu dây ngày còn bé tí ở khu Gia Hội Huế, trước 1950... Người bạn họ Cao, anh cả của một gia đình sáu anh em trai với hắn ta là đứa thứ bảy. Với sợi dây điện cột trên xà ngang, lũ trẻ dưới quyền điều khiển của Ý, người anh cả đang diễn lại toàn bộ cuốn phim... Đợt thứ nhất, Ý (trong vai thằng Zorro đầu bọn) đu qua trước... Thằng thứ hai, thứ ba bị nạn rơi xuống hầm, người anh (cả) đu trở lại, tính kế với các em thứ tư, năm, và chú út (mà hắn ta được thay thế thủ vai vì đứa em thứ sáu nhỏ nhất nhà đang nằm nôi). Người anh tâm sự với đứa út (để đúng với chi tiết của cuốn phim): *"Nếu mình có được cái mặt nạ như thế nầy (Ý đưa tay ngang miệng để ước tính độ rộng cần thiết) thì mình giống như NĂM anh em Zorro."* Hắn ta rất hãnh diện với lời tâm sự nầy: Được anh cả tin tưởng, giao phó! *"Nhớ làm gì vậy anh ơi?!* Người tù bật kêu. Những chuyện không đâu của ba, bốn mươi năm trước sao nhớ kỹ thế, bây giờ, sự việc với căn phòng đang ở số mấy lại nhớ không ra... Ơ, sao lại ba-mươi năm, phải ba-mươi hai năm chứ... *Đúng, ba-mươi hai năm mới được! Xong rồi! Anh kêu lên đắc thắng.*

Từ trò chơi con nít, anh lần ra năm, tháng chuyển từ Trại D qua Trại C nầy... Bấy giờ là Tháng Sáu, năm 1982... Hôm ấy, Ngày 26 Tháng 6, đêm Thứ Bảy, sáng hôm sau Chủ Nhật... Đột nhiên anh trở nên sáng suốt vì đã nắm giữ được đầu mối sự kiện. Nhưng sở dĩ anh có được niềm tự tin nầy cũng là do... *Anh chìm xuống vào giấc mơ không dự báo trước...* Quả tình chưa bao giờ anh phải lâm vào tình thế bối rối đến như thế, vì nếu đối với con người bình thường anh sẽ dễ dàng đương cự, nhưng khổ nỗi đây là hồn ma... *Hai con ma cùng nhào vào anh một lúc và tấn công từ phía sau lưng. Vì là ma nên chúng vô cùng tinh khôn, biết chọn đúng vết thương cũ ở bụng (Bị thương ngày 5 tháng 3, năm 1965 ở Đèo An Khê, Bình Định - Những yếu tố, ngày tháng trận đánh anh nhớ như in với cách tâm đắc chẳng bao giờ quên như những yếu tố... Số Quân, 62A/203.191; đơn vị đầu đời, Tiểu Đoàn 7 Nhảy Dù, KBC4919...)*

Con ma cố thọc ngón tay vào bụng với ý định độc ác móc ruột anh ra. Nhưng anh không là người dễ dàng bị khuất phục. Anh chống cự hết sức lực đồng thời với niềm tin... Anh là người lương thiện ắt được phần che chở. Anh thủ huề được một hiệp, bắt đầu qua hiệp thứ hai với hy vọng đoạt thắng. Nhưng khốn khổ thay, Mụ phù thủy đã xuất hiện. Con mẹ quái ác nầy mặc áo quần ĐEN tuyền, chiếc mũ nhọn chóp cao (giống hệt cái nón của bà dì ghẻ Cô Bé Lọ Lem, cuốn phim hoạt họa mà anh phải đau đớn ngồi xem giữa đám người Âu Tây xa lạ, đêm đông năm 1950 - Một đêm không bao giờ muốn nhớ.) Mụ quất chiếc roi da. Đầu roi vun vút đánh xuống lưng anh.

Hèn gì thuở trước mình cứ hay bắt chước vẽ hình cái lưng như bức tranh của Matisse. Trong cơn nguy nan hiện tại anh vẫn nhớ được ấn tượng về tấm lưng. Hai con ma nhân lúc anh nguy ngập, mỗi đứa khóa cứng một cổ tay anh bằng cặp còng sắt. Dù đang thực sự nguy khốn nhưng anh vẫn liếc xuống để thấy chiếc còng nằm đúng ngay trên nốt ruồi to bẩm sinh ở cổ tay - Giống chiếc cùm còng tay Lê Đức Thịnh trong buổi sáng ngày 16 tháng 4, 1976 (sáng Thịnh bị đem đi bắn ở Trại Long Giao, Long Khánh vì tội lén gởi lá thư về cho vợ).

Anh kêu tiếng tuyệt vọng. Mụ phù thủy chuyển đầu roi đáng vào mắt anh. Anh chàng Raskonikov trong Tội ác và Hình Phạt cũng nằm mơ thấy con ngựa bị đánh vào mắt. Anh chỉ nghĩ được như thế trước khi băng mình chạy dọc một hành lang đá trắng. Hai hồn ma biến đâu mất, chỉ con người khắc nghiệt đuổi theo. Chưa bao giờ anh chạy nhanh đến thế. Và là lần chạy cuối cùng. Khi sắp kiệt sức, anh thoát thân được đến bờ suối cạn. Suối khô rốc phơi những viên sỏi màu hồng... *Mẹ ơi!* Không còn sức lực và âm tiếng nào để kêu lên cùng. Anh đã kêu như thế hơn một lần - Lần rớt xuống Nước ngày ở Huế, 1949 đầu sông Đào,Cầu Gia Hội.

Một ngày hè nóng bức như hôm nay. Bây giờ anh kêu lần thứ hai. Bỗng ánh sáng cực chói rạng bừng lên. Anh đang đến trước một cổng Tam Quan đúc bởi vàng khối - Thượng Tọa Thích Quảng Đức đứng uy nghi trong vùng hào quang tay cầm Thiệp Báo *"Màu Vàng trên có hàng chữ số 6-6 - 26."* Anh bật khóc vừa đau đớn vừa hân hoan... Sực tỉnh với nước mắt còn dính trên má. Chiếc cùm rung theo nhịp chân rảy rảy.

- Ra!

Rầm!! Âm thanh sắt chận khoen cùm kéo mạnh từ người đang ở bên ngoài phòng giam. Người tù giật nẩy mình, cắt nụ cười, để yên cổ chân nơi vòng cùm chữ U, hơi co đầu gối, tì gót chân lên mặt bệ nằm để tăng thêm phần vững chắc... Bỏ mẹ, mình cười và rung chân mạnh quá, cán bộ đã biết... Người tù không dám nghĩ tiếp - Nỗi sợ hãi bị bắt gặp (vì) đang nghĩ về một điều gì làm anh tê liệt.

Anh liếc qua cửa buồng xuyên bóng tối dày. Vẫn là tầng khối màu đen thẩm kín nhưng anh có cảm giác chiếc cửa đã mở và có người đang đứng ở ngạch cửa.

- Chào cán bộ!

Anh mau mắn niềm nở, hơi nhỏm người dậy tỏ vẻ kính trọng. Anh nghe ra tiếng thở nhẹ của người cán bộ và hình như người nầy đang nhìn anh chẳm chập nghiêm khắc. Không lẽ cán bộ biết mình... *đã có lần nghĩ về "thẳng Bia"?*(*). Nhưng nếu ông ấy có hỏi, mình cũng sẽ trả lời: *Chỉ đang "nghĩ" về cô ấy vì mình quả thật đang nghĩ về cô ấy với mấy cái dĩa trà.* Và anh tin vào *"sự thành thật"* qua xác định - Chỉ đang nghĩ về người vợ với những dĩa đựng chén uống trà chứ không nghĩa về *"thẳng hình bia"* với ý định *"nói xấu cách mạng"*! Anh nhất định sẽ khai như thế.

Im lặng.

Người cán bộ hình như đã đoán ra mưu định của anh và đang nhìn anh chế diễu, khinh miệt với lời giáo dục thường lệ ắt sẽ nói ra... *"Các anh luôn như thế, bao giờ cũng có ý đồ xấu, xuyên tạc chính sách khoan hồng của cách mạng. Nhưng mồm lại phát biểu đã có tiến bộ và đòi trở về... Về thế nào được khi trong đầu luôn có ý nghĩ phản động như thế!"* Nhưng không, trước mặt anh vẫn là khối đen im lặng nặng trịch. Người tù không chịu đựng thêm được, anh ngồi hẳn dậy, hai tay chống xuống sàn, ưỡn ngực, hít hơi dài lấy bình tĩnh (làm ra cách bình thản).

- Chào cán bộ!

Anh nói lớn, chững chạc, tự nhiên. Anh tin như thế và hy vọng người cán bộ cũng nhận ra thái độ thành thật của mình: *Đang nghĩ về người vợ và những dĩa bình trà chứ không là "thằng Bia."* Nếu phải bị hạch hỏi, anh nhất định khai như thế... Quả tình mình chỉ đang nghĩ đến cô ấy mà. Với tin tưởng như thế, anh nôn nao chờ đợi, nhìn vào bóng tối ghìm ghìm.

- Ra!

Tiếng quát lớn... Thanh sắt chặn ngang chân cùm được kéo hẳn ra ngoài (bên kia tường phòng giam). Vòng cùm *"chữ U"* rơi khô xuống bệ nằm. Ánh đèn pin dọi loang loáng...

- Ra!

Anh bất động. Trần trụi. Vạch ánh sáng sấn sổ xiên xéo...

- Ra!

Tiếng quát dội động căn hầm thấp, hẹp, kín.

- Bước xuống! Đi ra!

Anh nhìn xuống nền hầm. Một khối sáng xanh xao lạnh lẽo.

- Bước xuống! Đi ra!

Âm tiếng khẩu lệnh nhẹ đi do cửa căn hầm đã được mở. Khí mát theo cánh cửa buồng ùa vào. Anh đặt bàn chân trái xuống mặt nền. Hơi ẩm lạnh sắc nhọn. Anh cho bàn chân mặt xuống tiếp. Thân người ngã chúi lên mặt nền...

- Tôi đi không được cán bộ!

- Không đi được thì bò ra. Có chết cũng phải bò ra...

Âm chữ *"chết"* nghe rõ cách đùa cợt, khinh thị. Anh bò lên khối sáng màu xanh. Thân người run rẩy, lao chao như khối xanh kia phủ chụp lớp màn lạnh lẽo. Anh bò qua ngưỡng cửa phòng giam, đặt tay lên nền gạch trước cửa hầm. *Bàn tay xanh như tay ma - Con ma trong giấc mơ trước khi bị đánh thức.*

Người tù đã ở hẳn trong khoảng sân trước căn hầm, khu sân nhỏ nhòa ánh sáng. Anh nhìn lên trời, ngồi bệt trên đất... *A trăng!* Hình như anh kêu nhỏ khi thấy ra vòng sáng xanh trắng (như lần đầu) vừa được thành hình trên bầu trời. Trăng dọi xuống bóng anh ngã chéo trên trên sân đất. Anh ngẩng mặt lên lại, nhìn trăng chăm chú... *Một thể khối lạ lùng không thật. Mặt người cán bộ vũ trang lẫn bóng tối vì anh ta xoay lưng lại phía luồng ánh sáng vằng vặc xanh xao...*

- Chào cán bộ!

Anh lập lại lời chào không chủ đích, trống không. Trí não lẩn quẩn những thắc mắc. Không biết đây là cán bộ vũ trang nào? (Từ mấy năm nay rất nhiều đợt bộ đội phụ trách canh gác phòng anh... Và đây là trại nào? Chắc không phải là Phân Trại D đã rời bỏ? Trí nhớ về ngày tháng 26 tháng 6 vừa tìm ra giờ nầy không còn tác dụng. Vì yếu tố nhớ ra chỉ được xác định trong giấc mơ với thời điểm Tháng 6 - Mùa Hè mà bây giờ khí trời đang se lạnh. - *Vậy bây giờ đang là tháng mấy?* Anh lại ngước nhìn lên khoảng không.

- Được! Anh biết chúng tôi đưa anh ra làm gì không?

Giọng nói khô khan.

- Chào cán bộ!

Người tù lập lại lời chào, không thể trả lời câu hỏi... *Chẳng lẽ họ đưa mình đi...?* Những lần chuyển trại trước, vừa mở cửa buồng giam là được lệnh cuốn chiếc chiếu đi ra theo ngay... *Sao lần nầy... Lẽ nào...!* Anh phát lạnh bất chợt. Thân thể run rần rật dẫu nghiến chặt răng để khỏi bật tiếng kêu than. Anh ngồi hẳn lên đất, đầu kẹp chặt giữa hai gối tăng phần chịu đựng.

- Anh có khỏe không?

Âm tiếng gã cán bộ không cảm giác đều đều lạnh nhạt...

- Anh có nhận được thư nhà không?

Không đợi anh tra lời, người nầy hỏi tiếp. Người tù ngước lên trời. Trăng đã ẩn đâu trong tầng mây. Bóng đen âm u. Hình như độ lạnh sắc nhọn se siết hơn.

- Chào cán bộ... Vâng, tôi khỏe...

Anh bỏ dở câu nói.

- Chúng tôi đưa anh ra là để...

Người cán bộ bỏ lững câu nói...

- Vâng!

Anh nghẹn lời nhìn chung quanh khối tường đá, chiếc cổng ra vào khu buồng giam của (riêng) anh. Ngoài kia còn có một cái cửa nữa. Cửa ấy bằng sắt. Mình nghe rõ tiếng động của cánh cửa ấy mỗi khi có người vào khu kiên giam nầy. Anh đâm ra sáng suốt bình tĩnh như nghĩ về một người, việc của ai khác.

- Anh đi ra ngoài nầy!

Người cán bộ chỉ về hướng chiếc cổng trước khoảng sân phòng giam, nay đã mở rộng nhưng đến giờ nầy anh mới nhận ra. Người tù như bị chạm vào luồng điện cực mạnh.

- Dạ đi đâu? Có phải mang chiếu theo không?

- Không cần. Đi ra cổng...

Người tù lần tay bíu vào những cạnh đá lồi lõm để đứng lên. Cố gắng đứng thẳng. Anh nhớ ra không kịp mang đôi dép khi lần chân lên mặt đất khô vụn đá nhỏ, giẫm lên những sợi cỏ ướt...

- Cán bộ cho tôi vào lấy đôi dép.

- Không cần. Đi ra cổng.

Giọng khô cứng quyết định.

Lần đến chiếc cổng, người tù bám tay vào những chấn song sắt. Anh liếc sang hai bên. Những chiếc cổng im ỉm nặng nề. Trước mặt anh khối tường đá tảng chia cắt thành hai mầu đen/trắng do trăng đã ra khỏi mây hắt bóng chéo... Hướng cổng chính của khu kiên giam lố nhố chập choạng nhiều dạng hình người. Gã cán bộ đã đến bên anh, hướng về phía cổng chính, hô lớn:

- *Mang vào!*

Những dạng người chuyển động đi gần về phía anh. Thật ra chỉ một người nhưng do anh hoa mắt không phân biệt rõ... *Họ mang mình đi đâu...Chẳng lẽ...!* Những lần chuyển trại trước chỉ hai bộ đội vũ trang. *Nay những kẻ kia là ai? Nó mang gì vào... có thể là... quan tài...?*

Dạng hình người đến gần, đặt xuống đất một vật sóng sánh ánh trăng. Không phải quan tài, dây thừng, đòn gánh. Anh thở hơi mạnh. Định trí, hoàn hồn.

- Của anh đấy! Cho anh mang vào!

Người tù nhìn vật dưới đất loang loáng ánh trăng.

- Vâng cán bộ...

Anh lúng túng. Người cán bộ nhắc nhở:

- Cầm lên, mang vào. Trại cho anh đấy!

Anh cúi thấp người. Ngửi ra mùi đường ngọt dậy thơm ngay. Chiếc thau nhôm nhỏ được cẩn thận nhắc lên, đem vào, đặt lên sân đất. Anh vẫn chưa hiểu ra sự việc.

- Hôm nay Trung Thu, trại nấu chè. Đường của anh hôm thăm nuôi, trại cho anh bồi dưỡng để học tập tốt. Ăn đi.

Anh nhìn xuống chiếc thau nhỏ loáng ánh trăng. Đã lấy lại bình tĩnh nhưng cũng không lường ra được sự việc, cổ họng anh nghẹn cứng.

- Nhiều quá, cán bộ cho tôi mang vào phòng ăn dần.

- Không được mang đồ kim loại vào phòng. Ăn ngay đi.

- Người tù bưng thau chè lên miệng. Trăng dọi bóng chiếc đầu thẫm màu trên khối nước đen sánh. Vành môi khô chạm vào lớp nước ngọt dịu. Anh hớp từng ngụm nhỏ. Thân thể như căng phồng bởi lượng chất lỏng ngọt đậm quá độ.

- Tôi ăn không hết cán bộ.

- Không hết cũng phải ăn, tiêu chuẩn của riêng anh. Mà anh đã ăn gì đâu?

- Dạ! Bởi không có cái thìa...

- Vẽ chuyện, bốc tay mà ăn!

Anh nghiêng thau chè, nhúng ngón tay vào khối nước, nhón những hạt đậu đưa lên miệng... Anh hớp thêm nhiều lần, đầu hai ngón tay trỏ và giữa chạm những hạt đậu mềm ấm.

Người tù ăn chậm rãi, nhai nhỏ, nghẹn... *Mẹ ơi, hôm nay có trăng nấu chè cho Tý đi! Mùa trăng cuối cùng trước khi trình diện đi tù, tháng 6, 1975... Gia đình ở làng quê Suối Nghệ, Bà Rịa, anh bế con ngồi nhìn khối Núi Đất thăm thẳm trĩu lặng dưới trăng. Lòng anh âm u như bóng núi. Giọt nước mắt bất ngờ rơi xuống mu bàn tay ấm hơn những hạt đậu đang đưa vào miệng.*

- Ăn nhanh đi, lâu lắm được tiêu chuẩn chè, chỉ có anh mới được trại chiếu cố đấy.

Người cán bộ lúc lắc chùm chìa khóa nhắc nhở.

Trung Thu 2006, Đất Mỹ.
Viết lại để nhớ "Tý Bố", Gởi Anh Cao Yết, của những ngày ở Trung Bộ, Huế, 1949, 1950... với Dai, Tụng, Tập, Tuyến Anh,   Tuyến Em, và Rốc.

(*) Thằng Bia: Hình nhân trên bia tập bắn của quân lực miền Nam - Hình tượng hóa một cách tổng quát, chính xác y phục, nét mặt (đặc thù) của lính cộng sản Miền Bắc (1945-1975): Áo cao cổ, nón cối, răng hô, mắt lộ... Đường nét, hình thể căn cứ trên dạng tướng thật của Hồ Chí Minh, Phạm Văn Đồng, Võ Nguyên Giáp, Lê Duẩn...

Vẽ lại từ tác phẩm "Tấn Công" của NAG Nguyễn Ngọc Hạnh.

THáng Ba,
Lần trở về với biển...

Khi đã yên chỗ ngồi trên Xe Đò Hoàng, hai người đàn ông lớn tuổi bắt đầu câu chuyện...

- *Xin lỗi, tôi trông ông có vẻ quen quen...*

- *Có lẽ ông thuộc giới đi nhiều nơi, làm nhiều việc, tiếp xúc nhiều người, nên tôi với ông có thể đã một lần gặp nhau ở đâu đó... Nơi Orange County nầy, người Việt đụng nhau liền liền.*

Và sau vài câu xã giao, thấy đã đủ độ gần gũi, một người lên tiếng thân mật theo cách "phe ta với nhau"...

Phan Nhật Nam   107

- Kỳ "Bảy-lăm", khoảng tháng Ba nầy ông ở đâu?

-Tôi ở Pleiku.

- Ông có phải lính tráng gì không mà lên tới Pleiku?

- Bộ phải đi lính mới ở Pleiku sao, tôi là dân Nha Trang tới Pleiku, Ban Mê Thuột từ những năm còn nhỏ sau 1954. Ông cậu tôi có nhà máy nước đá đầu tiên vùng Nha Trang-Khánh Hòa nên đưa nước đá đến tận Đèo M'Track, ra Tu Bông, Vạn Giả... rồi theo Đường 19 mở thấu Peiku. Năm 1964, ra trường sư phạm là tôi "xin lên" Pleiku, ở miết tới tháng Ba, 1975. Pleiku thành quê hương thứ hai...

- Trời đất, tôi là lính tác chiến kẹt quá mới chịu đi Pleiku, Ban Mê Thuột, Kontum... Ông dạy học mắc mớ gì phải xin đổi lên đó. Bất cứ anh nhà binh nào nghe sắp bị đẩy đi Pleiku là rét liền, Bộ Tổng Tham Mưu Sài Gòn dùng Vùng II để dọa mấy cha ba-gai, phải cứng cựa lắm mới chịu được vùng nầy... Thường thường, nếu lỡ phải lọt vào Quân Khu II thì cố gắng xoay xở trụ dưới Quy Nhơn, Nha Trang, đường cùng đối đế lắm thì cũng phải nhận Bồng Sơn, Tam Quan... Đổi đi Pleiku, Kontum kể như thua.

- Nhưng tôi lại chịu xứ bụi mù trời, mưa xô núi đó... Vào mùa xuân, dọc Đường 14 lên Kontum, bông hướng dương nở vàng đẹp như tranh...

- Đấy là nói với ông cho có chuyện, chứ thật ra tôi cũng đầy duyên nợ với Vùng II, Pleiku, Kontum, Ban Mê Thuột suốt một đời tuổi trẻ, từ ngày ra Trường Thủ Đức...

- Ông lên trên đó năm nào?

- Đúng ngày vi-xi pháo kích Phi Trường Holloway, 2 tháng 8, 1964.

oOo

Biển loáng sáng như mặt kính rộng lớn hắt ánh nắng buổi sớm lên vùng trời biên biếc không gợn mây. Trời, biển, đường phố với những dãy nhà lầu, biệt thự dài theo bãi tắm đồng thinh lặng nên có thể nghe rõ tiếng sóng nhỏ thiêm thiếp đùa vào, thấm lên bờ cát những vòng màu vàng sậm ẩm ướt, tiếp liền khô khi triều xăm xắp rút ra.

Toàn khối không gian trong vắt vừa được lọc sạch qua đêm làm gã thiếu niên đang ngồi ở bờ có cảm giác những hòn núi ngoài khơi như gần lại và lớn hơn. Nó tưởng thấy rõ đến cả những gốc cây ở chân núi, gần bên hốc đất vỡ lớn, mà ngày mới đến đây, được Bác Hai đưa ca-nô ra đến. *Biển hôm nay mới quá, chưa ai tắm...* Đứa bé không kìm giữ phản ứng, tự nhiên buột miệng nói ra lời về cảm giác trong lòng đang trào dâng rộn rã. Nó nhìn dọc theo những ô nhà hàng cửa đóng vắng vẻ, chỉ một quán nước trước Dòng Chúa Cứu Thế đã sẵn bày vài chiếc ghế nằm hóng mát, xếp ngổn ngang trên mặt cát.

Biển buổi sáng mới quá mà chưa ai tắm hết. Đứa nhỏ lập lại nhận xét, bởi muốn có người cùng chia sẻ cảnh tượng đất, trời, mặt biển mới mẻ tinh khôi. Gió đầu xuân hây hây gây ấm theo lượng nắng mỗi lúc mỗi thêm vàng tươi óng ả, nó ngước lên nhìn trời, xong đảo mắt vòng vịnh biển, bồi hồi xúc động do tìm thấy điều bí mật cho riêng mình. Người thanh niên tuổi còn rất trẻ, khoảng hai mươi, da mặt trắng, hai má gầy lõm, ổ mắt sâu, tròng mắt đen ẩn dưới vòng chân mày đậm xanh. Khuôn mặt anh đầy bóng tối, nổi lộ tương phản dưới màu nắng sáng rỡ, lưng cúi xuống như đang phải chịu đựng cơn lạnh tiềm ẩn từ bên trong. Nghiêm trang, kín đáo từ dáng đi, cử động, anh đến dựng chiếc ghế xếp, mở những càng chống bằng gỗ, rũ tấm nằm vải ny-lông, trải dài thân ghế dưới gốc cây dừa, sau một lùm bụi rậm rạp, thân lá lớn bảng màu lục đậm, ngả bóng xuống mặt tấm nằm tạo thành những vùng lốm đốm sáng, tối xao động.

Người thanh niên cởi áo sơ-mi máng vào lưng ghế trước khi tụt xuống chiếc quần màu xanh đen. Đứa bé suýt kêu tiếng ngạc nhiên - Anh ta mặc quần lót dài vải trắng bó sát đùi như của phụ nữ... Và đứa bé tiếp suy đoán, tìm hiểu, tại sao người thanh niên có dáng vẻ nghiêm chỉnh, kín đáo, chọn nơi vắng người để thay áo quần trước khi tắm - Anh ta phải là con nhà giàu, đẹp trai, lớn đến hai mươi tuổi mới có bộ đồ lót trắng khác lạ như thế.

Đứa nhỏ bỗng nhiên có nỗi thích thú do vô tình khám phá ra điều bí mật riêng tư của một người - Một người thanh niên không muốn kẻ khác thấy tình trạng trần trụi yếu đuối của mình tại thời khắc đơn lẻ trước biển, trời thăm thẳm bần bặt.

Anh ngần ngại nhìn quanh... Bãi tắm vắng vẻ, trên mặt cát ướt hiện rõ những vệt lằn của lũ dã tràng im lìm, lầm lũi làm công việc vô hồi bất tận.

Sóng ùa vào, cuốn phăng những dấu vết của dã tràng và đám còng gió cũng vụt biến mất liền theo sau với âm động rì rào khi nước triều kéo xuống, rút vào những hang ổ dày đặc của đám côn trùng. Anh trút chiếc quần lót dài, vươn vai, thân hình cao gầy bày ra mong manh giữa không gian bao la, đi dần xuống mé nước, bụng hơi thóp lại bởi chớm lạnh khi bàn chân bị bọt sóng trùm lấp.

Người thanh niên bước lùi lại lên bờ, hơi mỉm cười như tự chế nhạo vì tình cảnh rụt rè của mình, nhìn quanh quất, ngó mông. Khi bắt gặp ánh mắt dò hỏi của đứa bé, anh quay mặt ra lại hướng biển, tự nhủ: *Nó chỉ là đứa nhỏ để ý làm gì, cũng chẳng biết ở đâu đến, sao sáng sớm ra biển ngồi một mình.* Và như để tránh xa gã thiếu niên mà anh biết đang theo dõi mình, người thanh niên đi dài theo bãi biển hướng Cầu Đá, nhìn xuống những dấu bàn chân lún sâu nền cát ướt.

Trước khi buông thả ý nghĩ chập chờn duổi theo lượn sóng xô đuổi, anh trở lại liên tưởng về đứa nhỏ để nhận ra điều ấm áp - Ít nhất mình cũng có một người bạn chung tình cảnh sáng nay. Sau nầy, khi khá đủ khôn lớn, gã thiếu niên rời thành phố với hồi ức rõ nét.

Ở Nha Trang, có người mặc quần lót dài đi tắm biển. Đấy là "người thanh niên đẹp trai, hai mươi tuổi" ra đến biển kín đáo, một mình - Sở dĩ trong trí não của gã có nhóm từ ngữ "người thanh niên hai mươi tuổi, đẹp trai..." vì do từ thuở nhỏ đã nghe ra đâu một lần: "Người thanh niên hai mươi tuổi", nên hắn giữ chắc ý nghĩ: *Thanh niên khi đến hai mươi tuổi thì đã tốt đẹp, hoàn hảo, trưởng thành.*

Hắn cũng luôn nhớ cảm xúc rạo rực gợi nên từ buổi sáng xuân sớm, trước vùng trời, nước bừng bừng nắng sáng xôn xao mùi biển mới, so với vịnh biển bình an bốn bề núi bao bọc, nơi hắn đã sống qua kỳ thơ ấu ở Đà Nẵng. 1964 - Chuyến xe đò chạy từ sáng sớm rời Nha Trang, đến Quy Nhơn dọc theo những xóm làng miền biển, nơi anh sinh sống, lớn lên qua nhiều năm dài, không gây nên phản ứng cụ thể. Bởi cảnh sắc, môi trường với hàng dừa cao ngọn vây quanh những khu làng nằm cạnh cửa sông, bên vịnh biển đẫm mùi muối đã kết cấu cùng anh nên một khối vật chất liền lạc, là phần biểu hiện chung về đời sống giác quan, tâm hồn anh với một không gian thân thuộc, tự nhiên như hơi thở, giọng nói, mùi người tự xác thân. Và là chính anh. Nhưng khi chiếc xe bỏ Quốc Lộ I, rẽ vào Đường 19, qua đèo An Khê, núi dựng trường thành lớp lớp xanh hướng phía Tây ngăn cách hẳn với đồng bằng báo hiệu cho anh lần khởi sự cách lìa, đổi thay thâm sâu toàn diện. Một đời sống, cảnh sống khác đang đợi anh nơi xa kia, trong vùng núi trầm trầm bí ẩn.

Khi xe qua khoảng đường đèo cuối cùng trời đã sập tối, gió gây rét mang ẩm ướt của rừng thổi đùa trảng tranh trôi nổi cuồn cuộn, tăng thêm vẻ hung hãn của đồng hoang dưới ánh đèn loang loáng dọi ra từ đầu xe. Và thành phố Pleiku lắt lay đóm sáng mờ đục dưới vũng sương mù gây trong anh mối xúc động đột ngột. *Chốn của mình là đây? Nơi của mình là đây chăng?* Quả thật, anh không hề nghĩ ra trên cùng một quê hương, chỉ sau một buổi di chuyển, sẽ tới một vùng đất lạ lùng, ẩn mật đến ngần nầy - Nơi chốn cách miền biển một đoạn đường hai trăm cây số, qua những đỉnh đèo lẫn trong mây. Dẫu rằng trước đây anh cũng đã vài lần đi tới. Nhưng những lúc ấy anh đang trong độ tuổi thiếu niên, lòng chưa hiểu đủ hết nghĩa buồn phiền.

Pleiku đang trong hồi báo động... Quân cộng sản pháo kích toàn vùng, khu quân sự lẫn thị xã. Tiếng nổ ầm vang mọi hướng, lưỡi lửa lóe rộ, chớp sáng, nháng đỏ đường phố, soi rọi, xô đẩy những thân cây cao chập chờn chuyển động giữa vũng đen nguy biến. Đám hàng khách dồn vào phòng đợi, ngồi chen chúc giữa những bao gói, thì thào than vãn... *Tại răng... tại răng, ông không... không để tui ở lại dưới Quy Nhơn cho yên thân, mà đem... đem tui lên chi đây... chịu súng đạn, khổ như ri hở trời...* Người đàn bà trì siết đứt khoảng bởi sợ hãi làm tê liệt, rung rẩy âm nói. Giọng đàn ông (hẳn là người chồng) gầm gừ, bực tức lẫn cay đắng... *Bà nói rứa nghe được không... Hử nghe được không! Bà con, bà con... Cho tui xin, còn chi mà cãi nhau trong cảnh nầy!* Tiếng sầm xì chìm xuống, lời cầu kinh, niệm Phật rầm rì...

Bỗng tất cả đột nhiên im bặt khi tiếng rít trái phá bay ngang trên tầng trời, và nổ bùng nơi khoảng sân đoàn xe đậu. Đám cháy tiếp liền tiếng nổ dâng cột lửa lên cao, dọi loáng thoáng xuống đám người ngồi hóa thân nên thành những hình khối loang lỗ. Anh ngồi lặng trên một chiếc xắc tay, chiếc thứ hai ôm sát ngực như một vật cản che chắn, nhìn lên vùng trời tối đen rúng động bởi tiếng nổ và lửa ngọn, lòng trống rỗng, không cảm giác. *Mình rời Nha Trang mới được một ngày mà sao như đã quá lâu!* Anh muốn kìm giữ sự so sánh nầy để có một ý niệm cụ thể trong đầu, nhưng cuối cùng, ý nghĩ nầy cũng như ngọn nến nhỏ bị gió bão thổi tắt đi.

Khoảng gần nửa đêm, đợt pháo kích im dần, chỉ còn những tiếng đạn bắn đi xa, từ trời cao. Một người trong đám giải thích: *Đó là tàu bay và súng của bên mình phản pháo Việt cộng đó.* Có thể một số đông trong đám người không rõ *"bên mình"* và *"Việt cộng"* gồm những ai, khác nhau ra sao, nhưng tiếng đạn nổ nơi xa gây điều yên ổn, họ bắt đầu rầm rì trò chuyện, đợi tai họa đi qua.

Theo lời chỉ dẫn của người ở bến xe, anh lần theo con phố chính. Khi qua khỏi chiếc cầu, con đường trở nên dốc ngược và trên cao, trước mặt anh, thị xã Pleiku mở ra như một lời kêu than chịu đựng với những bóng người lướt thướt di động dưới những hàng hiên, thấp thoáng trên nền lửa đỏ như nghi ngút khói từ những căn nhà vừa bị trúng đạn pháo.

Anh đi theo cạnh một xe phở gánh, ngọn đèn khí đá treo đong đưa rọi sáng một phần khuôn mặt hốc hác, lấm chấm hàm râu thưa, người bán phở chống tay lên càng xe, cong lưng nặng nhọc đẩy, chốc chốc ngước nhìn khoảng tối bay mù tàn lửa.

- Bác cho tôi hỏi: Đường Hoàng Diệu nối dài có phải là đường nầy?

- Đường ni là Hoàng Diệu, đi hết mới tới Hoàng Diệu nối dài, cứ đi thẳng một mạch.

- Bao xa hở bác?

- Tui không rõ, hết dốc thì tới, nếu cậu muốn thì cứ theo tui, tui về trên Trần Khánh Dư, cũng đi ngã nầy, chết chóc như ri thì ai còn lòng dạ mô mà nuốt cho vô, cho vàng cũng không thiết đừng nói chi tới phở.

Giọng người thôn quê miền Trung bình thản, chịu đựng, trống không. Anh đi theo người bán phở, nhìn vào khối lửa lò đỏ rực.

- Ở đây hay bị bắn như thế nầy sao bác.

- Mới bắt đầu đâu khoảng tháng ni, khi có Mỹ tới, nghe đồn Mỹ giội bom mô ngoài Bắc, thằng con tui đi lính về cũng nói rứa.

- Mà cậu ở mô tới chỗ chó ăn đá, gà ăn muối ni?

- Dạ tôi lên đây dạy học, tôi người dưới Nha Trang.

- Bộ hết chỗ rồi răng mà lên thấu đây, mưa thì thúi đất, mà nắng thì bụi đỏ cả tóc, đóng vô hai lỗ mũi.

- Ở trên bộ họ chỉ đâu thì đi đó, nhưng người khác sống được thì mình cũng sống được mà bác.

Anh nói thật lòng vì vốn quen cảnh đơn độc, lẻ loi

từ tuổi nhỏ với nơi u uẩn tịch mịch. Bây giờ cũng thế, Pleiku hóa thân thiết ngay từ buổi đầu, đang cùng anh chia sẻ nỗi se thắt nguy nan, như màn sương ẩm lạnh dầy bóng tối rung rẩy bởi loạt đạn pháo dội đâu từ núi sâu. Anh thấy như đã thật sự đứt lìa với vùng biển dưới bình nguyên.

oOo

Viên chuẩn úy quá trẻ trong bộ đồ tác chiến nhàu nát khá rộng so với vóc người, nón sắt úp xuống sát mí mắt, và chiếc ba-lô xộc xệch trên vai với những giây quai quăn queo rủ xuống từ những nắp túi không gài kín - Tất cả còn nguyên nếp gãy góc do cất giữ lâu ngày nay mới được phát ra. Người lính cởi ba-lô xuống, máng lên một bên vai, gỡ nón sắt cầm tay, xong đội lên lại theo một vị thế thật ra cũng không khác với vị thế ban đầu. Anh ta thật sự bối rối với những vật dụng lần đầu tiên phải mang vác trên thân giữa đám đông, nơi chốn lạ.

Anh cố ý mỉm cười, gật đầu chào với bất cứ ai nhìn đến, như để chứng tỏ cũng đã quen người, quen cảnh nơi đường phố rối rắm xao động nầy với từng luồng bụi đỏ dậy nên từng chập mỗi khi cơn gió gây rét thổi qua. Không thấy ai trả lời cách chào hỏi của mình, người lính đi lần theo con dốc, nón sắc kẹp bên hông, lẩm bẩm những câu hỗn độn với chính mình. Đến nơi ngã ba, anh nhìn lên bảng tên đường, chăm chú đọc như muốn tìm kiếm một điều gì quan trọng... *Đường Hoàng Diệu, ở đây cũng có đường Hoàng Diệu như ở Đà Nẵng, cùng tên trường mình học lúc nhỏ ở ngoài đó, trước khi vô Nha Trang.* Anh nói nên lời và thật sự cười thành tiếng vì nhận ra được một đầu mối quen thuộc thân thiết. Ánh mắt thoáng chốc bừng lên sống động - Cách vui vẻ tự nhiên, dễ dàng của tuổi trẻ để giải quyết lúc khó khăn, mối phiền bực. Nhưng cách thức giải quyết tạm thời nầy không thể kéo dài.

Chéo góc nơi anh đứng, đối diện bên kia đường, căn nhà sụp mặt tiền với những cột gỗ cháy dở, nám đen do trận pháo kích từ đêm trước, hai chiếc quan tài gỗ tạp chưa kịp sơn đặt song song, chông chênh trên những chân đòn thấp. Trước hai bát nhang nghi ngút tỏa khói, người đàn ông ngồi ôm đứa bé, gục đầu xuống gối không rõ mặt, cả hai đồng quấn đối vành khăn tang lấm vết đất đỏ như dấu máu.

Đám tang không tiếng khóc. Lạnh tanh. Trước hai quan tài, có tấm bảng giấy viết nguệch ngoạc hai chữ cách khoảng: *"mẹ, vợ"*, ý chừng để phân biệt hai người chết gồm những ai và nằm ở vị trí nào. Viên chuẩn úy cau mặt, anh ta không lường trước cảnh tượng thảm thiết đột ngột nầy nên băng nhanh qua đường, đi vào ngã rẽ thẳng góc với đường Hoàng Diệu, cố ý tránh xa căn nhà có đám tang. *Bây giờ đi đâu ta?* Anh lại nói tiếng rõ như thể đang hỏi một người bạn đứng cạnh, và cuối cùng, đến trước một quán ăn bảng hiệu kẻ chữ Trung Hoa, mặt tiền giăng cửa lưới ám khói, trần thấp, nhìn vào đầy khoảng tối. Viên chuẩn úy bước vào, lẩm bẩm... *Kệ, vô kiếm gì ăn, chứ biết đi đâu bây giờ đây.* Thật sự anh không hề nghĩ đến chuyện ăn uống, chỉ cốt quên đi nơi đáng sợ vừa thấy qua.

Người thanh niên ngồi ở sâu góc quán, im lặng nhìn xuống phin cà-phê nhỏ giọt. Tròng mắt anh xanh đen long lanh sáng hơn màn bóng tối của căn phòng. Khi gã lính trẻ ngồi xuống, anh khẽ liếc qua. Hai tia nhìn chạm trợt. Anh liền lảng tránh, nhìn xuống lại phin cà-phê, nhưng lòng đột nhiên có niềm an ủi vui

vui, bởi vừa thoáng nghĩ... *Ít nhất cũng có kẻ chia với mình buổi trưa ủ dột nặng nề nầy.*

Vệt nắng vàng úa yếu ớt dọi chéo qua ngạch cửa. Trời bắt đầu vào chiều, gió thổi bụi mù hanh hanh lạnh. 1975- Căn phòng thấp, không điện, người chủ quán đốt hai ngọn đèn bát thắp dầu cặn, khói đen bốc cao từ những tim khêu to, bám dày vòng muội đèn đen xỉn. Cuộc rượu im lặng một cách bất thường. Những người lính ngồi quanh chiếc bàn gỗ, trên bàn vỏ chai bia để đứng, nằm ngổn ngang, những bàn tay đưa ra nắm lấy cổ chai, dốc ngược miệng chai lên môi, xong chậm rãi bỏ xuống. Không ly, cốc và cũng không một dĩa thức ăn. Người ngồi giữa bàn, đối diện với bát đèn, đưa cao ngón tay làm hiệu. Viên chủ quán bước đến.

- Ông chủ còn bao nhiêu bia đem hết ra đây cho anh em tôi, và tính tiền trước để tôi trả.

Hai két bia được kéo đến, người vừa gọi bia cho tay vào túi trong áo field jacket rút ra nắm giấy bạc màu xanh nhạt, đưa cho người ngồi cạnh.

- Cậu tính giùm, trả cho ông ấy.

Tiếng giấy bạc đếm xào xạc...

- Còn hơn năm ngàn thiếu tá.

Người ngồi cạnh đưa lại số tiền thừa cho viên chỉ huy.

- Giữ luôn đi.

Người vừa được gọi là *"thiếu tá"* nói nhỏ lơ đãng, anh đưa cao một chai bia mới vừa mở lên môi sau khi lau qua trên thân áo. Người ngồi chung quanh cùng làm một động tác tương tự, tiếng rời rạc khẽ động khi những đáy chai để xuống mặt bàn. Viên thiếu tá gõ gõ ngón tay lên huy hiệu màu đỏ trên vai áo trái.

- Các ông biết dấu hiệu nầy có ý gì không?

- Thì như mọi người thường hay nói... Là núi, sông mà sư đoàn mình phải cày cho đủ!

Một người nào đấy nói nhỏ, giọng phẳng lỳ, miễn cưỡng.

- Nếu vậy thì tôi hỏi làm gì.

Viên thiếu tá cười ngắn, lạnh lẽo.

- Nó chỉ số *"mười một"*.

- Mười một gì thiếu tá?

Người hỏi có vẻ để ý, theo dõi. Nghĩa là hai vạch màu trắng chỉ số *"11 năm"*.

- Nó báo cho biết: Tôi phải ở đây *"mười-một năm"*. Tôi đến đây từ *"Sáu-tư"*, bằng tuổi mấy cậu trung đội trưởng của ông Minh bây giờ.

Viên thiếu tá chỉ tay vào người đối diện, mặt lẩn khuất bóng tối vì chiếc mũ vải vành nhỏ đội sụp. Người nầy hỏi tiếp, chỉ nhích miệng chai khỏi môi:

- Thiếu tá biết từ lúc ấy, hay sau nầy mới suy ra?

- Tôi mới biết ngay bây giờ. Đêm nay. Mười-một năm sau. Thôi mình uống hết *"tua"* nầy thì về. Mai còn có việc.

Người chỉ huy dốc ngược chai bia vào miệng. Những bóng người chập chờn, giẫy giụa trên vách tường, ngọn khói đen cuộn bốc mùi khét đặc. Từ đường Hai Bà Trưng anh đi qua khu chợ, những dẫy nhà im lặng, đen sẩm hơn bóng tối nằm khuất lấp dưới tàng cây thấp, hiện hình những khối đen xao động mỗi khi có gió thổi qua rung cành lá. Anh thận trọng dò dẫm bước chân trên mặt nhựa phủ lớp đất đóng khô thành những mô, ụ nhỏ. *Chẳng lẽ ai cũng đi hết hay sao mà không có chút đèn đóm gì cả thế nầy...* Hỏi vậy coi như không hỏi còn hơn, cứ trông thì biết thôi. Anh đặt câu hỏi, và trả lời để tự trấn an, nhưng chỉ sau khi đi một quãng ngắn, anh đã nhận ra việc rời nhà trong đêm giữa đường phố không người, không đèn là một điều nguy nan, thiếu tính toán. Việc làm vô nghĩa, vô ích. Thôi đã lỡ thì đi một vòng ngắn rồi về. Biết bao giờ mới trở lại. Anh thúc giục với mình khi chân tiếp tục lần về phía trước.

Khối trường học to lớn quen thuộc cùng ánh đèn rọi ra từ đồn Quân Cảnh nơi khúc quanh đầu đường Hoàng Diệu làm anh phấn khởi trở lại. Anh tự chế diễu: *Chỉ bị thần hồn nhát thần tính, có gì đâu phải sợ, chắc vẫn còn nhiều người ở lại, nhưng do không ra khỏi nhà đấy thôi.* Nhưng mối tự tin ngắn ngủi mong manh nầy phút chốc tan biến khi anh tới trước chiếc cổng khóa chặt của ngôi trường và nhìn dọc theo đường Hoàng Diệu âm u không tiếng động quen thuộc của một khu phố chợ luôn sầm uất, sống động, dẫu trước đây luôn gánh chịu tình trạng chiến tranh nặng độ.

Đường Hoàng Diệu đêm nay thăm thẳm lặng im với sự chết dần mòn tức tưởi. Tiếng chó tru thảm trước căn nhà kín cửa dài theo dẫy phố tối, gờn gợn bóng đen những thân cây thông sừng sững như những người khổng lồ bị xiềng đang cố chuyển động, xê dịch. Anh rung chiếc xích khóa cổng. Âm động cọc cạch, khẽ vang khô lạnh. *Chẳng biết học trò và mấy anh, chị ấy ở đâu?!* Anh không thể nghĩ tiếp như người kiệt lực gục ngã cuối một đoạn đường dài vừa chạy quá sức.

Anh nhìn qua cánh cổng, tưởng như bóng tối có tầng lớp, lớp đen của khối nhà đậm hơn khoảng đen của khu sân. *Họ ở đâu hết nhỉ...* Trong một thoáng rất ngắn, anh thấy rõ lại khuôn mặt mỗi học sinh của tất cả các lớp, và cử chỉ, lời nói của từng thầy, cô giáo, buổi chào cờ khai trường đầu tiên - Tháng Chín, năm 1964 - Ngày anh đến đây, hai-mươi sáu tuổi. Cũng hôm ấy, anh mặc chiếc áo len cụt tay màu xanh, thắt cà-vạt đầu đời đồng màu với áo, có những hoa trắng nhỏ thêu chìm - Chiếc cà-vạt của M mừng ngày anh ra trường sư phạm. Không thể chịu đựng thêm phần thấm đau của nhịp liên tưởng, anh rủ mạnh chiếc khóa cổng và bước đi.

Theo thói quen, dẫu bóng tối dày, anh cũng đi đến cuối con dốc đường Hoàng Diệu, rẽ trái, lên ngã rạp hát Diệp Kính, rạp chiếu bóng lôi thôi một cách thân mật, mà vào những đêm đi chơi khuya trước đây, anh luôn có ý *định "vào xem trong đó có gì"...* Ý định ấy đêm nay hóa thành niềm hối hận, như anh đã vô tình xem rẻ một cảnh trí nghèo nàn của nơi chốn trú ngụ thiết thân. Chẳng phải sau mỗi lần đi xa, anh đã luôn dùng nhóm từ ngữ *"về Pleiku"* thay vì *"lên Pleiku"* một cách tự nhiên hay sao, cho dù anh về thăm nhà ở Nha Trang (nơi đã một lần với M).

Từ rạp Diệp Kính, anh đi tiếp đến hang đá Đức Mẹ với bước chân hối hả nôn nao. Cửa sắt rào trước hang hé mở, dãy đèn nến luôn thường trực thắp sáng đêm nay hình như nhiều và sáng hơn giữa vũng tối thoi thóp của Pleiku. Anh quỳ xuống bệ đá, nhìn lên pho tượng với đường nét tà áo, dáng đứng uy nghi, ánh sáng từ dãy nến hắt lên, soi rọi thấp thoáng khuôn mặt đau buồn muôn thuở... *Mẹ ơi!* Anh kêu lên tiếng rõ, thấy hiện thật - *Người Mẹ hằng xót thương* hiện hữu với anh nơi giờ phút không chuyển dịch, giữa vô hồi cùng tận thời-không.

Khi vòng qua con đường nhỏ đổ xuống lại đường Hoàng Diệu, anh đi ngang quán ăn người Tàu mà đến bây giờ anh vẫn chưa hiểu nghĩa những chữ Hán viết trên tấm bảng hiệu, anh nhìn vào...

Đám lính đang lục tục đứng dậy, ánh đèn dầu sau lưng họ làm cho căn phòng trở nên đông đúc. Anh bước vào với nỗi hân hoan. Đấy, còn bao nhiêu là người... Vẫn còn nhiều người ở lại. *Còn người. Còn người mà...* Anh lớn tiếng chào những người lính. *Chào các anh. Chào các bạn.* Anh nói lớn, nhấn mạnh nồng nhiệt chữ *"bạn"* một cách cố ý. - Mời các bạn ngồi lại thêm một lát, tôi xin được mời các bạn uống với tôi một chai bia.

Người đứng trước đám lính trả lời khi đội chiếc mũ lưỡi trai lên đầu.

- Cám ơn ông, cám ơn, chúng tôi vừa uống xong, mà cũng hết ráo cả bia, bọt, và... xin lỗi, ông làm gì mà giờ nầy còn đây?

Người chủ quán ý chừng muốn nhanh chóng đóng cửa, vội chen vào.

- Ông thầy giáo đó mà, ông thầy dạy học ở trường con trai, con gái.

- Trời đất, giờ phút nầy còn dạy ai nữa đây hở ông giáo, ông ở đâu, chúng tôi đưa về, rồi lo chuẩn bị mà đi đi.

Người lính kêu lên, vỗ vai anh ái ngại, thúc giục. Cơn vui vẻ sống động chợt mất hẳn. Đường thở anh nghẹn thắt. Và như để chấm dứt níu kéo vô vọng trong lòng anh. Toàn thị xã bỗng dưng đổ dồn cơn thác lũ ầm vang tiếng nổ, và hồi còi báo động rền xiết luồng sâu, chập choạng với bóng tối bắt đầu biến dạng nên thành vũng lửa đỏ hồng hừng hực. Viên

Tướng Tư Lệnh vùng, nét mặt khắc khổ, nói cùng người chỉ huy đoàn quân với giọng xúc động:

- Toàn bộ lực lượng trong vùng chỉ còn một mình tiểu đoàn anh. Tôi biết, một tiểu đoàn khó xoay chuyển gì được với tình hình nầy, nhưng chúng ta không còn chọn lựa nào khác. Trong Ban Mê Thuột, họ trông mình từng phút, ở đó cũng là gia đình của các anh. Anh có thể cho tôi phần hy vọng nào không?

Viên thiếu tá tiểu đoàn trưởng thật sự tuổi chỉ khoảng vừa quá ba mươi, nhưng bởi lo toan chiến trận và trách nhiệm chỉ huy nên đã biến dạng thành cằn cỗi, khô khan. Anh trả lời rung động, nhưng không kém phần quyết tâm:

- Trại gia binh tiểu đoàn tôi đang bị Việt cộng chiếm đóng, nếu thiếu tướng không ra lệnh, chính binh sĩ, họ sẽ yêu cầu cho nhảy vào trong đó. Riêng tôi, tuy không phải là người ở đây, nhưng cũng đã cùng sống, chết hơn mười năm với đơn vị, nên Pleiku, Ban Mê Thuột, Kontum nầy đã là *"nhà"* chung của chúng tôi, vậy xin thiếu tướng nói vài lời với anh em. Riêng cá nhân tôi, xin hứa tuân lệnh tuyệt đối của một người chỉ huy.

Viên thiếu tá hô lớn:

- Chào tay... Chào!

Toàn bộ ban tham mưu, và sĩ quan Tiểu Đoàn 2/ Trung Đoàn 45/ Sư Đoàn 22 Bộ Binh đồng đứng thế nghiêm, chào tay chạm vành nón sắt. Gió buổi sớm vùng Tây Nguyên se sắc lạnh làm sớ thịt ở hàm họ siết cứng lại, tăng thêm vẻ chịu đựng bi tráng quả quyết của những người biết chắc sau những giờ phút ngắn ngủi nầy, phần thảm họa ắt sẽ đến mà chính họ, và những người lính dưới quyền phải hứng chịu toàn diện. Viên thiếu tướng đứng lên trên chiếc xe jeep mui trần của tiểu đội quân cảnh hộ tống, gỡ nón sắt cầm tay, như để tựa vào một điều chắc chắn trong giây phút nguy nan, cảm khích.

- Các anh em…

Tiếng nói khàn đục chợt tắt…

- Các anh em, trong đó, trong Ban Mê Thuột, Việt cộng đang tấn công, chiếm giữ trại gia binh… Các anh em phải về lại trong đó, tôi có mặt với binh sĩ, tôi có mặt với anh em ở bãi đỗ quân Quận Phước An, tôi cũng sẽ có mặt với anh em nơi Ban Mê Thuột, ngày mình chiếm lại. Anh em hãy quyết chí với tôi…

- Quyết chiến! Quyết chiến!

Hàng quân đồng đưa cao vũ khí, nhưng có những người lính khác thường, không nón sắt, không súng đạn, đưa lên những vật phẩm kỳ lạ - Những đứa bé còn ẵm bế trên tay. Đấy là những người vợ lính theo chồng ra nơi tiền trạm hành quân, nay cùng chuyến đổ quân trở về trại gia binh. Lời thề quyết chiến của những người đàn bà nầy được nghe rõ do thanh sắc trong trẻo, nhỏ bé, theo gió bay lan xa trên sân bay trực thăng núi Hàm Rồng trước giờ trực thăng cất cánh đổ quân giải tỏa Ban Mê Thuột.

Khi bay trên không phận bãi đáp Phước An, từ trực thăng chỉ huy, viên thiếu tá tiểu đoàn trưởng nhận được lệnh mới: Thay vì từ bãi đáp Phước An, theo như lệnh hành quân đã phổ biến, đơn vị tiến theo hướng Tây-Tây-Bắc, cố gắng liên lạc với Liên Đoàn 22 Biệt Động Quân đang cố thủ những vị trí còn lại trong thị xã, nay tiểu đoàn chuyển hướng hành quân, băng rừng về Đèo Khánh Dương, giữ đường xuống Nha Trang. Viên thiếu tá gào to uất hận:

- Xin cho biết giới chức nào ở đầu máy?

- Tôi là thẩm quyền mới của anh, dứt.

Dưới tàu anh, từ đuôi một trực thăng đỗ quân bốc đường khói đen dài, thân chiếc tàu bị nạn xoay tròn như con vụ, những thân người rơi ra vương vãi... Những chấm đen tơi tả, phần phật cháy như đốm lửa pháo bông. Anh cột hai chiếc bình ny-lông đựng xăng và nước uống vòng qua nắp xăng chiếc honda, bỏ những gói mì ăn liền vào chiếc túi xắc cột túm miệng, xong đeo vòng sau lưng như một bịch tượng gạo, đội chiếc nón lưỡi trai, đeo chiếc kính râm to bảng, quấn chiếc khăn lớn quanh cổ. Anh nhất nhất làm theo lời nhắc nhở như ra lệnh của ông chủ nhà chỗ ở trọ.

- Thầy nhớ mang theo chai dầu gió, cái áo bờ-lu-dông lỡ trời mưa, phần để ngủ đêm khỏi lạnh.

- Nhưng làm sao tôi trả được chiếc xe nầy cho bác, nếu tôi không về lại đây?

- Thầy không về đây thì thầy đi đâu, trường ni là của thầy mà, thầy đã không nói với tui như rứa à, thôi, thầy cứ đi đi, đừng thắc mắc.

Ông lão chắc giọng.

- Nhưng nếu tôi không trở lại được?

Anh vẫn chưa muốn rời bỏ căn nhà đã hơn mười năm cùng chung sống với những con người trung hậu, tốt lành như một điều tự nhiên. Tiếng nổ đầu đường Hai Bà Trưng, nơi con dốc đổ xuống Ty An Ninh Quân Đội chấm dứt nhanh câu chuyện, ông lão chạy vào nhà sau khi chỉ kịp hối thúc, khẩn cầu lần cuối...

- Trời đất ơi là trời... Tui xin thầy, chạy đi thầy ơi!

Anh lên xe, thân hình hơi chao đảo vì gói đồ lệch

về một bên, hít hơi dài trước khi rồ máy. Anh nhận thấy trong không khí có mùi khét lạ nhưng không kịp tìm hiểu, vì gió thổi thốc đám khói dày nhầy đục mùi dầu cặn từ khu canh nông bị đốt cháy đang bừng bừng cuồn cuộn bốc cao. Anh có ý định ghé qua hang đá, nhưng khoảng dốc bị chắn lối bởi dãy cây thông lề đường gãy đổ do đợt pháo kích từ đầu đêm, và hai xác chết nằm kẹt dưới những cành lá. *Họ là ai, và chết từ lúc nào... Chẳng lẽ là mấy người lính hoặc là ông Tàu chủ quán?!* Nhưng mối băn khoăn nầy đồng tan mất, khi anh nhập vào đoàn người, xe nhốn nháo, đông đúc dồn ứ nơi ngã ba Thanh An, theo Quốc Lộ 14, xuôi xuống quận Phú Bổn. *Những người nầy tối hôm qua họ ở đâu?* Anh chợt nhói cơn đau vì ý nghĩ: *Hóa ra học trò mình và bao nhiêu người đã chịu khổ nạn từ rất lâu - Tai họa gắn chặt với từng ngày họ cố vượt sống* - Khoảng đường dài bất tận mà giờ đây, anh mới chạm bước đầu.

Anh không biết mình đang đi đến đâu, với những phương tiện gì, hôm nay là ngày thứ mấy? Chiếc xe honda đã bị bỏ lại từ ngã Ba Mỹ Thạch, chỗ Quốc Lộ 7 và Đường 14 do mắc lầy dưới một vũng ruộng cạnh đường, và bị đoàn xe thiết giáp chạy đè lên. Anh chỉ kịp tháo bình nước uống và chạy vụt đi với túi đựng thức ăn. Kính đeo mắt, khăn choàng cổ lần lượt bị rơi mất khi anh cố trèo lên chiếc xe hàng, chỉ với một chân gác được vào bục lên xuống, chân kia phải thòng ra ngoài hứng chịu cành cây đập giập liên hồi trong suốt chặng đường di tản vào ngày thứ nhất - Chỉ một ngày kể từ từ khi rời Pleiku. Nhưng chiếc xe hàng không chạy được bao xa, bởi khi đang qua một đồi thấp, thân xe bỗng nhiên bị xô hẳn về phía vực sau một loạt tiếng nổ bên cạnh sườn phải, và chiếc xe chao đảo nghiêng dần xuống vực bên trái đường đi.

Anh bị ném lên bãi đất cỏ, và ngất đi trong một khoảng khắc ngắn, trước khi đầu máy xe cắm ngược xuống ghềnh đá. Khi gượng đứng dậy được, anh nghe trong xe âm âm lời kêu gào tắt nghẹn của những người bị ngộp thở do bụi mù và cột khói bốc lên từ đầu máy, anh bật chạy xuống đáy vực với một nhanh nhẹn không lường trước...

- Cứu giùm, cứu giùm họ, bà con ơi, bà con ơi...

Anh cố sức kéo búi cỏ, bụi lùm bịt kín cửa sổ bị lèn chặt giữa khối nặng của thân xe và sườn đá núi nhưng không thành, cuối cùng, anh nắm một bàn tay thâm tím đang thò với ra, những ngón tay rẩy rẩy, day day... Anh tuyệt vọng nhìn chung quanh để tìm cách cứu người bị nạn đang kẹt trong xe... Từ vực đá lên đường đi, thấy người nằm vương vãi, lầy lềnh, bê bết máu.

Những sự kiện đau thương trên diễn ra suốt từng phút giây của mỗi ngày, trên mỗi thước đường anh đi qua. Và khi đêm đến... Đêm anh vào đến một phố chợ, hay một quận ly nào đó với hai dãy nhà gạch nằm theo con đường chính mà phần mặt phẳng bị lấp đầy, dồn ứ bởi xác tất cả các loại xe, các loại súng và chồng chồng thây người bầm giập chen chúc giữa đống vật chất tan nát. Tất cả đang nghi ngút bốc cháy. Lửa chập choạng, rùng rùng, ngập ngập...

Và đêm được nối dài tiếp chiều tối bởi ngọn lửa nhân tạo nầy, thế nên, anh chỉ biết được trời đang vào đêm khi vô tình nhìn lên khoảng không, lúc màn khói bị gió tạt loãng, và bất chợt nhận ra mầu trăng lưỡi liềm mỏng vàng đục đã xuống chênh chếch trên đầu rặng núi. Trăng xuống thấp như kia chắc mới vào đêm, vậy mà mình cứ tưởng mới vừa hết buổi chiều.

Cũng là lần cuối cùng anh nhìn lên bầu trời trong suốt chặng đường chạy loạn.

Thật sự, anh không còn khả năng suy xét, phân tích, phân biệt giữa xác thân còn sống của chính mình và sự chết tầng tầng, vây quanh theo từng thước đường anh đi qua, dầy đặc lượng khí trời anh hít thở. Và tiếp lần anh qua dòng sông...

Câu chuyện những tầng địa ngục từ các chuyện hoang đường là đây - Trên chiếc cầu gồm những tấm vỉ sắt ghép vội - Những tấm vỉ sắt được đặt trên những phao cao su lớn, cột chặt bởi những dây cáp bằng thép để tránh dòng nước xô đẩy. Thoạt đầu, thân cầu hơi bị lệch lạc, chồng chềnh khi dây xích chiếc chiến xa hạng nặng đầu tiên chạm vào đầu mé cầu phao, nhưng một quả đạn pháo đã nổ bùng chính xác trên bờ sông bắn tung đám người đang chờ đợi qua cầu, đồng thời hất nghiêng chiếc xe xuống dòng nước...

Những người lính vùng vẫy, cố thoát khỏi lòng xe, nhưng khối nặng chìm nhanh hơn, kéo theo những cánh tay cố vẫy vùng trên thành pháo tháp chiến xa. Chiếc xe bị nạn vô tình biến thành điểm tựa cho những người lính công binh thay thế chiếc phao cao su bị phá vỡ, và những xác người trong chiến xa đồng thời cũng biến thành vật cản ngăn dòng chảy.

Qua thêm một giờ, qua thêm một buổi, có thêm nhiều xe và người bị nạn, dòng nước trở nên trì chậm và người sống sót tìm đường vượt chết trên thây xác đồng bào mình. Không ai còn có lòng nghĩ tới dưới đáy nước đỏ như mầu có lớp lớp người chết dập.

Anh có tâm trạng sống-trong-cảnh-chết khi về đến Đèo Rù Rì vào một ngày cuối tháng Ba, với tiếng biển biền biệt mà anh nghe rõ tận sâu trong từng âm sóng hờn oan. Lần đầu tiên từ rất lâu, anh mong một lần được bật lên tiếng khóc.

Từ đèo Khánh Dương, tuyến phòng thủ của đơn vị nhảy dù, viên Thiếu Tá Tiểu Đoàn Bộ Binh Sư Đoàn 22 giải tỏa Phước An được trực thăng đưa về tổng hành dinh của Bộ Tư Lệnh Quân Đoàn I I, nay đặt tại Đại Khách Sạn Nha Trang, để trình diện viên tư lệnh. Anh không thể nghĩ rằng người ngồi gục trước mặt anh là vị tư lệnh cơ trí, can trường mà anh đã từng tiếp xúc, nghe tiếng đồn ngợi khen từ bao năm nay, vị tướng lãnh độc nhất của quân đội miền Nam, các cấp bậc từ thiếu úy đến thiếu tướng chỉ được thăng cấp tại mặt trận.

Người chỉ huy toàn chiến trường vùng duyên hải, tây nguyên, nay đã là hiện thân của suy sụp và tuyệt vọng. Ông im lặng bắt tay viên tiểu đoàn trưởng và thều thào tiếng nhỏ, hụt hơi...

- Cám ơn, cám ơn...

Và ra hiệu anh đi ra. Viên thiếu tá ra bãi biển bởi anh không biết mình phải đến trình diện ai, làm những gì? Đơn vị còn lại đúng ba người, anh và hai người lính mang máy truyền tin, nay đang ngồi dựa vào thân cây dừa ngủ mê mệt. Anh đến sát mé biển, đặt bàn tay xuống nước, nhìn ra khơi xa. Trên khoảng tối xao động, sóng biển long lanh sáng hơn màn đêm đen có những chấm vàng rơi rớt...

Anh nhìn lên trời, trăng qua đêm rằm méo mó, vàng đục, lệch lạc như trái bưởi khô héo treo trên cành cây nám cháy. Gió thổi có hơi nóng của khí trời đang ủ giông. Anh nhìn dài theo bãi biển, những nhóm người ngồi, nằm ngổn ngang im lặng bên cạnh những khối lớn xiêu vẹo - Đoàn chạy loạn sống sót từ vùng cao, đêm nay, dừng lại với lều trại tạm trú cột vội bên cạnh thân những chiếc xe đã đưa họ về đến bãi biển nầy. Có người đứng nơi mé nước, thân hình như thể xao động, muốn ngã xô vào lớp sóng, bởi khối đen nhập nhòe pha lẫn mầu trăng và thủy triều thiêm thiếp vào ra, nhưng thật ra người chỉ đứng yên nhìn xuống nước.

Đột nhiên anh nhói sắc cảm giác nôn nao của sớm xuân mới, tháng Ba hai mươi năm trước, một mình ngồi trên bãi biển nầy, nhìn sóng nhỏ rì rào xô dạt trên bãi cát tươi ướt, và câu nói bất chợt nhưng luôn được nhớ lại hằng bao năm qua, mỗi khi anh có liên tưởng về biển... *Ở Nha Trang, biển hôm nay sớm quá mà chưa ai tắm...* Và hình ảnh người thanh niên lẻ loi trước biển trong buổi sáng lắng im.

Đêm nay, trên bãi biển tuy có nhiều người nhưng chập chùng nỗi hoang vắng thê lương của cảnh tận diệt. Không còn người mà chỉ là những hình hài mờ nhạt, tan vỡ của họ sau lần căng thân hứng chịu tận sâu nỗi chết - Con người đã hoàn toàn bị hủy diệt, chỉ còn lại âm vọng thương tâm trên triều sóng với tiếng biển gào động thăm thẳm nỗi đau... Một mình. Người với biển.

Tháng Ba, Nha Trang-Pleiku-Cali...
Sau nửa thế kỷ (1955-1975-2005)
Phan Nhật Nam

Những người đàn bà
nơi Trại 5 Lam Sơn

Rồi anh... Bưng mặt khóc òa em ơi!

Bùi Giáng.

Người đàn ông cầm càng chiếc *"xe cải tiến"* trông trẻ hơn hai người đẩy xe, do anh có đầu tóc dày, sợi dài nhỏ uốn úp vào gáy còn nguyên màu xanh đen, và thân thể vẫn giữ được dáng vẻ rắn chắc của tuổi thanh niên dẫu nét mặt hư hao, áo quần nhàu nát, cũ kỹ. Cũng bởi, anh quá tương phản so với hai người đẩy xe mà ngoại hình, áo quần rách rưới thảm hại bày ra lộ liễu hơn.

Người thứ nhất với chiếc cổ cao gầy nhô lên từ tấm áo lính bốn túi của quân đội miền Nam mà nay chỉ còn được nhận kiểu mẫu cũ, bởi phần vải của những chiếc túi đã được lấy đi được đắp lên đệm hai vai, nổi gồ như hai khối u. Và chiếc áo thì vá đụp loang lổ bởi nhiều thứ loại khác nhau gồm những miếng vải nhựa ni-lông màu vàng, xanh; nơi vị trí hai chiếc túi dưới thì được thay thế bởi hai túi vải bao cát (bao đựng cát xây hầm chống pháo kích của dân cư, quân đội miền Nam trước 1975), trĩu nặng xuống như chiếc bị cói nhàu nát.

Người thứ hai mặc chiếc áo khoát màu xanh nhạt, loại manteau của những người nhàn du, sang trọng thường dùng nơi xứ mưa lạnh du lịch Đà Lạt. Nhưng nay, chiếc áo khoát thanh lịch trước kia đã được cắt ngắn, phần vải (bị cắt xén) biến chế nên thành chiếc nón vải che kín đầu và hai tai như chiếc mũ ni của tăng sĩ cao cấp Phật Giáo. Trước đây, người nầy là một giáo sư Pháp Ngữ nổi tiếng của học giới Miền Nam, và từng giữ chức vụ đại diện chính phủ VNCH tại cơ quan văn hóa quốc tế UNESSCO.

Cũng nên nói rõ thêm người đẩy xe thứ nhất, ông vốn là một sĩ quan cấp tá chuyên môn cao cấp của binh chủng truyền tin từ thập niên 60, một trong những người đầu tiên tốt nghiệp ngành truyền tin điện tử quân đội tại Mỹ, cũng của Miền Nam, hoặc chung cả nước. Nhưng số đông người biết đến ông qua tước vị: Danh thủ bóng bàn Miền Nam, đoạt giải vô địch huy chương bạc trước những đấu thủ lừng lẫy thế giới ở lần tranh tài Dormuth, Châu Âu đưa Việt Nam đứng hạng ba toàn cầu về môn bóng

bàn - Chỉ một lần (lần độc nhất) của lịch sử thể thao
đất nước, Việt Nam đã đứng vào hàng thượng thặng
quốc tế mãi đến hôm nay gần nửa thế kỷ sau. Nay
ông được chỉ định nhiệm vụ giúp vị giáo sư kia hoàn
thành công tác lao động vinh quang - Đẩy xe *"cải
tiến"* - Xe nguyên thủy do bò kéo, nay *"cải tiến"* gọn,
nhẹ để con người kéo thay con vật.

Ba người đi ngang qua khu hầm đá vôi. Có dạng
con người đang gào cuồng trong đó. Không ai bảo
ai cả ba đồng liếc vào, xong nhìn xuống đất im lặng.
Họ cảm thấy có tội bởi cách nín lặng bất lực của bản
thân. Trước đây, không ai biết người bị giam riêng
trong hầm nung đá vôi tên gì, là ai...

Năm 1978, từ những trại giam phía Bắc, vùng
Hoàng Liên Sơn chuyển xuống miệt trung du, đồng
bằng sông Hồng, Sông Mã, những người tù Miền
Nam khi đến Trại 5 Lam Sơn, Thanh Hóa nầy đã thấy
người tù kia trong hầm nung đá vôi - Loại đá kết nên
tầng nền móng vùng núi đá Ninh Bình, Thanh Hóa -
Địa phương có hệ thống trại giam đã một thời nổi
tiếng: Trại Đầm Đùn thuộc hệ thống trại Lý Bá Sơ,
thành danh *"địa ngục trần gian"* từ những năm chiến
tranh Pháp-Việt (1946-1954)... Công an trại nầy đã
từng có lời: *Đá chúng ông còn nung ra vôi. Bọn ngụy
chúng mầy xem thử cứng được bao nhiêu!*

Người bị đưa vào hầm nung vôi kia đã bị đưa
thẳng từ Miền Nam ra trại nầy ngay sau ngày 30
tháng Tư, 1975. Sau nầy, ban giám thị Trại 5 thông
báo chính thức trong một buổi học tập:

- Đấy là tên giám đốc nhà giam Chí Hòa, thằng
ngụy cực kỳ gian ác, tay đẫm máu đàn áp nhân dân
và chiến sĩ cách mạng... Nhưng nay cách mạng do
"chính sách khoan hồng nhân đạo", nặng về giáo dục

hơn trừng trị, nên không giết bỏ mà cho vào hầm đá vôi để có *"điều kiện học tập cải tạo tốt..."*

Lý lịch *"tên ngụy"* được xác định vào buổi học tập khoảng cuối năm 1979 khi người tù miền Nam trong hầm đá vôi đã hoàn toàn hóa điên. Tù nhân đi qua thấy ông ngồi trần truồng trong hầm vôi, đưa mắt đứng tròng nhìn ra ngoài không cảm giác...

- Ê... ê...

Thỉnh thoảng ông gào ghìm những âm, tiếng vô nghĩa, tay cào lên thân, lột từng tảng da loang lổ. Hơi vôi nóng ghim sâu, ngấm vào da, thịt, biến người ông thành một đống thịt đỏ, xám bầy nhầy như con tôm lột vỏ.

Hôm nay, bên ngoài trời mùa đông Miền Bắc xám đục giá rét, nhưng bên trong hầm vôi con người trần truồng kia dường như đang bị nung sôi giữa khối hơi bỏng rát, cào xé...

- Ê...ê...

Người cầm càng xe cải tiến lén lút đưa bàn tay ngoắt ngoắt xót thương... Âm động một xe cải tiến khác tới sau lưng với tiếng gào kêu đe dọa...

- Nào...nào... mấy thằng ngụy đứng lại bà bảo...

Xe thứ hai, được kéo và đẩy bởi ba cô gái trẻ, xáp tới gần. Dẫu với chiếc áo tù vải thô màu xám vá đụp và khối tóc khô se vén ngược cột cao ở đỉnh đầu, ba cô gái vẫn còn nguyên vẻ đẹp sắc xảo của tuổi trẻ, dáng dấp thanh xuân. Cả ba đồng đi chân đất, cổ chân đầy, màu da trắng nổi lộ bởi ống quần màu đen rách lai tơi tả. Ông giáo sư thân mật, ấm giọng hỏi nhỏ (phần râu tóc bạc trắng, và do số tuổi lớn cho ông cảm giác có khoảng cách an toàn đối với các cô gái mà ông ước chừng độ tuổi con, cháu)...

- Chào cô Thái Hòa, các cô chở sắn về nhà bếp trại phải không...

Cô gái đẩy cánh phải chiếc xe song song cùng chiều với ông giáo sư vừa được gọi tên Thái Hòa tỏ vẻ ngạc nhiên thích thú...

- Mầy biết tên bà ấy à?

Ông giáo thoáng ngạc nhiên trước trả lời xưng hô đối đáp, xong vẫn giữ thái độ tự nhiên, làm như không để ý.

- Chúng tôi bên nầy biết cô, vì hôm liên hoan 2 tháng 9 vừa rồi có xem cô trình diễn vở nhạc kịch ở sân khấu trại. Cô dựng nhạc kịch hay lắm.

Ông giáo tỏ lời khen ngợi, lấy lòng cô gái, cốt qua câu chuyện.

- Đấy là nhạc kịch Cánh Chim Mặt Trời, đề án tốt nghiệp phó tiến sĩ biên đạo vũ của bà đấy. Bọn giám hiệu người Bun-ga-ry ở đại học Xô-phi-a khen bà suốt...

Ông giáo sư ngỡ ngàng, bối rối do cách xưng hô, nhưng vẫn cố đẩy đưa.

- Cô giỏi quá, nếu ở miền Nam, cô là giáo sư trường quốc gia âm nhạc đó. Tôi đã dạy ở đấy nên biết quý tài năng hiếm hoi của những người như cô.

- Tài cái đéo!

Cô gái đẩy xe bên mé trái tru tréo.

- Nó chỉ được tài *"phọc phạch"* thôi lão già ơi!

- Mả mẹ mầy! Phó tiến sĩ với chả biên đạo vũ, để có được đồng bạc ăn bát phở là biến ngay vào chỗ đại sứ quán kiếm mấy thằng chuyên gia Liên Sô để tuột quần, nằm ngửa, lăn đùng ra... Mầy *"đ... vải"* thì có chứ *"đạo vũ"* gì! Bà đây tốt nghiệp ưu hạng nhạc viện Mát-xcơ-va mà chúng còn tống vào đây vì một tội giời ơi do con mụ vợ thằng thủ trưởng đoàn văn công trung ương dựng chuyện, đến nỗi bây giờ... một con buồi cũng không có! Đéo mẹ cái chế độ khốn nạn!

Cô gái vừa chửi vừa giậm chân xuống đất, đập tay lên khối sắn để làm mạnh thêm lời nói, trò vui. Cô gái cầm càng xe cười rũ.

- Ơ hay, chúng mầy điên đấy phỏng, cần đòi chúng nó cái gì thì nói mẹ nó ra, chứ làm sao phải khai lý lịch biên đạo vũ với lại là tốt nghiệp nhạc viện.

Cô đi sát gần với người đàn ông kéo xe, dóng dả...

- Nầy, mầy có thuốc lào không, cho bà một bi!

Cô đưa đầu ngón tay trỏ để ước tính độ lớn của bi thuốc lào.

Rút kinh nghiệm qua câu chuyện giữa ông giáo sư và cô phó tiến sĩ, người cầm càng xe đáp gọn:

- Tôi không có thuốc lào.

Và anh chuyển tốc độ như chạy, bứt khoảng cách xa xe ba cô gái. Bên nầy cô gái cầm càng xe không chịu nhường.

- Ê... ê ngụy... thằng ngụy... Mầy có đứng lại không nào, không thì bảo... Đứng lại... nầy đứng lại nghe bà chửi!

Người cầm càng xe cố chạy nhanh, nhưng hai người đẩy xe nài nỉ:

- Anh Nhân... anh Nhân đi chậm lại xem họ nói cái gì?

- Nói gì, chúng nó chửi vào mặt như thế chứ nói gì... Tôi phải nhịn đến đây thì quá sức rồi.

Anh vốn là một tiểu đoàn trưởng Biệt Động Quân

lừng lẫy của vùng đồng bằng Sông Cửu Long, lên lon trung tá mặt trận từ năm 1972. Ông giáo sư rền rĩ:

- Khổ thật! Khổ thật!

Và như một phản xạ khi nguy khốn, ông cho tay vào túi chiếc áo choàng nắm chặt chiếc Thánh Giá bằng gỗ khắc chạm từ ngày vào tù nơi Miền Nam. Cách tự bảo vệ, an ủi mỗi khi gặp tình huống ngặt nghèo suốt bao năm nay.

Cô gái cầm càng xe thứ hai đã theo kịp chiếc chở lúa của ba người đàn ông, cô hét lớn qua hơi thở dồn.

- Tiên sư bố mầy thằng ngụy nhá... Bà đây chỉ mỗi tội bán dâm còn chúng mầy là đồ bán nước... Bà chỉ hỏi xin mầy tí thuốc lào bằng đầu đũa như thế nầy nầy mà chúng mầy bần tiện không cho bà (cô dứ dứ ngón tay trỏ vào mặt viên trung tá biệt động)... Mầy bán nước được khối tiền của Mỹ giả cho mầy... Thế mà... thế mà chỉ mỗi bi thuốc lào bà hỏi mầy lại không cho... Tiên sư bố chúng mầy bọn đàn ông, thằng bí thư đảng ủy công đoàn bần tiện, đéo xong cũng chỉ thí cho bà năm hào đủ ăn bát bún riêu... Mả mẹ thằng ngụy... đồ bán nước...

- Tôi không có thuốc lào... Thế thôi.

Anh trung tá biệt động bỏ con lộ đá rẻ nhanh vào khu nhà kho chứa lúa.

- Tiên sư bố chúng mầy... đồ bán nước... Bà đây chỉ bán dâm...

Từ trên đường cái ong óng tiếng chởi chen lẫn giọng cười và lời tán thán nồng nhiệt.

- Chế độ khốn nạn không có đến con buồi!

Tiếp lời hát lanh lảnh vút cao với kỹ thuật điêu luyện dần vọng xa... *Hà Nội đó niềm tin yêu hy vọng...*

Của núi sông và của mai sau...

Khu chứa lúa Trại 5 Lam Sơn vốn là Chủng Viện Công Giáo Xã Lam Sơn (nơi vị anh hùng dân tộc Lê Lợi dấy binh chống quân Minh xâm lược Thế Kỷ 15), Huyện Thiệu Yên, Tỉnh Thanh Hóa. Chắc rằng người cai quản giáo xứ vùng Thanh Hóa thế kỷ trước đã có ý hướng muốn lưu giữ nơi địa danh lịch sử nầy dấu ấn của Đức Tin - Nguồn lực vô hình siêu việt đã gián tiếp hiện thực nhiều lần với Lòng Yêu Nước của Người Dân Đại Việt qua bao thế kỷ - Tất cả kết nên biểu hiện về đời sống tinh thần của một dân tộc biết quý trọng Nhân Nghĩa, bảo vệ giá trị Tâm Linh.

Sau 1954, tất cả di tích, cơ sở tôn giáo toàn vùng đồng bị hủy hoại. Thật ra, chúng đã bị bốc dỡ từ sau lần chiến tranh bùng vỡ, 19 tháng 12, năm 1946 theo *"kế hoạch vườn không nhà trống"*, dẫu vùng Thanh Hóa đã là An Toàn Khu suốt giai đoạn chín năm chiến tranh Việt-Pháp 1946-1954. Người cầm quyền cộng sản nại lý do yêu cầu của chiến tranh giành độc lập đã ra tay tàn phá toàn bộ di sản vật chất, tinh thần của đời sống, sinh hoạt, văn hóa làng xã, luân lý cổ truyền, tôn giáo nói chung và của cộng đồng công giáo nói riêng.

Thánh Giá, tượng hình Thánh đúc bê-tông cốt thép, những cửa gỗ đền thờ kiên cố, băng ghế cầu kinh, bệ bàn thờ... đồng *"được"* sung công sử dụng làm nền, cột chống, tấm che... của những công sự chiến đấu trong giai đoạn chiến tranh.

Khi hòa bình tái lập 1954, chúng trở thành vật dụng xây dựng xã hội chủ nghĩa ở Miền Bắc. Thế nên, khi đến đây sau 1978, những người tù Miền Nam nhận ra những khối tượng vật thể linh thiêng, cao quý kia nơi những hầm chứa, ủ phân, kho thóc...

Chiếc xe chở lúa do ba người kéo, đẩy lăn chậm vào một lối đi lót đá tảng giữa hai hàng cây sứ khô cằn lạnh lẽo. Trước đây, những dãy nhà dọc theo lối đi là nhà nguyện hoặc nơi trú ngụ của các chủng sinh, nay chỉ còn trơ lại mái che (lợp ngói âm dương theo kiến trúc xây dựng cổ truyền) phần lớn đã sụt vỡ, và hàng cột ngã nghiêng hư hỏng do những khối đá xanh lót chân cột đã bị nạy lấy đi.

Ông giáo vốn người ngoan đạo, mạnh mẽ đức tin, liên lụy cầu nguyện đưa mắt ưu phiền nhìn lên nóc khu nhà loang lở, sụp vỡ, vá víu... Ông thấy ra dạng hình Thánh Giá trên nền trời mờ đục.

Viên trung tá biệt động rà xe vào sân khu chứa lúa. Có hình người ngồi rũ trên sân gạch, đầu tóc dài che khuất mặt và phần lưng chiếc áo fielf jacket màu đất sét vàng, nâu của lực lượng Cảnh Sát Dã Chiến Miền Nam.

- Bà Được... chị Được... Cho chúng tôi nộp lúa.

Viên trung tá biệt động tên Nhân chủ động lật ngược càng xe, ra vẻ đã quen người, quen việc.

- Gì!

Người ngồi rũ ngửng mặt lên, vén mái tóc khô sạm, quăn queo, rối rắm. Da mặt nhăn nhúm, tia nhìn vô hồn, khô rốc.

- Chúng tôi bên phân Trại D (phân trại tù người Nam) đến nộp lúa.

Người tên Nhân giải thích.

- Anh điều chỉnh...

- Vâng, chúng tôi đến nộp thóc của đội nông nghiệp bên phân Trại D... Bà, chị... chỉ cho chúng tôi đổ nơi đâu.

- Thối! Bà với chị...

Người đàn bà nhếch mép chế diễu... Ba người đàn ông đưa mắt nhìn nhau ước định tình thế, sau cùng, người tên Nhân nhắc lại thêm một lần.

- Chúng tôi thuộc đội nông nghiệp bên phân trại D đến nộp thóc.

- Chị cho biết xuống lúa nơi đâu. Anh nhấn mạnh danh từ *"chị"*, tỏ vẻ nghiêm chỉnh.

- Lại chị nữa... Rõ nỡm!

Người đàn bà cao giọng với cách vui vẻ chứ không tỏ ý phiền trách. Ba người vẫn chưa hiểu hết ý nghĩa tiếng lời ngắn ngủi từ người đàn bà, phần do *"tai nạn"* vừa xẩy ra với ba cô gái trên đường đi, nhưng họ cảm thấy có phần *"tin cậy"* nơi *"đàn bà lớn tuổi"* nầy (ước đoán cùng chung độ tuổi với họ) qua cung cách, âm nói được đánh giá *"không đến nỗi"*...

Người đàn bà chỉ tay vào một góc sân dưới mái che...

- Đấy, cho xuống nơi ấy. Nhưng này, đừng *"bà"* hay *"chị"* nữa nhá!

- Thì chúng tôi đã ở trại nầy hơn hai năm rồi, cũng đến nộp thóc nơi đây mấy mùa, biết chị vài lần...

Viên trung tá biệt động thoáng ngần ngừ trước từ *"chị"* (do lời gióng trước của người đàn bà) nhưng làm ra vẻ không để ý khi trút đống lúa nhánh xuống sân.

- Rõ khỉ chửa... Đã nói đằng ấy đừng gọi chị gì gì nữa!

Người đàn bà trở lại nhắc nhở với giọng thân mật.

- Thế thì cô ở đây đã bao lâu?

Ông giáo sư chen vào với chữ *"cô"* khôn ngoan, hợp lý.

- Hai mươi năm rồi đấy!

- Trời đất!

Cả ba người đàn ông cùng kêu lớn không kìm giữ.

- Vậy, vậy cô đi tù từ năm nào?

Viên trung tá vượt qua ranh giới ngăn cách do tác động bởi nỗi khổ gớm ghê của hai-mươi năm tù.

- Ối dào! Kể làm gì! Năm ý,... năm ý tớ mười-tám tuổi... Mà đằng ấy có thuốc lào không cho tớ mấy bi.

Nghe đến chữ *"thuốc lào"* cả ba ngần ngại nhìn nhau. Cuối cùng, viên thiếu tá, danh thủ bóng bàn quốc tế góp lời:

- Chúng tôi người Nam không hút thuốc lào, nhưng nếu mai trở lại đây nộp lúa, chúng tôi sẽ biếu cô mấy điếu thuốc lá,

- Thuốc thẳng hả?

Người đàn bà vụt trở nên mau mắn như thể đã cầm được điếu thuốc

.- Vâng, chúng tôi sẽ biếu cô mấy điếu thuốc lá làm từ trong Nam. Chúng tôi giữ lời.

- Thuốc thẳng có cán nhé! Hết ý! Em cám ơn các bác.

Người đàn bà như đang đắm chìm trong hoan lạc với khói thuốc lá. Cô trở nên sinh động, tươi tỉnh, đằm thắm.

- Đời em nó không ra gì các bác ạ!

- Mà... mà việc gì đến nỗi phải hai-mươi năm?

Gần hết một đời người. Con gái tôi cũng gần bằng tuổi cô.

Ông giáo bùi ngùi thương cảm.

- Chẳng là... Chẳng có sự gì sất!

Người đàn bà bắt đầu câu chuyện, giọng tỉnh táo, đều đều...

Năm ấy, Đỗ Thị Được, mười tám tuổi, người dân tộc Mường thuộc Huyện Cẩm Thủy, Thanh Hóa đầu nguồn Sông Mã được chỉ định vào tổ chăn nuôi của huyện do khả năng có thể lội xuống ao sâu suốt buổi sáng mùa đông để vớt bèo lên băm cho đàn vịt của hợp tác xã. Cô hai lần được đề nghị, bình bầu là *"Chiến sĩ thi đua lao động xuất sắc toàn huyện"*; nên đang là đoàn viên thanh niên, cô đã được động viên để trở thành *"đối tượng kết hợp đảng"*. Khi đứng nhận lãnh cuốn sổ tay và tấm khăn hồng do đại diện hội phụ nữ trao tặng, Được có mối xúc động gây đỏ như khuôn mặt dày rộng. Cô có cảm giác từng sợi chân tóc ứa đẫm mồ hôi. Dẫu không hiểu lời của chị hội trưởng hội phụ nữ... *"Phấn đấu công tác tốt. Huy động mọi phương tiện. Tranh thủ mọi điều kiện.Tận dụng mọi khả năng. Khắc phục mọi khó khăn... Để tiến tới một mùa bội thu trong mặt trận nông nghiệp, chăn nuôi, yểm trợ tiền tuyến, hạt gạo cắn làm đôi, nuôi Miền Nam ruột thịt đang rên xiết dưới gông cùm của bọn Mỹ Ngụy..."*

Cũng như không rõ chiếc khăn hồng và cuốn sổ tay dùng để làm gì bởi cô không có nhu cầu với hai quà tặng kia - Được không biết chữ cũng không hề lau mặt với một chiếc khăn. Nhưng cô nhất quyết trở nên *"đối tượng kết hợp đảng"* qua hoàn tất công tác buổi sáng trầm mình xuống ao sâu vớt bèo, xong ngồi băm đủ cho bầy vịt mấy trăm con - Vịt là tài sản xã hội chủ nghĩa, của nhân dân. Nhân dân lao động. Mấy chữ nầy giúp Được loáng thoáng hiểu: Nhân dân chính là mình!

Nhưng cô có thắc mắc... *Sao ban quản lý hợp tác xã thỉnh thoảng lại bỏ vịt vào bu đem lên văn phòng ủy ban nhân dân huyện mà bản thân mình không hề được ăn thịt vịt?* Cô chỉ có ý nghĩ mơ hồ như thế thôi vì không đủ sức để đặt vấn đề *"khẩn trương"* hơn. Cho đến buổi sáng hôm ý.

Được tiếp tục câu chuyện...

Hôm ý, giời cũng vào đông như hôm nay, mãi đến trưa mới từ ao lên, do sớm phải đi đồng kéo thay con trâu của hợp tác vừa ngã chết tối hôm trước vì rét, em ngồi băm đến vã mồ hôi mà lũ vịt thì kêu nháo nhào ngoài sân vì đói. Rồi chẳng hiểu từ đâu *"thằng ý"* lù lù đi vào.

- *"Thằng ý"* là thằng nào?

Anh sĩ quan biệt động hỏi gấp do thấy ra phần mở đầu bi kịch câu chuyện.

- Thì thằng chồng em ý mà, nó là thằng chăn vịt, trên bố trí nó kết hợp với em để thực hiện khẩu hiệu... Ba đảm đang. Ba sẵn sàng. Ba xây. Ba chống... Bởi nó bị bệnh gì gì từ bé nên hai chân teo lại, quặp vào với nhau, cái đầu buồi thì nhỏ bằng của thằng bé con... Nó khỏi phải đi B, ở nhà bố trí vào đội sản xuất với em... Trên bảo như thế nó là đúng *"tiêu chuẩn của đối tượng kết hợp"* để khỏi có con gây tiêu cực công cuộc giải phóng miền Nam!

Được kể tiếp giọng sôi nổi, chen phần công phẫn như đang bị oan ức...

Vừa lết vào thì nó làm như ông giời con, hét tướng lên... *Nầy cái con trây lười lao động kia... Sao mầy không khẩn trương chấp hành lệnh trên cho vịt ăn cho đúng giờ, đúng chất lượng... Mầy mà không chấp hành công tác tốt thì tao nhất trí báo cáo lên trên buộc mầy sửa sai, để đạt, vượt chỉ tiêu như trên đã đề xuất... Nếu mầy cứ tiếp tục công tác tiêu cực như thế nầy thì tao sẽ đề nghị chi bộ lấy lại khăn hồng và sổ tay của mầy... Tao là ủy viên kế hoạch giữ sổ chấm công của mầy cơ mà...* Đến nước nầy thì em không chịu nổi nữa. Thế là sẵn con dao trong tay, em hươi một nhát. Nó ngã ra chết tốt.

Giọng Được dứt khoát, mạnh mẽ.

- Anh ấy chết như thế rồi cô tính sao?

Ông giáo sư rúng động.

- Hỏi rõ thối... Thì nó cứ nằm đó mà chết chứ sao! Em còn bao nhiêu việc... Vịt thì đang kêu nháo cả lên.

- Rồi sao nữa?

Ông danh thủ bóng bàn nhìn xuống bàn tay của mình và bàn tay người đàn bà...

- Thì em cứ tiếp tục băm bèo. Rồi, rồi... bố nó ở đâu vác xác về, thấy thằng ý nằm như thế, ấy là lại la toáng lên, định bỏ chạy ra cơ quan... Em phóng theo, cho ngay một nhát. Lão già ngã xuống, máu phun ra có vòi... Đã nói, em đang sẵn con dao trong tay mà nó lại cứ hét um lên tưởng làm em sợ... Em chả sợ cái gì sất...

- Rồi sao nữa...

Ba người đàn ông xem chừng như kiệt lực, dẫu viên trung tá biệt động vốn dạn dày chiến trận. Được hạ giọng kết luận:

- Trở vào, thấy bèo vẫn còn thiếu, sẵn cái chân cong queo của thằng ý, thế là em véo vào băm luôn... Cho vịt ăn no, em cắp dao lên cơ quan báo cáo xong công tác, và đi tù từ ngày ấy đến nay. Các bác nhớ cho em mấy điếu thuốc nhá. Thuốc thẳng có cán... Hết ý.

Để nhớ lần tử/sinh, ở Colorado, và Tsunami
để hiểu Sự Ác có thật.(26/12/2004)
Phan Nhật Nam

Vẽ lại từ tác phẩm "Tấm Thẻ Bài" của NAG Nguyễn Ngọc Hạnh.

Người chết đầu bãi sông, buổi tàn xuân...

Em về nơi thế kỷ sau...

Bùi Giáng

Anh cất túi hành lý của người bạn lên giá xắc trên đầu ghế ngồi, xong ngồi xuống nói nhỏ:

- Ông có thể ngủ vài giấc, khi nào xe đến San José tôi sẽ đánh thức dậy.

- Ngủ thế nào được, ngủ suốt mấy mươi năm chưa đủ sao... Chẳng lẽ mua vé may bay ngàn đô-la, đi nửa vòng quả đất từ Việt Nam qua đây gặp ông chỉ để ngủ?! Anh định xỏ xiên, bày vẽ gì tôi thì cứ nói.

Người bạn nói tỉnh sau cặp kính râm dày.

- Chẳng xỏ xiên, mỉa mai gì... Sao chẳng có khi nào anh nghĩ tốt cho tôi, chỉ do thấy anh hơi... béo nên tôi có ý bảo anh ngủ kẻo mất sức!

Anh trả đũa sòng phẳng, tỏ ý bằng lòng vì "sửa sai" được đối phương vốn nổi tiếng là tay biết sử dụng ngôn ngữ sừng sỏ!

- Ăn nói độc ác! Chữ nghĩa "thô bỉ"!

Người bạn úp nón lưỡi trai lên mắt...

- Ừ thì ngủ, xứ Cali của anh đất khô cằn, núi không cây xanh, người thì chỉ giỏi xỏ xiên và... xài cell phone! Tôi tưởng sau bao nhiêu năm ở Mỹ, anh phải có thêm điều mới mẻ, hóa ra cũng chỉ chừng ấy, kể ra cũng... xoàng!

Ông bạn phản pháo mặt không đổi sắc.

- Anh nhầm rồi, đất khô nhưng là đất núi lửa, cây cam, cây chanh chỉ cao hơn thước, phải vạch trái ra mới thấy lá... Tôi không bằng ai, nhưng học được nhiều chuyện hay, thấy ra nhiều điều lạ từ ngày giã từ anh... Như việc anh đi từ Việt Nam qua đây, tôi từ miền Bắc nước Mỹ tới để gặp nhau hôm nay tại Cali - Không phải là việc đáng nói do một xếp đặt huyền vi kỳ diệu hay sao?

Anh chuyển cách trình bày nghiêm chỉnh. Người bạn hiểu ý, thấp giọng bùi ngùi...

- *Tôi cũng nhận thấy vậy, tháng 12, ba-mươi năm trước, 1976, anh với tôi gặp nhau lần cuối nơi chân Đồi Tắt Thở, Xã Việt Hồng, Việt Cường, Hoàng Liên Sơn. Nay cũng đang là mùa Đông, tháng 12. Chỉ khác... ở Cali... Tôi đã có viết truyện về nơi chốn ấy từ 1974 trong cuốn sách cuối cùng trước khi đi tù. Thật ra mọi chuyện đã sẵn có như câu chuyện sau đây...*

1955...

Đã nhiều lần trong cơn mơ, anh thấy ra tình cảnh gã thiếu niên phải đẩy chiếc xe đạp xẹp lốp dọc đường Nguyễn Hoàng với lòng ngổn ngang trĩu nặng. Khoảng đường nầy, trong nhiều năm dài tuổi nhỏ, từ khi mới đến Đà Nẵng, năm 1952, anh hằng qua lại mỗi ngày, ít nhất cũng hai bận từ nhà đến trường, và trở về cho hai buổi học sáng, chiều. Vào ngày nghỉ, số lượt đi, về kia càng tăng gấp bội vì nhà của những bạn thân, địa điểm chơi đùa đồng nằm dọc con lộ im bóng cây nầy. Và sau nầy, khi lớn lên với ngã rẽ lên Đường Đông Kinh Nghĩa Thục, lối vào nhà Mh, người bạn gái thân thiết, thì con lộ không còn là một khoảng cách địa lý, tuyến đường giao thông, nhưng đã là đầu mối dẫn đến nguồn an ủi, cho anh điểm thương mến nương tựa.

Mỗi lần đi trên đường Nguyễn Hoàng, khi vừa qua khỏi cổng xe lửa, nơi có ngôi Nhà Lầu Đen của gia đình những người bạn họ Đặng, thấy thấp thoáng hai lầu tháp chuông, trống của Thánh Thất Cao Đài ẩn hiện dưới vòm lá xanh dầy, thì lòng anh có nỗi nôn nao cảm động. *Không biết "chị Mh" có ở nhà không?* Anh gọi người bạn gái cùng lớp, chỉ lớn hơn một, hai tuổi kia với danh xưng giản dị nhưng hàm súc, *"người chị"* với hết lòng quý trọng. Bởi phải sống đơn độc, nghèo khó từ tấm bé, nên anh rất hiểu sự quý giá của tình thương yêu - Nó bù đủ cho anh tất cả mọi điều thiếu thốn. Anh xem tình huống liên hệ (với người bạn gái) nầy như một chuyện tự nhiên, và tình cảm đối với *"người chị"* ấy là điều ắt có.

Tất cả sinh hoạt đằm thắm cảm xúc của những năm tháng kể trên có chung từ một đầu mối... Căn nhà tranh nhỏ, chật mà mẹ anh đã dựng nên như một *"phép lạ"*- Chỉ trong một ngày với hai người thợ làm đồ tre. Căn nhà chật đến nỗi chỉ kê được chiếc giường ngủ cho mẹ và hai em; chỗ ngủ của anh là một thân cây xẻ dọc, ban ngày dùng làm bàn ăn, và nơi làm bài học.

Từ những năm đầu (trong độ tuổi ấu, thiếu), anh nằm lọt vào khoảng giữa của đoạn thân cây, đến sau nầy anh phải gập hai chân mới nằm đủ cho một thân thể đang tuổi lớn. Nhưng sự thể cũng không hẳn chỉ chừng ấy. Đường Nguyễn Hoàng kia đối với anh có một giá trị sâu xa bí mật hơn. Đấy là buổi sáng ngày khai trường đầu tiên của năm vừa được vào trường công: Lớp Đệ Lục Trường Phan Châu Trinh - Trường công lập đầu tiên và độc nhất của Đà Nẵng.

Đứa bé đi chậm trên mặt lộ lồi lõm đá mà lớp nhựa mỏng đã bị bóc dở chỉ sau một vài trận mưa, (chẳng cần phải mưa lớn bão lụt, nhưng do nước đọng chảy thành dòng nhỏ hai bên lề cũng đủ kéo hết phần nhựa lót để bày ra mặt đường đá), dưới tàng lá kiền kiền đong đưa dọi bóng nắng loang lổ trên mặt đất. Bỗng, nó đứng sững lại với nỗi rúng động bởi cảnh tượng thương tâm: Đàn bướm cánh lớn sặc sỡ bò lềnh kênh, sắp ngửa trên mặt đường với cố gắng vô vọng tội nghiệp... Không biết chúng bò đến đâu, để làm gì?! Trên mặt đường vương vãi những xác bướm với đôi cánh loang lổ bụi phấn, và dập gãy bởi thân bướm quá nặng mà đôi cánh không thể nào mang vác di chuyển an toàn được, đừng nói đến chuyện nhấc bổng bay cao.

Đứa nhỏ như nghe rõ ra thanh âm cào xé thảm thiết im lặng của lũ bướm đang tuyệt vọng đang rẩy chết. Cùng lúc, nó nhận ra tiếng kêu nhỏ hoảng hốt bên kia lộ. Cô bé gái mắt xanh biếc, đang đứng sững kinh hãi trước cảnh tượng thương tâm của đàn côn trùng, cánh môi đỏ hồng hé mở rúng động... *"Tránh đi, tránh đi... Sợ lắm, sợ lắm, Như, Như... sợ lắm!"* Thằng bé bất ngờ trở nên mạnh mẽ, dạn dĩ, chạy băng qua đường, khua tay an ủi, giúp đỡ... *"Đừng sợ! Đừng sợ! Bướm không cắn đâu, đừng sợ."* Và nó thấy ra nỗi thôi thúc muốn cầm bàn tay cô bé để cụ thể hóa ý hướng che chở cho một người khác phái xa lạ mà lần đầu trong đời nó có nhận xét, lưu ý đến.

Cũng bởi cô bé quá đỗi xinh đẹp, nét vẻ lồng lộng tinh anh... Tại sao có đứa đi học mà đẹp đến như thế?! Với suy luận của tuổi mới lớn, hắn nghĩ rằng: Đang còn đi học thì không thể đẹp quá độ như vậy được. Đấy là những năm thần tiên của cuộc đời mà sau nầy nhớ lại như một điều huyền hoặc. Cũng là do lần ra đi của người mẹ quá thương tâm mà gã thiếu niên buộc phải đương cự với tư thế của kẻ đã trưởng thành.

Anh luôn sống trong cùng một lúc với những yêu thương đằm thắm của tuổi nhỏ và nhọc nhằn khốn cùng của mỗi ngày hôm nay bắt đầu từ năm tháng không thể nào quên.

1975...

Ông Chu ngồi trên bậc thềm trước hiên nhà 104B Đường Công Lý, Sài Gòn. Đoạn đường trước Thương Xá Crystal Palace nầy vốn là nơi sinh hoạt nhộn nhịp sinh động nhất của thành phố, bắt đầu từ lúc trời rạng sáng kéo dài cho đến đêm tối, nhất là khoảng giờ tan sở buổi chiều. Hai lề đường luôn đông người đi bộ, và dưới lòng đường các loại xe gắn máy, xe hơi, phải nhích chậm từng thước ngắn trước khi ra tới dòng chính, đường Lê Lợi. Chiều nay, 29 tháng 4, 1975, con đường trống vốc hiu hắt như chiều Ba-mươi Tết, nhưng không phải cảnh tượng thư giãn nghỉ ngơi với không khí đầm đầm êm ả đặc biệt riêng của chiều cuối năm để chuẩn bị cho Đêm Giao Thừa bùng vỡ với Sài Gòn hoan lạc sống động.

Chiều Hai-mươi chín Tháng Tư, năm Một ngàn chín-trăm bảy-mươi lăm, Sài Gòn u uẩn thở hắt hơi hấp hối với những con người cảm nhận cái chết thật gần kề. Thành phố tan hoang như giải mộ huyệt khổng lồ bị đào xới vội vã để kẻ bạo ngược tìm của cải từ những thây chết bị vứt tung vương vãi. Nón, giầy, áo quần lính không biết từ đâu, do những ai vất tràn tung tóe lên bờ hè, dài theo mặt lộ. Và trên đường, những chiếc xe nhà binh, xe du lịch (từ, của những người đã bỏ đi) chạy vun vút ngang ngược do những thanh, thiếu niên cầm tay lái, những bọn khác đứng chật hai bên thành xe, áo trật khuy nút xốc xếch, dữ dội với giải băng, hoặc khăn đỏ cột trên cổ, vòng tay áo.

Có đứa chỉ với một mẫu vải đỏ xé, nhặt từ đâu đó trong vội vã để có dấu hiệu của đoàn lũ, kịp a nhập với cơn bạo ngược đang trào dâng toàn thành phố, hiện thực thêm cảnh tượng hoảng loạn với những đám đông tụ họp, hò hét, chửi bới giành giựt bâu quanh những địa điểm công cộng, cơ sở chính quyền chứa vật liệu đắt tiền, thức ăn dự trữ.

Đạn súng tay bắn lên trời từng tràn de dọa hung hãn chen lẫn những tiếng nổ bập bùng của trái phá, lựu đạn... Tiếng đập đục từ những chung cư ngoại kiều, biệt thự chính phủ, những kho chứa hàng dồn lên từng chập như cơn động đất âm âm từng lòng sâu, tràn dần lên bờ mặt, tạo nên chuỗi âm động ma quỷ rờn rợn như ngàn vạn chày vồ đang nện lên nắp áo quan, xuống tầng tầng mộ huyệt của lần chôn sống tập thể.

Ông Chu ngồi lặng ở bục cửa, ngó sững ra khoảng trống. Anh dựa xe đạp ngồi xuống bên cạnh, đặt tay lên cánh tay trái của ông mà bình thường phần cổ tay luôn kẹp sát vào thắt lưng để bớt phần run rẩy do tai nạn đụng xe sau lần bị mưu sát, cũng do chứng Parkinson ở người già. Người bạn lớn tuổi nhìn anh với tròng mắt không phản ứng.

- Anh không đi à?

Bình thường âm nói của ông vốn trùng lặp, không phát âm rõ mỗi chữ (ảnh hưởng hậu quả của vết thương đạn xuyên qua yết hầu từ lần bị mưu sát năm 1966), nay càng thêm tắt nghẹn, yếu ớt, môi dưới rung chuyển lệch lạc không theo âm, chữ được phát ra, chút nước bọt trào theo mỗi tiếng nói. Ông Chu ngừng lại, gượng đứng lên, tỏ ý muốn hất tay anh ra để xác định vẫn còn khả năng tự chủ, quyết định dứt khoát, nhưng bởi đã quá yếu, nên cuối cùng ông khẽ tựa vào anh để đứng lên. Môi dưới của ông lại chuyển động, xong khép chặt. Nói cũng đã là vô ích.

Ông bước vào nhà, ngồi xuống băng ghế thấp sát phần tường lót gỗ nhìn lên hàng tranh chụp in lại của những danh họa thế giới mà Đằng Giao đã thiết trí từ năm mới khai trương cơ sở Sóng Thần nầy. Anh ngồi xuống bên cạnh ông. Vô ích, bối rối, rời rạc.

Vợ chồng Đằng Giao, Chu Vị Thủy từ trên lầu bước xuống. Im lặng vây chặt, đè nặng, bốn người nhìn nhau như thể muốn chia bớt phần trách nhiệm về một quyết định quan trọng. Cuối cùng, Thủy lên tiếng:

- Anh Nam cũng không đi đấy ba.

- Ừ!

Ông Chu lơ đãng, không để ý lời con, rung rung đứng lên, đi ra lại cửa như muốn thoát khỏi một điều ràng buộc, kéo giữ từ căn nhà mà giờ nầy đã nên thành mối đe dọa, nguy biến. Thủy vội đi kèm theo. Đằng Giao đứng sát vào anh, thì thầm, mệt mỏi, buông xuôi...

- Tôi xuống bến tàu rồi, kinh quá, đành ở lại thôi. Đã thấy cảnh Đà Nẵng, Nha Trang, tôi chịu không nổi, đấy còn là trên bờ, huống gì ra ngoài khơi. Anh ra ngồi với ông đi, thấy anh ở lại, tụi nầy mừng lắm, mấy ngày nầy không gặp, tưởng anh đã đi rồi...

- Sao ông không đóng cửa lại?

Anh chuyển câu chuyện khó khăn vào sự kiện bình thường, cụ thể.

- Không được, đóng cửa, chúng nó tưởng nhà bỏ đi, ào tới phá cửa hôi của ngay. Mấy tiệm ngoài đường Lê Thánh Tôn đã bị đập cửa rồi...

- Thế thì để tôi đem xuống cho ông cây súng...

Anh bỏ dở câu nói với chữ *"cây súng"*, nhẹ tênh, hụt hẫng...

Đằng Giao hiểu ý, cười nhạt thay lời từ chối.

- Súng, đạn làm gì bây giờ, chuốc thêm họa thôi,

cậu trung tá Lô còn hứa đem cả khẩu đại liên tới.

Thủy trở vào, đứng sát cạnh chồng, nói nhỏ nhẹ, cố nên vẻ tự nhiên...

- Anh ở lại ăn cơm với tụi nầy, ba tôi cần có người bên cạnh, anh ở chơi với ông, mấy hôm nay ông nhắc anh mãi... Phần muốn anh đi thoát, phần muốn gặp anh, dịp nầy mới biết ai là bạn bè thật... Thằng cha Đg chưa gì đeo băng đỏ, đến đây định hù tụi tôi, vừa bước vào nhà, bị ba tôi ném cho cái cốc, và đuổi ra ngay.

Ý Thủy muốn kể một chuyện vui, và nhấn mạnh về tính bốc đồng cố hữu của ông Chu hơn là phê phán hành vi tráo trở của kẻ tên Đg kia. Câu chuyện có được tác động tốt, anh trở lại tính liều lĩnh, bất cần (nay gặp thêm cảnh cùng đường, tính cách nầy càng phải được phát triển).

- Chị nói phải đấy, để tôi chạy đi mua mấy chai bia. Bữa nay, ông Giao với tôi cần phải uống với nhau, biết đâu đây là dịp chót được uống bia Mỹ, rượu Tây.

Anh mau mắn ra lấy xe đạp, nói với vào nhà...

- Tôi chỉ đi một lát là có ngay, bia, rượu lúc nầy dễ kiếm thôi, thiên hạ lấy ra bán đầy đường...

Anh cất cao giọng, làm ra cách đang sống động, vui vẻ.

- Bác đợi em một chút nhá...

Anh nói to với Ông Chu, bình thường hóa một tình cảnh đã thật sự vô ích cứu vãn. Nhưng khi đi đến góc đường Lê Lợi-Công Lý, anh hiểu ra ngay điều xa xót - Tất cả đã quá muộn màng, tuyệt vọng. Những chiếc xe chạy ngang dọc, bóp còi inh ỏi... Có hai chiếc chạy ngược chiều tông vào nhau trước tiệm sách Khai Trí, trên khoảng đường dành khách bộ hành và xe gắn máy, sát lề đường. Hai đám thanh niên trên những xe nầy sau một lúc gầm gừ, dọa nạt, đồng đưa súng bắn lên trời... Đạn nổ khô khốc, rền rĩ. Không một bóng nhân viên công lực mặc y phục cảnh sát. Thành phố đã hoàn toàn tràn ngập cảnh tượng nhà cháy, chợ vỡ.

Anh rút những giấy tờ trong túi ra Chứng Chỉ Tại Ngũ, Thẻ Lãnh Lương, Chứng Minh Thư số 41 của Phái Đoàn Ban Liên Hợp... xếp tất cả thành xấp nhỏ, chuồi xuống ống cống trước nhà sách. Khẽ liếc vào phía đường Công Lý, anh tưởng chừng như Ông Chu đang ngồi ở cửa theo dõi lần hạ huyệt chính xác thân anh. Những tiếng cười đùa vừa rồi với vợ chồng Giao, Thủy thật ra chỉ là màn kịch gượng, tội nghiệp, vụng về.

Khi anh mang két bia, và chai champagne mua từ đám người hôi của bày bán trước Building Brinks (cư xá Mỹ kiều) đường Hai Bà Trưng về, Ông Chu vẫn ngồi im ở bậc thềm ngưỡng cửa. Anh thử cố gắng thêm một lần.

- Bác uống với em ly rượu, champagne thơm, và dễ uống.

Anh đưa ra ly rượu, Ông Chu đỡ lấy với hai tay rung mạnh. Ông uống một hơi xong đứng lên. Im lặng, ánh mắt khô khan. Anh uống hết phần còn lại. Rượu ẩm nhạt, lạnh suông.

- Anh đưa tôi lên lầu...

Ông Chu nói nhỏ nhưng dứt khoát như đã hoàn thành một quyết định. Anh không chỉ đỡ cánh tay ông như thường lệ, nhưng hầu như nâng hẳn người ông lên những bậc thang. Khi ngang qua căn gác lửng nơi làm việc của Đằng Giao, anh liếc vào, cảnh bày bộn sống động, gồm những bản vẽ phác thảo, marquette báo, giấy, và mẫu bìa sách... Không còn không khí thân mật, ấm cúng, bình yên của nơi quen thuộc, thường ngày anh đến chơi, nằm ngủ. Chỉ một tuần, một tháng trước buổi chiều hiu hắt ngột ngạt hôm nay. Căn phòng bây giờ phảng phất vẻ lạnh lẽo của chiếc hầm bị sổ sàng xáo trộn, lục lọi mà chủ nhân đã vắng mặt từ lâu.

Ông Chu nằm xuống chiếc giường mây, cởi chiếc kiếng ra khỏi mắt, nói trống không.

- Cuốn nhật ký tôi viết dở... Anh lấy đi.

Tròng mắt ông đứng sững, ráo hoảnh nhìn lên trần nhà. Anh lật trang đầu cuốn nhật ký, tập vở học trò mỏng đầy những chữ viết to, nét rung, rối - Tôi biết tôi là một thằng đểu...

Anh kêu tiếng nhỏ... *Tội quá bác ơi!...* khi nhìn lên bức ảnh đặt ở kệ sách. Ông Chu bế cháu ngoại, Lô, con đầu lòng của Thủy, Giao, nụ cười ông rạng rỡ... Ánh sáng bừng loáng từ đôi mắt thẳng thắn, trung hậu, hồn nhiên. Bữa ăn dự định với vợ chồng Giao, Thủy cùng Ông Chu không bao giờ được thực hiện, vì sau đó anh về nhà ở Phú Nhuận, và sáng 30 tháng Tư, khoảng 12 giờ trưa, chị Lan, con cô anh hốt hoảng chạy tới với báo động... *Có mấy ông viết văn, làm báo đeo băng đỏ đi với vợ chồng cô KCg đến nhà chị hỏi nơi ở của anh!* Tin dữ đến đúng lúc, từ căn gác, anh nhìn xuống góc đường Nguyễn Huỳnh Đức/Trần Quang Diệu. Một nhóm người gồm những kẻ quen tên, biết mặt trong báo giới, làng văn, CgTBn, NgTgTh, NgHĐg... tay đeo băng vải đỏ bầm, nhảy xuống từ một xe jeep trương cờ mặt trận giải phóng. Bn nói với người ngồi trên xe (sau nầy mới biết là VHh):

- Có "tấn" không đồng chí?

Anh nhảy từ mái hiên xuống nghĩa địa sau nhà, và

đến khu Pháp Kiều, Trường Collette, nhà của Quân Nhi, trú ẩn cho tới ngày về Bà Rịa, trước khi trình diện đi tù.

1985...

Đêm nay, qua cơn mơ, nỗi xao xuyến mù mờ của hai-mươi, ba mươi năm xưa cũ tái hiện thực với cường độ nặng nề hơn do khó khăn của cảnh sống thực tế tù tội đang gánh chịu... Sau tình huống con người bị dằn xé, bức hại, sỉ nhục do những biến động chính trị, quân sự của năm 1975, tiếp theo là những thay đổi xã hội gây nên tai họa đối với khối đông dân chúng với đói khổ, nhục hình, áp bức hiện thực bởi chế độ mới tệ hại gấp bội so với chế độ vừa bị thay thế, sụp đổ. Điển hình của tình huống ngặt nghèo phải gánh chịu nầy là chiếc xe hơi hết xăng mà anh đang cố sức đẩy cho hết đoạn đường Nguyễn Hoàng dọc bên hông trường Nam Tiểu Học - Trước năm 1954 là nhà thương của Quân Đội Pháp mà dấu vết nay còn lại là những lò đốt đồ phế thải với ống khói hình vuông trên có chiếc nắp đậy hình nón bằng sắt.

Dẫu gần như kiệt sức bởi sức trì nặng của chiếc xe, nhưng anh vẫn liếc vào nhìn chăm ống khói màu đen - Dấu hiệu riêng của nhà thương mà thuở niên thiếu anh đã một lần vô tình nhận ra, và đặt để cho nó một chức năng: Lò có ống khói của nhà thương là nơi đốt đồ của người chết để khỏi nhớ tới họ.

Anh định chia xẻ ý nghĩ nầy (về chiếc ống khói) với hai người bạn cùng lớp, Võ Ý, và Vũ Ngự Chiêu (chứ không là bút danh Vô Ý, Nguyên Vũ quen thuộc của các bạn) không hiểu từ đâu bỗng nhiên đi đến giúp anh đẩy chiếc xe; nhưng do quá mệt nhọc và phiền bực trong lòng nên anh chỉ nhìn bạn thay lời cảm ơn. Cuối cùng, chiếc xe cũng đến trước cổng trường Phan Châu Trinh, hai người bạn nhìn anh ái ngại, tỏ lòng thương xót bất lực:

- Tụi tao chỉ giúp mầy đến đây thôi, của mầy tự thân mầy lo.

Và hai người bạn biến mất bất ngờ như cách họ đã đến cùng anh. Anh nhìn quanh quất, đơn độc, tuyệt vọng, bởi cổng trường đã gài chặt bởi một ổ khóa sắt, lỗ khóa sâu, vòng khóa to đen móc vào những túm dây kẽm gai rối rắm, đe dọa. Anh biết chắc trong trường đang có điều hy vọng giải cứu anh thoát khỏi tình trạng khốn khổ đang gánh chịu - Xe hết xăng, áo quần rách bẩn, bó chật vướng víu, người dính đầy vôi (có lẽ do từ hai bạn Võ, Vũ vừa lấm qua chăng?! Anh không đủ sức nghĩ tiếp). Nhưng làm sao để vào trường đây?

Anh nhìn lên trời, nơi những tàng cây phượng... Nhìn đến đâu, tàng lá cao đến đấy, tàng lá xanh biếc lóng lánh như dát ngọc. *Ngày mình mới vào học (1955) phượng vừa được trồng, chỉ ngang tầm thắt lưng mà nay cây đã cao đến thế.* Anh bỏ dở ý nghĩ về tàng cây, trở lại tình trạng khó khăn, bất lực hiện tại, nhìn quanh tìm kiếm, van lơn, cầu cứu...

Cuối cùng anh vùng la lớn mừng rỡ... *Bác, Bác, em đây, Nam đây, bác ơi...* Nhà văn Chu Tử đang đứng dưới gốc cây phượng trước Trường Nam Tiểu Học đối diện cổng Trường Phan Châu Trinh bên kia đường, nhìn anh thương yêu xa xót. Anh chạy vội qua đường, bất chấp đám đông người đàn bà vùng quê xứ Bắc la mắng chửi bới... *Đừng để ý đến những con mẹ phù thủy Người Bắc, hãy cố gặp Ông Chu* - Anh tự thúc giục vì chân đang kẹt dính lên nhựa đường đã biến thành một lớp dầu đen lầy nhầy ngổn ngang những đinh nhọn.

Anh đặt bàn tay trái Ông Chu lên trên cổ cánh tay phải của mình, nơi có nốt ruồi to đen (mà anh hằng thắc mắc không hiểu là dấu hiệu về một điều bất hạnh, hay may mắn gì nhưng chắc chắn sẽ phải xảy đến), cẩn thận đưa ông qua đường, đến chiếc cổng phụ đang hé mở do chiếc xe đạp của một người nào đấy đặt dựa vào chiếc cột. Xe đạp cũng có một vòng khóa sắt quanh chiếc cột...

Ở đâu cũng có khóa sắt hết. Anh nói thầm não nề khi đưa người bạn lớn tuổi qua cổng, bước đi chậm trên đoạn đường trải đá nhọn. Ông Chu thở nhẹ mệt nhọc, bàn tay ông run rẩy lạnh lẽo trên cổ tay anh, ánh mắt luôn nhìn anh thúc giục nâng đỡ, an ủi. Hai người lần bước lên hành lang trước phòng hiệu trưởng, rẽ qua phải đến trước cửa căn phòng thứ hai dùng làm văn phòng nhà trường mà hội đồng giáo sư đang ngồi họp khuất sau tấm màn xanh để quyết định về kết quả kỳ thi Tú Tài Hai... Người cuối cùng được chấm đậu - Tên anh được xướng lên với giọng nói to, âm tiếng bực tức hằn học, biểu lộ điều cưỡng ép bắt buộc phải chấp nhận thi hành.

Anh thoắt nhìn bức tường bên cạnh cửa ra vào: Chữ số *"89 màu đỏ"* tươi rói như máu đọng. *Tội em quá bác ơi!* Anh la tiếng lớn thảm thiết, cầu cứu, cào mạnh vào bàn tay Ông Chu. Máu từ bàn tay chảy ra cùng màu đỏ của chữ số *"89"* trên bức tường!

Anh bật ngồi dậy... Bàn tay đập mạnh lên vách tường đá phòng giam, gây nhói đau thật như đang cào mạnh vào bàn tay Ông Chu trong giấc mơ. Thân thể anh nổi cơn run lạnh khô khan, hai hàm răng đập vào nhau không kiềm giữ. Cơn lạnh châm chích, cắn xé khắp trong thân, nhưng lớp da ngoài hừng hực như sôi lửa. Giây thần kinh từ gáy lên đỉnh đầu tưởng chừng bốc thành hai đường khói nóng bỏng. *Chúa ơi làm sao con người chịu nổi cho tới năm 1989?!* Anh kêu thành tiếng đớn đau giữa vũng tối của đêm đông giá rét. Anh đã chịu tình trạng kiên giam nầy từ năm 1981 đến nay, mùa Đông năm 1985, nơi trại giam Số 5, xã Lam Sơn, Tỉnh Thanh Hóa. Và anh hiểu ra điềm báo trước từ giấc mơ (như thật) kia: Đến năm 1989 xa xôi ấy anh mới ra khỏi trại tù!

1995...

Anh không thấy người đàn bà ngồi trước mặt khác lạ với cô gái mười bốn tuổi, ngồi bàn đầu trước mặt anh - Lớp Đệ Lục Trường Phan Châu Trinh của bốn mươi năm trước. Thương Thương nắm tay anh, giọng xúc động đẫm nước mắt không che dấu...

- Cầm tay anh, mình tưởng như cầm khúc củi mục, không thể nào có bàn tay ai khô, và nhăn nheo, xấu xí đến vậy cho dù tay người già lão... Làm sao anh có thể sống sót để hai đứa lại gặp nhau hôm nay, ở nơi cực Bắc quả đất, chỗ có mùa đông lạnh nhất thế giới.

Anh cười giả tảng, làm bộ thản nhiên như không nghe ra câu nói (như cách *"đóng kịch"* từ nhỏ đối với chúng bạn, để được bạn khen là người cứng cỏi, ngang tàng). Đợi cơn xúc động của lần gặp mặt lắng xuống, anh hỏi người bạn với cách tìm tòi, tra vấn, bởi cảm nhận ra điều kỳ diệu bí mật nơi lần gặp gỡ quá đỗi lạ lùng với người bạn thân thiết nầy:

- Còn *"chị"* thì sao, về nước năm nào, và tại sao bây giờ lại ở đây, Québec, Canada? Tôi nhớ không lầm thì *"chị"* đi học gì bên Châu Âu phải không?

Anh giữ nguyên cách *"trấn áp"* ngày trước đối với bạn.

- Đừng trêu em nữa...

Người bạn cười hồn hậu.

- Thương bao giờ cũng nhỏ hơn các anh, riêng đối với anh, em còn *"sợ"* hơn những người khác nữa, ngày đó ngồi trong lớp, cứ lo lắng không biết anh ngồi sau lưng sắp sửa bày thêm trò tinh nghịch gì... Chuyện anh mới đáng kể, chứ đời con gái, đàn bà như em thì có gì đáng nói.

Và câu chuyện của người bạn được kể lại...

Năm 1965, Thương Thương ra khỏi nước do một học bổng của UNESSCO, theo học ngành dầu hỏa ở Ý. Nước Ý không xa Pháp, và Anh Quốc, nên tiện thể cô lấy luôn hai bằng kỹ sư của hai nước nầy, sau đó chuyển qua hệ đại học Mỹ như chuyện tự nhiên.

Năm 1970, Thương Thương về nước, phụ trách phòng thí nghiệm của Hãng Shell, chịu trách nhiệm kiểm soát, định lượng, phẩm chất toàn bộ dầu nhập vào Việt Nam, sau đấy mới phân phối đến những nơi tiêu thụ với khối lượng lớn. Thị trường dân dụng dùng loại gì, máy bay, chiến xa quân đội sử dụng độ dầu nào...

Năm 1974, túi dầu khổng lồ ở thềm lục địa Việt Nam bắt đầu được khai thác. Dầu thô từ mỏ Bông Hồng Số 9 được chuyển vào đất liền, đưa đến phòng thí nghiệm của Thương. Giọt dầu đầu tiên của tài nguyên quốc gia được chiết lọc, đốt lên ngọn lửa ở Nghĩa Trang Quân Đội Biên Hòa. Cả Miền Nam bừng bừng hy vọng với hậu chiến xây dựng phú cường.

Nhưng quả thật như một báo tin mỉa mai trêu

chọc ác độc, sau lần ngọn lửa hy vọng kia cháy sáng thì đến kỳ Trại Tống Lê Chân của Tiểu Đoàn 92 Biệt Động Quân bị tràn ngập, tháng 11, 1974, tiếp đến cuộc tấn công chiếm đóng ngang ngược Phước Long, tháng 12, 1974. Và khi biết chắc phe ký kết chính thức Hiệp Định Paris, chính phủ Liên Bang Bắc Mỹ đồng loạt với 13 nước ký định thi hành hiệp định khiếp nhược im lặng trước thái độ hung hăng trâng tráo, phe cộng sản Việt Nam quyết định tấn công dứt điểm lần cuối.

Bắt đầu từ 10 tháng 3, 1975, trận Ban Mê Thuột mở màn, sau 55 ngày, Miền Nam bị bức tử vào sáng 30 tháng Tư như một điều phải đến. Mười hai giờ trưa cùng ngày, Thương Thương dùng xe honda chạy qua kho Nhà Bè với chìa khóa mở được hệ thống xăng dầu dự trữ của toàn Miền Nam.

- Mình không biết đã bị đẩy vào bến tàu Kho 5 ở Khánh Hội lúc nào, do ai, chiếc honda đã bị một kẻ nào đó giật mất, trên người chỉ có mỗi bộ đồ bộ với túi nhỏ đựng hai gói mì, trong bụng bào thai cháu An vừa thành dạng.

- Thế anh ấy ở đâu mà để Thương đi một mình trong cảnh ấy?

Lòng anh dịu xuống, chấm dứt cách tra hỏi khô khan khi bắt đầu câu chuyện, bởi thật lòng thương cảm bạn vì cũng đã thấm đau với những ngày giờ ghê gớm nầy...

- Và Thương đi khỏi nước như thế nào?

Anh gọi tên bạn như ngày còn nhỏ mỗi khi biết đã quá độ tinh nghịch gây lo sợ cho bạn...

- Thương không hề chuẩn bị để lên tàu, chỉ nhớ có nghe loáng thoáng từ đám đông những lời la lối bàn tán... *Đừng đi tàu Trường Xuân, nên đi tàu Việt Nam Thương Tín.* Và chiếc tàu đậu trên bến đã đông kín người, người đứng đầy trên boong, hình như họ không muốn cho ai lên thêm... Cầu tàu đã kéo cao lên khỏi sàn bến cảng, và một người đàn ông rất cao lớn đã nhấc Thương lên để bám vào cầu thang chiếc tàu khi mình tỏ ý nhờ cậy.

Mình cũng không nhớ đã nói với ông ta những gì, chỉ biết nhìn người ta để cầu cứu... Và khi lên được boong tầu thì nằm lã ngay lên sàn không gượng được, có một gia đình vợ chồng trẻ ngồi trước mặt, nhưng bởi quá bận rộn với mấy đứa con còn nhỏ nên không ai tỏ ý muốn giúp gì cho ai. Chỉ một người đàn ông lớn tuổi, mặc chiếc áo veston màu xám là ngồi im lặng bất động, nhìn về phía Thương với tròng mắt không phản ứng sau lớp kính trắng. Ông ta hoàn toàn không để ý những ồn ào xáo trộn vây quanh. Tàu qua khỏi Nhà Bè thì trong bờ có tiếng súng bắn ra. Người trên boong tàu ùn ùn chạy xuống hầm, cảnh nháo nhác hoảng loạn tại bến Kho 5 thêm một lần diễn lại với tiếng súng từ bờ hiện thực mối đe dọa sát cận.

Thương không còn chút sức lực nhỏ để nhấc nổi chân tay, phản ứng tự bảo vệ là nằm im, mắt nhắm chặt. Sàn tàu đột nhiên im lắng... Mọi người đã chạy xuống hầm, cô mở hé mắt, phần nắng dọi sáng và hơi nóng hực lên từ sàn tàu cùng nỗi khiếp sợ làm tê liệt mọi giây thần kinh thớ thịt. Người đàn ông trước mặt vẫn ngồi lặng như sự đỗ vỡ tan nát đã hoàn tất tự trong thân.

Bây giờ không phải là đạn súng nhỏ nữa mà là những tiếng nổ lớn dội lên sàn tàu, bắn ra những mãnh rì rào cùng hơi khói nóng bùng lên sau nháng lửa. Thương nhắm mắt chặt hơn, chấp nhận chuyện cùng đành. Một tiếng nổ lớn rất gần, tưởng như tự thân đang là trung tâm của chấn động. Thương bị xô dạt hẳn về một bên, và nằm im không phản ứng về cảnh hoảng loạn, tiếng nổ đang vây bủa bùng vỡ chung quanh. Cô tưởng như đã thay đổi hẳn một cuộc đời trong nỗi yên lặng dài như vô tận sau tiếng nổ, và chỉ mở mắt khi nghe tiếng khóc tấm tức... *Bố, bố ơi... Ông ơi... ông ơi...* Người đàn ông vẫn ở thế ngồi, đầu gục xuống, thân tựa vào trục kéo dây, chiếc kính vỡ nằm trên sàn, khi người nhà đặt nằm trên sàn tàu, nét mặt của ông được nhìn rõ hơn với vẻ đau đớn hằn lên lớp da trắng xanh bắt đầu nhợt nhạt...

Đến chiều khi làm lễ thủy táng, Thương Thương mới biết người chết độc nhất của chuyến đi ấy là Người Viết Văn một lần tuổi trẻ cô tin cậy, yêu mến - Năm cô ra khỏi nước lần thứ nhất 1965, buổi vào đời, tiếp xúc với cuộc sống thế giới.

Cuộc sống mà cô không hề lường được một phần nhỏ những điều ngang trái, đau thương chực hằng chực sẵn với đời người, từ đứa trẻ ngây ngô tỉnh nhỏ đến người đàn bà căng thân vượt sống qua hai ba đại lục, trên quê hương chiến tranh. Nhà văn Chu Tử đã cho Thương Thương những kinh nghiệm đầu tiên về cuộc sống, tình yêu, và nỗi chết - Hiện thực với lần phải xa lìa, bỏ mất quê hương, năm 1975. Hóa ra tất cả chỉ là Một...

Cơn rẫy chết tuyệt vọng của đàn bướm trên Đường Nguyễn Hoàng một ngày đầu Tháng 9, 1955 cũng là của người dân Miền Nam, Sài Gòn hấp hối kể từ đêm 28, rạng ngày 29 đến sáng 30 Tháng Tư, 1975 (sau 55 ngày chiến dịch tấn công). Trường Phan Châu Trinh, đầu Đường Lê Lợi, đối diện Trường Nam

Tiểu Học, vốn là Nhà Thương quân đội Pháp, song song với Đường Nguyễn Hoàng - Hai nhân vật lịch sử đồng xuất thân từ đất Lam Sơn, Tỉnh Thanh Hóa (nơi anh bị giam giữ suốt thời gian 10 năm (1978-1988), lâu hơn bất kỳ nơi nào anh đã cư ngụ trong suốt đời dài)...

Và cánh tay lẩy bẩy của Ông Chu trong giấc mơ nơi Trại Lam Sơn đêm Đông 1985 cũng là bàn tay run rẩy có thật trên tay anh khi anh đưa ông qua đường trước Thương Xá Crystal Palace vào Nhà 104 Công Lý, một buổi chiều Sài Gòn đông người, mùa Đông năm 1973...

Và người bạn tuổi nhỏ Thương Thương mà trong nhiều năm dài, anh ngồi nhìn từ sau những sợi tóc se mướt của cô với lòng ngổn ngang thắc mắc: *Làm thế nào để có thể giải bài toán giỏi như người nầy?!*

Và Con Người của giải đáp bí mật ấy - Chết trong Ngày Đầu Tiên Sài Gòn thất thủ - Nhà văn, tác giả những cuốn sách chỉ với một chữ duy nhất làm tiêu đề: Yêu. Sống. Tiền. Loạn...

Từ Hán-Việt, Chu (Châu) có nhiều nghĩa: Màu đỏ, vùng đất (nổi) giữa biển, bãi sông, chiếc thuyền... Tất cả kết hợp nên Một để hoàn thành tín hiệu, lời giải: Người sẽ được thương (xót), được hoàn (trả) từ tai họa (biểu tượng màu đỏ) trong nước.

Anh ra tù *"Ngày Hai-mươi chín, Tháng Một, năm 1989"* - Năm, tháng, ngày có tổng số là Một (1+9+8+9= 29=11=1).

Cuốn sách đầu đời, Dấu Binh Lửa (1968, 1969 do Nguyên Vũ thúc giục, điều hành xuất bản) có đoạn dẫn nhập: *"...kỳ cục hơn, tôi (nằm mơ) "mắc kẹt ở trong Nước"* - Chữ *"Nước"được viết hoa, in nghiêng, đậm. Đêm 28 rạng sáng 29 tháng 4, 1975, tại bãi đáp Cơ Quan DAO (Văn Phòng Quân Sự Mỹ), anh là người cuối cùng còn lại của Ban Liên Hợp Quân Sự giúp ngàn người lên trực thăng CH46 bay ra Hạm Đội 7. Anh cũng là người ở lại độc nhất nhìn lên bầu trời Tân Sơn Nhất, 6 giờ 45 sáng Ngày 29 tháng 4 để chứng kiến thảm cảnh bi tráng, chiếc AC119 bốc cháy với Người Phi Công QLVNCH bị thiêu sống trong lửa. Trước ngày ra khỏi nước, 1991-93 anh sống tại Lái Thiêu.*

Tháng 12, Sau ba mươi năm (1976-2006).
Với Nguyễn Xuân Trung Cali. Nước Mỹ.
Phan Nhật Nam

Chuyện Dọc Đường

Bắt đầu...
từ một đêm trăng

"Sáo Thần" Nguyễn Đình Nghĩa (1940-2005)

B ài viết lần thứ nhất, năm 1993, sau khi ra khỏi nước, gặp lại bằng hữu khắp thế giới sau một buổi biển dâu đáng sợ với tâm cảnh vừa bùi ngùi, vừa xót thương. Thương bạn và thương thân bởi cuộc sống quá đỗi ác độc mà hình như không mấy ai tránh khỏi phần thua đau, mất mát.

Chín năm sau, 2002, viết lại lần hai, từ lần hội ngộ với Thầy, Cô, các Bạn cũ ngày nhỏ ở Trường Phan Châu Trinh, Đà Nẵng nhân dịp kỷ niệm 50 năm trường thành lập.

30

Năm-mươi năm, nửa thế kỷ, không ai có thể nghĩ ra (cho dù trí tưởng tượng phong phú đến đâu) cảnh gặp mặt nơi một thành phố gọi là Garden Grove, Quận Orange trên đất Mỹ, với thầy, cô phần lớn khi đứng trên bục giảng chỉ là những người trẻ tuổi chưa tới ba mươi, với những học trò mới vừa đủ tuổi 12, số tuổi ấn định tối thiểu cho bậc trung học. Nay thầy đã trắng tóc như một khối bông đơm tỏa, và học trò với tiếng nói khẽ mệt mỏi, chậm nặng của người chịu quá nhiều nỗi tàn nhẫn phôi pha.

Lần thứ ba, lần cuối, mùa đông 2005, khi chứng kiến buổi ra đi vĩnh viễn của Bạn - Chuyến đi cầu mong như một ân huệ giải thoát - Giải thoát cho người chết lẫn người sống mà sự khổ, nỗi đau được đếm từng ngày, từng giờ kể từ 12 tháng 5, 2003 - Giây phút Bạn ngã xuống trên sân khấu hý viện New York, đêm liên hoan âm nhạc thế giới... để rồi chỉ còn ánh sáng tắt dần trong tròng mắt.

Bạn tôi nếu mới gặp lần đầu, ta có thể nghĩ đấy là gã tay chơi, kẻ sống theo lề thói, sinh hoạt sôi nổi bề mặt. Cũng có thể đúng như thế, một phần do bạn vốn môn đồ võ phái Thiếu Lâm, vô địch điền kinh học sinh, khuôn mặt sắc nét tươi vui đều đặn. Bạn cũng có thể trở nên một tay hào hoa ăn chơi không âu lo với cung cách quen thuộc của *"dân học trường Tây"*, gia đình có tài sản lớn. Nhưng, đời bạn đã không theo con đường dễ dàng thuận lợi đó. Bạn chọn ngã chông chênh, nguy biến hơn, cũng là lối đi rực rỡ, huyền hoặc của cuộc nhân sinh - Đường của Người Yêu Người với cách thế, điều kiện đặc thù để diễn đạt tình yêu ấy- Nghệ Thuật. Và bạn đã chọn hướng nghệ thuật hàng đầu: Âm Nhạc với âm sắc kỳ ảo riêng biệt của thế giới âm thanh.

Bạn tôi là một cô gái tội nghiệp trong số những thiếu nữ hẩm hiu bất hạnh. Bạn không có nét quyến rũ, lộng lẫy dù đang lúc thanh xuân khởi sắc. Bạn chỉ là một vóc dáng nhỏ bé linh hoạt, tóc nâu nhạt và đôi mắt luôn sáng ánh ngạc nhiên... Loáng lạ lẫm của tâm hồn đơn giản, trung hậu trước những điều dữ dội, đe dọa từ cuộc sống. Bạn mất cha từ tấm bé nên gia đình đã là một điều phiền muộn u uẩn. Và lớp học, nơi bạn hằng ngày nôn nao đi về, đôi khi cũng gây nên đớn đau, *"...Tân không có quần áo mới! Tân mặc quần... cháo lòng!"* Gã bạn nhỏ cùng lớp chỉ do nghịch ngợm vô tình nói lên câu ác độc. Bạn bật khóc, lòng ghi sâu mối rúng động gớm ghê. Nỗi xót xa khi trái tim bị xúc phạm. Trong đơn độc tủi hổ của tuổi lớn lên, bạn như con chim nhỏ giữa đám lá sũng nước. Bạn cảm thấy bị đe dọa và cần được che chở.

Hai bạn tôi yêu nhau từ một đêm trăng. Gã thanh niên quả tình chỉ để ý đến người thiếu nữ như một phản ứng bù trừ. Bạn học trường của Bộ Giáo Dục Pháp từ bậc tiểu học nên quen lối giao tiếp phóng khoáng, văn minh; từ căn gác của gia đình, ngôi nhà lầu mặt tiền con đường lớn nhất thành phố, hằng ngày ban nhìn thấy cô gái từ xóm nhà nghèo đi ra. Xóm nhỏ phần lớn là nhà tranh quây quần quanh khu đường cát lở. Lối đi ngập cát xám, nhỏ vừa đủ hai xe đạp tránh nhau, chạy vướng vít dưới tàng cây sầu đông. Vào mùa Hè thoáng hương thơm ngan ngát theo gió từ vịnh biển tỏa lan.

Cô bé (khởi đầu câu chuyện, chỉ là cô bé gái vừa qua tuổi dậy thì) đã đi từ hẻm cát ra đến gốc cây đa, tiếp tục theo một con lộ khác lớn hơn, cũng là đường đất cát mà bộ hành chỉ sử dụng lối nhỏ hai bên, khoảng giữa mặt đường, cát gồ lên gò, đống. Đi hết đoạn đường cát, cô mới rẽ vào phố chính trải nhựa.

Một ngày, không nhớ rõ là bao giờ, người thanh niên thấy ra cô bé... Sao *"nó"* có nét mặt chịu đựng tội nghiệp đến thế! Vẻ lặng lẽ cam phận này rất dễ nhận vì cô vốn có nét sắc sáng loáng tinh ban với sống mũi cao thẳng, da trắng và ánh mắt loáng sáng linh động. Ban theo dõi bước chân của cô gái như thế từ lúc nào không rõ. Chỉ biết, Hè vừa qua, cô gái đã là một thiếu nữ hoàn hảo, nói lời tiếp xúc đầu tiên: *"Thưa ban, em đã đậu trung học. Đậu kỳ vừa rồi, đậu Bình Thứ".* Giọng nói trong trẻo, tự tin, chững chạc.

Hai bạn tôi tiếp xúc, quen biết sau ba năm nhìn thấy vào ngày Hè 1958, mùa sống động nồng nhiệt của tuổi trẻ và đất trời. Họ thường hẹn gặp nhau nơi vịnh biển trong rừng dương liễu; họ chọn khu rừng gần hồ nước, hướng về làng Thanh Bồ, nơi lau lách, đồng cỏ ngút ngàn, tiếp giáp rừng dương, bờ biển để thiên nhiên còn nguyên độ hoang sơ thuần nhã thích đáng, hòa hợp với tình yêu trong sáng, thắm thiết của họ.

Ở đấy không bóng người, chỉ tiếng gió vi vu xao động qua tàng cây và hàng lau nghiêng ngả. Chuyến tàu hỏa chở hàng từ ga Chợ Hàn trở về gióng âm thanh xa vắng, thả lên trời vệt khói đen mỏng manh chỉ làm tăng thêm độ u tịch của cảnh sắc. Đoàn xe đôi khi bị mất hút đâu đó sau ngàn lau...

Ở đây yên tĩnh quá Ban há. Người con trai cười nhẹ, Ban chỉ có nụ cười trẻ trung chân thật này. Biết nói thế nào bằng tiếng Việt, diễn tả thế nào cho đủ?! Quả thật âm thanh, ngôn ngữ có một khoảng trống không vận dụng được. Chưa vận dụng được. Ban bất lực để nói lên lời cụ thể. Ban cần một *"cách thế, phương tiện"* diễn đạt khác, đầy đủ, chính xác, và thắm thiết hơn.

Một mùa Hè, một năm đi qua. Nay lại đến mùa Hè thứ hai từ lúc thương mến. Ngày Hè năm 1959, cô gái đột nhiên vắng mặt. Gọi là *"đột nhiên"* vì do phản ứng của mối liên hệ đang bình thường, đang thắm thiết, bỗng nhiên bị cắt đứt. Người thiếu nữ phải theo đoàn học sinh cùng trường đi cắm trại vào dịp cuối năm. Cô vắng mặt từ sáng sớm, đến chiều người thanh niên động tâm.

Chiều, khoảng thời gian sau khi tan học, từ nắng sáng tiếp bóng đêm... Không hẳn thế. Thật sự chỉ là ngày hôm qua, chiều trước của buổi chiều ghê gớm này. Ban đạp xe ra vịnh biển, đến nơi vùng lau lách quen thuộc... Ban để chân trần di động trên bãi cỏ, gò cát, đi tới mép hồ, ngồi xuống, nhặt quả thông, khối cỏ tròn, tua tủa những cọng sắc như lông nhím... Ban thả khối cỏ quay lông lốc theo triền dốc cát, đầu ngọn cỏ nhọn sắc đâm vào tay, hơi cỏ mát đầm đầm dưới chân, tiếng rì rào gió khua lá, mặt nước hồ hắt khối nắng vàng khô úa...

Hình như cảnh sắc đang sụp xuống tàn tạ, hấp hối, toàn khối đất trời đang đổi thay. Đang chết. Chịu không nổi, ban trở lại thành phố. Phải đi tìm. Phải đi tìm...

- Ông biết học trò trường Phan Châu Trinh đi cắm trại ở đâu không?

Người bạn Ban, vốn huynh trưởng một đoàn Hướng Đạo tuy biết rõ tất cả địa điểm cắm trại của vùng núi đồi, thôn dã quanh thị xã, nhưng không trả lời liền, người nầy nhìn vào nét mặt thê lương ủ dột của bạn...

- Ông làm sao thế?

- Không có gì, tôi muốn biết họ đi cắm trại ở đâu. Cần lắm.

Cuối cùng, cả hai đến chân đồi Mỹ Thị lúc ngày hết, và trăng đã lên. Dải đồi dương liễu loang loáng, hiện ra mới mẻ theo từng khoảnh khắc dưới trăng. Những chùm lá cây dương óng màu sáng bạc xôn xao chuyển động, xô đẩy đùa trăng đi như liếp sóng. Ta có cảm giác như những lượn sóng bạc đầu đầu từ ngoài trùng dương xa xôi sau khi chạm đến bờ đã tràn qua giải cát, theo trăng lên đồi, tiếp ngọn cây, xô liếp sóng lá cồn lên không gian ban sáng. Nhưng sóng lá thông theo gió đi tiếp lộ trình, chuyển xuống chân đồi, nơi ngôi làng nhỏ và dòng sông khua động mặt nước làm trôi những giải đường trăng thiêm thiếp tan vào bờ lau, in hình khối núi Non Nước chìm chìm im lặng.

Trên sóng nước, giữa dòng trăng, từ con đò len lỏi trong hàng lau sậy, bạn tôi đưa ống sáo lên môi. Ban dùng nguồn thanh âm của tre trúc thay tiếng lời. Những nội dung mà ngôn ngữ bình thường hạn hẹp không nói được. Từ trên đồi cao, mấy trăm học sinh ngồi dậy. Họ đồng im lặng nghe giữa hơi gió cuốn lá, sóng trăng miên man thanh âm chuyển động kỳ ảo - Giọng thanh tiêu ca ngợi, tỏ tình. Người thiếu nữ bật khóc. Cô nhận ra âm động của người thương mến đến cùng tiếng sáo tre trúc. Bóng lá thông khi gió thổi lệch làm lộ rõ ngấn nước mắt trên má long lanh.

Và, Nguyễn Đình Nghĩa cùng Trịnh Diệu Tân đã nuôi dưỡng, vượt sống, hiện thực tình yêu hằng suốt hơn bốn mươi năm. Từ đêm Hè không hề mất độ sáng và âm thanh tiếng sáo vĩnh viễn màu trăng.

Thế nên, cần gì phải cậy đến điển tích, sự việc người xưa, chuyện thần thoại... Những Trương Lương, Trương Chi, Orphée để diễn đạt, biểu hiện sức mạnh kỳ diệu của tình yêu, âm nhạc.

Đêm trăng mùa Hè 1959 nơi đồi Mỹ Thị đã không chỉ của riêng Nguyễn Đình Nghĩa và Trịnh Diệu Tân mà đã là cảnh sắc, thanh âm, dòng rung động, sức sống của tất cả lớp tuổi trẻ ngày ấy. Tuổi trẻ chỉ có một lần trong đời mà ba mươi, bốn mươi năm sau ở chốn cuối trời, nơi xứ lạ hoặc còn trong vùng đất nước tang thương... Những người thầy tóc bạc Nguyễn Đăng Ngọc, Bùi Tấn, Trần Tấn, những người anh, người chị, Trần Đại Tăng, Trần Đình Hoàn, Nguyễn Tòng, Đặng Thị Liệu, Trần Thị Kim Đính... Những học trò, Chiêu, Trạc, Đồng, Tô, Thảo, Tuấn, Hải, Nghệ, Thu Giao; hoặc những kẻ không còn, Khiết, Minh, Trần Trí Dũng, Huỳnh Bá Dũng... Những nét sắc tưởng chừng như "không thật, bất biến" của Lê Thạch Trúc, Lê Như Hảo, Quý Phẩm, Thu Liên, Thu Hà; những người chỉ một lần thấy thoáng qua, nhưng ở lại mãi cùng trí nhớ, Huỳnh thị Phú, Hồ Thị Hồng, và rất nhiều người, tất cả bạn của trường xưa, của Phan Châu Trinh Đà Nẵng - Tất cả đồng một lần xanh ngắt sống lại, một lần linh động phơi phới, khi nhớ lại, sống cùng vô vàn tiếng sáo đêm Hè 1959, nơi thôn Mỹ Thị sáng dòng trăng- Linh diệu và mầu nhiệm biết bao: Hôm nay quả Thấy lại nơi đất Mỹ!

Và quả thật, một mình tôi sẽ không đủ sức đi hết đoạn đường khó nhọc từ mấy mươi năm qua nếu không được sức nâng thường trực bền bỉ, cụ thể từ bằng hữu. Tôi không thể nào sống qua những ngày trẻ tuổi trầm luân khốn khó nơi căn gác gỗ đường Tô Hiến Thành, Huế nếu không có Trạc, có Nghĩa, có Dinh; tôi cũng không thể nào qua khỏi mười bốn năm lính điêu linh nếu không có những Mễ, Lạc, Lô, Tâm... Đám bạn lính chia với tôi từng ngày, từng giờ bão lửa.

Và cuối cùng, từng phút giây đương cự nơi ngục

tối. Tôi biết sống cùng Ai nếu không với những Người Bạn? Mỗi người bạn hiện hữu rõ từng chi tiết, nét mặt, tiếng lời. Sự thiết thân mầu nhiệm này có thật. Nên từ bóng tối, cảnh chết. Tôi đã phục sinh.

Con đâu? Bạn đâu? Phương Nam đâu? Đêm đã qua lâu, bóng tối sâu Còn chút hơi tàn hong nhịp thở Nhớ Người ghìm tiếng thét chìm đau.

Tôi *"viết"* những dòng nầy trên đầu ngón tay, giữa vũng tối dầy kín suốt tám năm.

Nguyễn Đình Nghĩa không chỉ vận động dòng âm hưởng từ ống trúc để bày tỏ tình yêu. Ban hiện thực, hữu hiệu hóa khối năng lực thanh âm kia thành phẩm lượng vật chất để nuôi dưỡng, duy trì, khai triển tình yêu kia trong đời sống.

Ban cùng Người Yêu kết hợp từ tiếng sáo đêm trăng, bỏ Đà Nẵng vào Sài Gòn những ngày đầu thập niên 60. Cả hai vào Sài Gòn với tay trắng. Tay trắng nghĩa đen lẫn nghĩa bóng - Chỉ với cây sáo Trúc và Tình Yêu.

Nhưng chuyện thần tiên của Nghĩa -Tân được hiện thực hóa ở Sài Gòn với đại nạn chiến tranh, trong căn nhà bốn thước bề ngang, hai mươi thước dọc nơi hẻm nhỏ đường Phan Văn Trị, Nancy. Nguyễn Đình Nghĩa dựng nên thế giới thanh âm tre trúc ầm vang dòng xe luôn náo động của hai con đường lớn nhất Sài Gòn - Chợ Lớn: Trần Hưng Đạo và Cộng Hòa, hòa nhịp với tiếng gõ xe mì, xe hủ tiếu âm động của dãy thùng hứng nước từ đầu hẻm và lẽ tất nhiên, chuỗi rầm rì liên tục mệt nhọc của nhà máy đèn Chợ Quán.

Trong hẻm lao động tồi tàn náo loạn đó, Nguyễn Đình Nghĩa đã hoàn thành *"tác phẩm"* lớn của đời mình - Nuôi dưỡng vợ và ba con từng ngày bằng tiếng sáo. Diệu Tân thành người khoa bảng, và các con khôn lớn trưởng thành. Chuyện thần thoại có kết thúc rất cổ điển và trung hậu: Nguyễn Đình Nghĩa là cây sáo số một của Việt Nam, của miền Nam. *"Có một thằng cha bên Tàu, và một cha nữa bên Tây, hai cha này thổi hay hơn moa!"* Nghĩa đã nói với tôi như thế hơn hai mươi năm trước.

Tôi nhìn quanh căn nhà lổng chổng đồ đạc tồi tàn, chiếc xe đạp treo trên tường, tấm bảng đen đầy bụi phấn, đống áo quần dơ, xô nước, và Diệu Tân lấm lem khói bếp...

- Ông nên *"nhường"* cho hai cha ấy đi; sống thế này mà *"thổi"* được như ông là Thánh.

Ít khi nào lời nói đùa mang độ thật đến như thế.

Nhưng cuối cùng, cũng không hẳn như thế. Chẳng phải vì tài hoa đặc dị của bạn mà tôi viết nên lời. Tôi cảm động vì một điều đơn giản. Về một điều rất đơn giản, tầm thường. Ngày xưa, buổi rất lâu của hơn bốn mươi năm trước, những ngày của thời gian trước 1954. Tôi lúc ấy là đứa trẻ nhà nghèo thường hay nhặt những hạt, hột không tên, vô vị nào đó để lót lòng vào buổi, giờ xa bữa ăn vốn quá thiếu thốn. Hạt cây quăn vị ngọt nhầy nhầy mủ trắng, hạt trái *"mâm xôi"* xám trắng trong trong. Và trong những lúc lẩn quẩn nơi bụi hoang, bãi cỏ để tìm kiếm loại *"lương thực"* tội nghiệp kia, giữa tiếng lá kiền kiền khô cuốn trong cỏ tranh, trên mặt đường đất đá lồi lõm vùng ngoại ô Đà Nẵng... Giữa tịch mịch của thanh âm nắng, gió, lá, cỏ kia tôi nghe vọng tiếng chim... *Tít... tít... tít... tịt...t... tịt...tịt...* Chim kêu tắt tắt, chậm chậm và lịm dần. Đứa nhỏ không biết tên chim, nhưng lòng có ý nghĩ, Chim chắc cũng đang chịu phần tội nghiệp hẩm hiu... Cũng chưa thấy dáng chim lần nào.

Năm 1993, nơi vườn Lái Thiêu, chung quanh căn lều nhỏ (mà tôi đặt tên *"Bằng Hữu Mai Trang"* theo ý của hai *"Ông Cả"* Doãn Quốc Sỹ, và *"Ông Ba"* Như Phong, do tiền của bạn bè khắp nơi thương mến gởi về... Mê Linh, Hải Khều, bạn lính chỗ San José; cô Nga, em Giang nơi Seattle; hai vợ chồng bác sĩ không biết tên bên Canada; của ông Yến và mấy *"cậu làm báo, viết văn"* ở Cali... Tôi gắn bao thơ đề tên các bạn khắp bức tường gỗ, nơi chiếc bàn viết); và giữa khoảng xanh dầy của tàng măng cụt, tôi trải chiếc chiếu ngủ dật dờ trên đám lá...

Nắng cuối năm vàng khô lạnh lạnh. Chẳng khá hơn tình cảnh của đứa bé bốn mươi năm trước, và nghe lại tiếng chim... *Tít...tít...tị t... tịt...tịt...*

- Chim gì kêu buồn quá ông ơi, chịu không nổi!

Tôi nói lên cùng Út Năng, ông bạn già chủ vườn tôi ở.

- Thì chim "mồ côi" mà cha!

- Mồ côi? Ai mồ côi?!

- Ông không nghe ra à.... *père....mère.... frère... tout est perdu...* Mất hết trơn như vậy, làm sao mà không kêu cho được...

- Ờ... há... vậy là con chim giống tôi. Hèn gì hồi nhỏ tôi đã nằm lặng ra mà nghe.

Và tôi đã nghĩ có mấy ai trong đời phải mất hết trơn đến tội như thế. Và có ai trong đời hằng phải nhớ đến một tiếng chim. Nhưng không, trong những bài nhạc do Nghĩa soạn cho sáo, đàn có nhiều bài về chim... Bài Phụng Vũ, Chim Loan, và bài Chim Boong Klé.

- Boong Klé là chim gì? Tôi hỏi bạn.

- Chim "mồ côi" đó mà. Ở Đà Nẵng thuở nhỏ toa

có nghe lần nào không,...

Vâng, Nghĩa và Tân ạ... Tôi đã nghe tiếng chim ấy, và tôi cũng đã đôi lần kêu với nó. Thật ra rất nhiều lần. Vẫn đang kêu cùng chim.

Quê hương tôi có loài chim mồ côi
Mẹ chết, mất cha, anh em phiêu tán
Lắng âm tiếng hiểu dần nên nguồn cội
Chim và Người cùng thấm Khổ Đau thôi.

Tháng 12, 2005
Sau 50 năm với Phan Châu Trinh-Đà Nẵng,
Riêng gởi Phan Tiểu Hiền (muội)
Với Nguyễn Đình Nghĩa-Trịnh Diệu Tân
Phan Nhật Nam

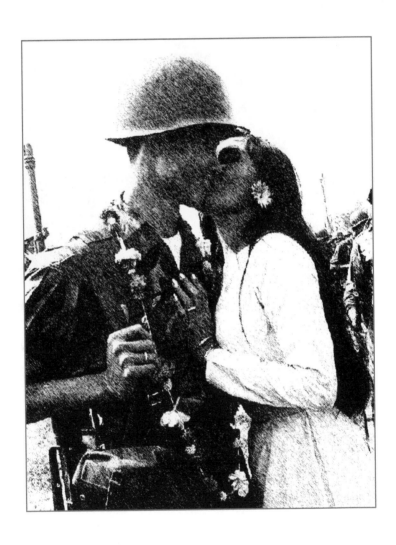

Ánh sáng thăm thẳm
trong mắt...

B ài viết đáng lẽ phải hoàn thành từ cuối
tháng 9, buổi Những Người Lính Lớn biểu
trưng danh hiệu Tướng Lãnh QLVNCH lần
lượt đi khuất...

Trước tiên, Tướng Quân Lê Quang Lưỡng, Tư Lệnh
sau cùng của Sư Đoàn Nhảy Dù, Người Lính đi từ cấp
thấp nhất của hệ thống chỉ huy tác chiến, Trung Đội
Trưởng đến chức vụ cao nhất, Tư Lệnh Sư Đoàn Nhảy
Dù, Lực Lượng Tổng Trừ Bị Quốc Gia. Người chứng
kiến, tham dự với tư thế, nhiệm vụ quyết định đối

với toàn bộ biến cố quân sự trong suốt thời gian tồn tại hai thời kỳ chế độ Việt Nam Cộng Hòa không một lần gián đoạn.

Tiếp đến, Tướng Lê Văn Thân, khuôn mặt, vóc dáng Kẻ Sĩ - Chiến Sĩ cuối cùng của thời đại hỗn loạn, mọi giá trị xã hội đồng bị đổ nhào, vất bỏ. Phẩm chất Tướng Quân càng cao vời biểu hiện trong môi trường tàn nhẫn, lăng nhục, đọa đày của cảnh tù tội cộng sản - Chuẩn Tướng Lê Văn Thân là một trong số bốn tướng lãnh cuối cùng rời trại tù Hàm Tân sau 16 năm thống hận (1975-91).

Nhưng bởi đang trên đường xa, lại thêm dồn dập chứng kiến cái chết ắt phải đến (đến như một điều cầu xin khốc liệt) của Phan Ngọc Ân, gã bạn thân thiết, hằng gắn bó suốt năm mươi năm qua đã đẩy người viết vào trạng thái hoàn toàn kiệt lực.

Kiệt cùng vật chất lẫn tinh thần. Tình trạng suy sụp cụ thể với thân xác cơ hồ muốn quỵ xuống như khi từ phòng bệnh của Nguyễn Đình Nghĩa bước ra; lúc bắt tay từ giã Ngô Vương Toại ở DC; lần gượng cười, cố nói lời vui đùa như bình thường của gần bốn mươi năm qua với Đỗ Ngọc Yến...

Những bằng hữu tinh anh, tài giỏi, vững chắc ngày nào mà nay đang là những bệnh nhân hôn mê, mỏi mòn, mệt nhọc. Và thật sự đã không đứng nổi, gượng lại được tại ngưỡng cửa nhà dưỡng lão San José, Bắc California, nơi Phạm Huấn - Phóng Viên Chiến Trường lừng lẫy của ba mươi, bốn mươi năm trước - Ngày Anh rực rỡ phong độ với bộ đồ hoa của lính biệt kích nhảy dù dịp Lễ Mãn Khóa của Khóa 16 Trường Võ Bị Đà Lạt, năm 1962; lần Anh thay mặt Người Lính Miền Nam tuyên cáo đến cả nước, cùng thế giới *"Uất Hận Hạ Lào"*, 1971; khi Anh báo động cơn bức tử Việt Nam Cộng Hòa, bắt đầu từ rút bỏ tai họa Tây Nguyên, tháng Ba, 1975...

Người huynh trưởng hào hiệp năm xưa ấy nay đang trong những giờ phút cuối cùng của cơn cận kề tử - sinh phải chấp nhận. Và kéo dài để làm gì nữa? Thêm đau mà thôi. Chỉ còn chút ánh sáng thăm thẳm trong mắt thay tiếng nói!

Và bây giờ, ngày 22 tháng 10, 2005 là thật sự kết thúc. Vậy, xin viết để thay thế một động tác Chào Kính Vĩnh Biệt khi Kèn Truy Điệu âm vang.

Như rực rỡ của tuổi trẻ...1960, Chúng tôi đang là những thanh niên ở tuổi hai mươi, nhìn cuộc sống, quân đội (đang dự phần) dưới những góc cạnh đẹp đẽ, thuần túy lý tưởng cao quý... Những tĩnh từ vừa nói lên không là sáo ngữ, bởi tất cả đang là những thành viên của một tập thể tự nguyện: Liên Đoàn Sinh Viên Sĩ Quan Trường Võ Bị Quốc Gia - Tập thể gồm những người trẻ tuổi quyết định nhận quân ngũ để phục vụ, sống cùng. Hành vi tự nguyện nầy hoàn toàn không phải do từ những thôi thúc vật chất, tình thế bất khả kháng - Có thể nói như thế mà không sợ phải mang tiếng quá đỗi cường điệu về một lần chọn lựa - Bởi tìm hình chính trị, quân sự Miền Nam lúc ấy; số tuổi ấn định trong chính sách quân dịch; khả năng văn hóa... Tất cả cho chúng tôi khả năng có thể tiếp cận những hướng tiến thân an lành, vững chắc, ổn định hơn so với vị thế, trách nhiệm nặng nề của người lính.

Thế nên, ý thức *"Phụng Sự Quốc Gia-Dân Tộc"* đã là một động lực có thật, thôi thúc lớp tuổi trẻ ngày ấy ghi danh, thi tuyển, nhập học vào quân trường nầy. Hơn thế nữa, cảnh trí ngôi trường mới xây ngờm ngợp trên Đồi 1515, dưới vùng trời trong xanh tinh khiết, bao vây cảnh đồi núi hùng vĩ, thơ mộng Đà Lạt; thêm sinh hoạt hào hứng, mới lạ của một quân trường quân sự hàng đầu Châu Á, kết thành một thế giới thích hợp, đáp ứng đủ đối với tinh thần, hoài bão của lớp người trẻ tuổi tình nguyện, tự hiến.

Chúng tôi thấy được Phạm Huấn trong toàn cảnh gần như lý tưởng của buổi Lễ Mãn Khóa Khóa 16 - Khóa học mở đầu chương trình huấn luyện bốn năm của Trường Võ Bị Quốc Gia. Trung Úy Phạm Huấn với quân phục hoa ngụy trang, hiện thực vẻ đẹp nam tính mà trong buổi ấy không ai có thể thích hợp và chính xác hơn anh. Anh đến Trường Đà Lạt làm phóng sự lễ mãn khóa, nổi bật lên hẳn giữa tập thể phóng viên nam, nữ người Việt lẫn ngoại quốc với vóc dáng tinh anh, sống động đầy cá tính riêng biệt.

Bản thân cá nhân với tâm chất riêng lại nhìn anh dưới một góc cạnh khác: Anh là người lính đã viết nên những lời thơ. Ngoài những sách, sử đọc về các đơn vị nhảy dù trong Binh Đoàn Viễn Chinh của Quân Đội Liên Hiệp Pháp để nên quen thuộc với những *"Para"* lừng lẫy, Gilles, Langlais, Botella... Và nhất là người lính nhảy dù với huyền thoại có thật, Thiếu Tá Bigeard của Tiểu Đoàn 6 Nhảy Dù Hải Ngoại (B.E.P); thêm ảnh hình, câu chuyện nghe được về một lớp niên trưởng Khóa 14 Trường Đà Lạt sau ngày mãn khóa đồng tự nguyện xin về Liên Đoàn Nhảy Dù, những Võ Tín, Vương Mộng Hồng, Nguyễn Chí Hiếu, Nguyễn Đình Bảo... Kết nên một thúc giục mạnh mẽ dứt khoát trong tôi: Ra trường sẽ phải chọn Binh Chủng Nhảy Dù.

Hình ảnh Phạm Huấn với bộ đồ hoa biệt kích, huy hiệu nhảy dù trên ngực là động lực cuối cùng gây nên cảm phục trong lòng gã sinh viên sĩ quan chưa tới tuổi hai mươi. Thêm hứng khởi dậy nên từ người lính đã viết nên những câu thơ mạnh mẽ về một lối sống tích cực...

Từng chiếc lại từng chiếc

Hoa Dù nở trên mây

Hồn tôi dâng mặt đất

Không gian vương dấu giày (1)

Tôi đi đơn vị nhảy dù, viết những dòng chữ đầu đời về người lính có phần khởi động từ Phạm Huấn - Một người tôi chưa gặp nhưng rất quen.

Năm 1970, dẫu trong tình thế nản lòng của một người bị xua đuổi ra khỏi một tập thể từng nhiệt thành cố kết, tôi gặp lại anh để thấy ra lần chọn lựa ở ngày tuổi trẻ kia là một điều chân thật, đúng đắn. Nếu có cơ hội bắt đầu lại thì cũng tái lập với tất cả lòng hăm hở nồng nàn. Và dẫu không phải là chỉ huy trực tiếp, nhưng anh đối với tôi thật đầy đủ tình huynh đệ cũng như các anh Nguyễn Đình Bảo, Võ Tín... đã nhiều lần thương mến che chở tôi khi còn trong đơn vị nhảy dù - Những niên trưởng không hề có tị hiềm, phân liệt.

Phạm Huấn đã cố gắng tìm cho tôi một lối thoát giữa những rối rắm phiền hà của đời sống quân ngũ. Anh đề nghị: *"Nếu muốn, thì tôi sẽ lo cho "niên trưởng" về đây với chúng tôi (Về Phòng Báo Chí Cục Tâm Lý Chiến, nơi anh có nhiều quen biết, ảnh hưởng)."* Anh nói theo cách vui đùa, an ủi của người biết rõ tình cảnh anh em mình đang ở thế *"kẹt"*, và không muốn hành vi giúp đỡ kia có tính chất quan cách thi ân.

Dẫu lời hứa thiện ý của anh không thực hiện (do tôi từ chối vì hiểu bản tính không thích hợp đối với sinh hoạt nơi những văn phòng quân đội. Dẫu Phòng Báo Chí hợp với khả năng, và những người bạn thân quen), nhưng cách cư xử của anh đã cho tôi thêm sức tin cậy: *"Trong quân đội đâu phải chỉ có những khó khăn, trì siết vô tâm... Cũng phải có Tình Bằng Hữu, Nghĩa Huynh Đệ giữa những Người Lính."* Tôi giữ điều quý trọng nầy cho đến hôm nay đối với anh và với nhiều người.

Hơn nữa, anh và tôi là những người lính dụng văn với tâm chất chân thật. Báo chí, chữ nghĩa là nguồn sức mạnh! Vì là những người lính sử dụng chữ nghĩa, nên giữa chúng tôi đã có một đồng cảm nhận: Phải dùng những chữ nầy để nói một điều gì khác hơn nữa về Đời Lính. Về tình cảnh khó khăn nhiều nguy biến của Người Lính. Những phóng sự đăng tải trên Diều Hâu (2) trong những năm 1970-1972 mang tính cách và giá trị nầy - Giá trị về một Sự Thật.

Chúng tôi không hề quan trọng hóa công việc của mình. Chúng tôi chỉ cố gắng làm công việc mà người lính không thể hoàn thành với vũ khí. Nói rõ ra, chúng tôi chỉ thực hiện sự tận tụy, cố gắng của Lính Nhảy Dù như châm ngôn của binh chủng: Nhảy Dù Cố Gắng. Ban Biên Tập Báo Diều Hâu - Thật sự chỉ là hai cá nhân Phạm Huấn và Nguyễn Đạt Thịnh - Cố gắng thực hiện những công việc mà Phòng Báo Chí/ Cục Tâm Lý Chiến không thể làm được: Tạo nên một sức sống mới, dựng lại đúng hình ảnh thực qua chữ nghĩa, trên mặt báo, về cuộc chiến, của, từ những người lính.

Đấy không phải là những *"anh lính đa tình"*; *"chàng không quân hào hoa"* như dạng hình thời thượng đầy màu sắc của sân khấu ca nhạc, màn ảnh, mà là hình ảnh tang thương của gia đình Cố Trung Tá

Phạm Văn Thặng, người phi công lái chiếc máy bay AD6 - Loại máy bay đã ở vào tình trạng *"kim loại mệt mỏi"*, mang một lượng bom, đạn, nặng hơn trọng lượng cơ hữu... Chiếc *"quan tài bay"* nầy dưới tay của những người mang tên Phạm Văn Thặng, Nguyễn Du, Trần Thế Vinh... đã cung cấp cách yểm trợ tiếp cận sát 100 thước, 50 thước cho những với đơn vị bạn dưới mặt đất với một kỹ thuật tuyệt hảo - Mà những chiếc F4, F105 tối tân của Hải Quân, Không Quân Mỹ không thể nào thực hiện được. Sau phi vụ với hy sinh thảm khốc ở Tây Nguyên (Mùa Hè 1972), người phi công gãy cánh để lại một gia đình tan tác nơi một căn nhà gỗ lụp xụp ở một khu dân lao động sống trên sình lầy...

Chương Trình Diều Hâu Mớm Con (3) là một nỗ lực làm bớt đi phần nhỏ nỗi đau, tình trạng cơ khổ của gia đình người lính, khi người chồng nằm xuống hoàn thành đoạn trường với kết thúc cuối cùng *"Tổ Quốc Tri Ân"* - Cũng là lần đau thương của gia đình người lính bắt đầu.

Báo Diều Hâu cố gắng có mặt với người vợ lính, những đứa con lính ở phần sau bi thảm nầy. Cao hơn chương trình cứu trợ (Dẫu đã là một công việc cần thiết đáng trân trọng ca ngợi), Báo Diều Hâu mở mặt trận chạm động đến chỗ cấm kỵ của quân đội và cũng là điểm sống-chết của chế độ - Và quả đã là một tử huyệt gây nên cơn mất máu toàn diện của Ngày 30 Tháng Tư, 1975 sau đó không lâu - Hiện Tượng Tham Nhũng và Những Người Thực Hiện Tham Nhũng.

Cụ thể hơn, những người mặc áo lính hành sử quyền lực, chức vụ, cấp bậc quân đội để hoàn thành nghiệp vụ tham nhũng. Phạm Huấn và Báo Diều Hâu không phải do bộc phát nhất thời mà dựng nên công việc *"đội đá vá trời"* nầy, bởi anh hiểu rõ: Với một lệnh thuyên chuyển ngắn ngủi, anh và Nguyễn Đạt Thịnh, chỉ là hai sĩ quan cấp tá sẽ rời khỏi Phòng Báo Chí, để đến trình diện một đơn vị tác chiến bất kỳ nơi nào gọi là nguy biến nhất. Danh sách *"Bốn Tướng Sạch:Nhất Thắng-Nhì Thanh-Tam Chinh-Tứ Trưởng"*(4) do Báo Diều Hâu thiết lập như một tấm kính chiếu yêu, dẫu không bày ra toàn cảnh sự suy đồi trong quân đội, nhưng cũng đủ tạo nên tác động phản diện để người dân, người lính đặt nên vấn đề: *"Thế thì những người gọi là tướng lãnh không có tên trong danh sách là những gì?"* Danh sách *"Tướng Bẩn"* tiếp theo là một trả lời can đảm đáng kính phục.

Và hơn thế nữa, công việc đưa toàn bộ lạm dụng, thất thu, tham nhũng trong hệ thống điều hành Quỹ Tiết Kiệm Quân Đội (5) ra trước ánh sáng do Tướng Nguyễn Văn Hiếu thống lĩnh (1972) dưới chỉ đạo của Phó Tổng Thống Trần Văn Hương có nhiều nguyên do khởi cuộc. Một trong những điểm nổ khởi sự bắt nguồn từ Báo Diều Hâu với mối thân giao quý trọng giữa Ban Biên Tập với Người Liêm Chính Trung Trực Miền Nam: Kẻ Sĩ Trần Văn Hương.

Không đợi đến sau ngày 30 tháng Tư, 1975 Tổng Thống Việt Nam Cộng Hòa Trần Văn Hương mới chứng tỏ tấm lòng sắc son với dân, vì nước. Nhưng đã một lần khi ký giả Phạm Huấn đến trực tiếp trình bày với Người *"Cơn Uất Hận Hạ Lào"*(6): Hành Quân Lam Sơn 719 thực sự là chiếc bẫy giăng ra để đánh giập sức chiến đấu của một quân lực vừa lập nên những kỳ tích trong cuộc chiến giữ nước qua Hành Quân Toàn Thắng, Bình Tây, Cửu Long, quét sách Trung Ương Cục "R" của cộng sản trên đất Miên (1969-1970) - Chiếc bẫy nầy có nhiều đầu mối. Hoặc là: *"Một điều thậm vô lý đã xẩy đến mà hôm nay* hơn ba mươi năm sau vẫn không được giải thích: *Chiến trận bỗng nhiên bị chận đứng lại - Suốt bốn ngày từ 11 đến 14/2 không một lệnh nào đến cùng với Sư Đoàn Dù, cụ thể đối với Lữ Đoàn I Dù của Đại Tá Lê Quang Lưỡng và Lữ Đoàn Thiết Kỵ của Đại Tá Nguyễn Trọng Luật, thành phần xung kích đang sẵn sàng tiến chiếm Tchépone bằng ngã đường bộ...”*

Việc đình hoãn cuộc tấn công được Tướng Davidson, Trưởng Phòng Quân Báo (Phòng II), Bộ Tư Lệnh MACV tìm hiểu qua sự kiện: *“Trong cuộc họp ngày 12/2 với Tướng Lãm và các tư lệnh chiến trường, Thiệu nói với Lãm: Cẩn thận khi tiến quân về hướng Tây, và hủy bỏ cuộc hành quân nếu như quân đội Cộng Hòa bị tổn thất đến số 3,000 thương vong...”*(7)

Không biết ai đã là người đã thực sự ra lệnh đình hoãn cuộc tiến quân? Chỉ biết, quân đội Cộng Hòa đã mất đi một số ngày thuận lợi vô cùng quý giá vào thời đoạn quyết định kia. Và trên chiến trường thì đang xẩy ra thảm kịch... *“Ba phần tư ngọn đồi (Đồi 31 của Lữ Đoàn 3 Dù; Tiểu Đoàn 3 Dù-Pnn) đã nằm trong tay địch. Chúng tôi chỉ còn giữ được một phần bộ chỉ huy tiểu đoàn, lữ đoàn, nhưng không còn ai ở trong những vị trí đó... Sau khi tái phối trí lực lượng, chúng tôi được lệnh trực tiếp của tiểu đoàn tổ chức một cuộc phản kích toàn bộ trên trận tuyến, cố gắng chiếm lại những vị trí đã mất với hy vọng không quân (Mỹ) sẽ yểm trợ hữu hiệu... Đợt phản kích không đủ sức mạnh để đạt hiệu quả mong muốn, và từ dưới chân đồi tràn lên một đợt sóng biển người và xe tăng...”*(8)

Thiếu Tá Phạm Huấn đã trình bày cùng Phó Tổng Thống Trần Văn Hương thực trạng: *“Vào lúc nầy (15*

*giờ 20 chiều ngày 25 tháng 2, 1971-Pnn), một phản
lực cơ F4 của Hoa Kỳ bị bắn cháy, Toán Điều Không
Tiền Tuyến (FAC) đã phản ứng bằng cách ngưng yểm
trợ Đồi 31 để ưu tiên dồn nỗ lực vào việc cấp cứu phi
công."* (9)

Đấy không phải là một chi tiết riêng rẽ, bất ngờ
của chiến trận nhưng là một trong những hình thái
điển hình cụ thể gây nên tình trạng tuyệt vọng chung
nơi chiến trường... *"Đêm chót (25/2/1971), Bắc Việt
pháo kích liên tục cho đến sáng, (quân binh Đồi 31)
không ngóc lên được. Không quân Hoa Kỳ lại yểm trợ
không hữu hiệu... Khi chiến xa và bộ binh của Lữ Đoàn
1 Đặc Nhiệm đến nơi thì Đồi 31 đã mất"* (9Bis)

Cơn Uất Hận Hạ Lào chấm dứt sau ngày 24 tháng
3, với giá máu 9,000 quân binh VNCH chết, bị thương,
và mất tích. Đánh giá của Bộ Tư Lệnh Quân Đoàn XXIV
Hoa Kỳ, đơn vị yểm trợ tổng quát cho các đơn vị tham
chiến Hành Quân Lam Sơn 719: Sư Đoàn I Bộ Binh;
Sư Đoàn Nhảy Dù; Sư Đoàn TQLC; Lữ Đoàn I Thiết Kỵ;
Liên Đoàn I BĐQ; các đơn vị pháo, công binh... đồng bị
thiệt hại 50% quân số và chiến cụ. (10)

Chúng ta có thể nói thêm một yếu tố mà không
sợ sai lầm sau ba mươi bốn năm của cuộc chiến: *Nếu
không có báo động của Phạm Huấn với Phó Tổng
Thống Trần Văn Hương liệu rằng con số tổn thất có
ngừng ở tỷ lệ khắc nghiệt ấy hay không?*

Quả thật Anh đã làm nên công việc vượt quá khả
năng, nhiệm vụ của một Phóng Viên Chiến Trường
cấp Thiếu Tá.

Lần bi phẫn chạm tới đỉnh cao nhất:

Chiều ngày 13 tháng 3, 1975, tôi cùng với nhiếp
ảnh viên Văn Phúc của Phòng Báo Chí/Ban Liên Hợp
Quân Sự Trung Ương (Đơn vị sau cùng của Phạm

Huấn trước khi lên Peiku với Tướng Phạm Văn Phú, giữ nhiệm vụ Sĩ Quan Báo Chí Quân Đoàn II) theo chuyến chuyển quân của Liên Đoàn 7 Biệt Động Quân xuống phi trường Pleiku để chứng kiến cơn hấp hối dần sụp xuống thủ phủ miền Tây Nguyên.

Thị xã chết dần như ngọn lửa đèn dầu của quán người Hoa còn lại nơi con đường dốc trước rạp Diệp Kính - Trung tâm sinh hoạt luôn sống động của Pleiku dẫu trong những ngày chiến tranh nặng độ nhất. Phạm Huấn đón chúng tôi với ánh mắt u uẩn...

- Bạn đến đây thật là hay, sáng mai có cuộc đổ quân xuống Phước An, nếu muốn thì đi theo toán gunship (trực thăng võ trang yểm trợ của hành quân).

Phi Trường Hàm Rồng buổi sáng ngày 14 tháng Ba, 1975 hiện quang cảnh của một lần tử biệt với cuộc đổ quân một tiểu đoàn của Trung Đoàn 45/ Sư Đoàn 23 Bộ Binh. Bên cạnh những người lính có những người lính khác lạ... Những người đàn bà mặc áo, quần trận, vài người đội nón sắt, nhưng thay vì ba lô và vũ khí, họ bế những con nhỏ và mang theo vật dụng gia đình - Những người vợ lính theo chồng đi hành quân nay trở về hậu cứ, trại gia binh nơi Ban Mê Thuột.

Trong cơn gió cuối xuân chớm lạnh, họ cùng đưa cao nắm tay lên trời khi những người chồng hô lời nguyền quyết chiến tỏ lòng kiên cường trở lại nơi chốn đang bị vây khốn. Dẫu bị một dàn phòng không cộng sản đan kín, các phi công trực thăng tập trung từ bốn vùng chiến thuật vẫn cố gắng hoàn tất cuộc không vận xuống Phước An (Tây- Nam Ban Mê Thuột) để đưa những người lính về lại chốn quê nhà của họ với gia đình trong cơn vây khốn...

Nhưng cuộc hành quân vẫn không thực hiện được một phần nhỏ mục tiêu đề ra từ ý niệm hành quân *"Từ Phước An tái chiếm Ban Mê Thuột"*, vì một lý do chính trị: Sau cuộc họp mật ngày 14/3 tại Cam Ranh giữa những giới chức tên gọi Nguyễn Văn Thiệu, Trần Thiện Khiêm, Cao Văn Viên... Nay, một ngày sau, buổi sáng 15 tháng Ba, người gọi là *"Tổng Thống Việt Nam Cộng Hòa"* đơn phương đưa ra quyết định: *"Rút khỏi Phước An, mang quân về phòng thủ tuyến Khánh Dương (Đèo ranh giới trên đường Nha Trang-Ban Mê Thuột)... Càng sớm càng tốt"*.

Khẩu lệnh từ ông Tổng Thống đến Tướng Phú, người chuyển lệnh là Thiếu Tá Phạm Huấn, nhân sự không giữ một chức vụ chính thức nào của hệ thống chỉ huy, đến Chuẩn Tướng Tường, Tư Lệnh Sư Đoàn 23 Bộ Binh chỉ huy mặt trận Phước An.

Trên trực thăng bay đến Phước An, Phạm Huấn tổng kết lại những *"lệnh"* đã nhận được: 23 giờ đêm ngày 11 tháng 3, *"lệnh"* chỉ thị Tướng Phú tránh sa lầy, đừng sử dụng nhiều quân vào một mặt trận; toàn quyền linh động có thể bỏ Ban Mê Thuột.

Ngày 12 tháng 3, ra *"lệnh"* toàn bộ cơ quan truyền thanh, truyền hình, báo chí khai thác tối đa *"lệnh - lại lệnh"* quyết tâm tái chiếm Ban Mê Thuột.

Ngày 13 *"lệnh"* tập trung toàn bộ trực thăng của Miền Nam để thực hiện cuộc trực thăng vận tăng viện vĩ đại xuống Phước An.

Và nay, 15 tháng 3 là *"lệnh"* bỏ Phước An, để giữ phòng tuyến Khánh Dương... (11)

Tất cả *"lệnh"* chỉ do một người: Tổng Tư Lệnh Quân Đội - Trung Tướng Nguyễn Văn Thiệu.

Nhưng dẫu có trí tưởng tượng phong phú đến

bao nhiêu, Phạm Huấn cũng không thể nghĩ ra rằng: Con người *"cơ mưu"* kia đang đi đến một *"lệnh"* tối hậu: Rút bỏ Tây Nguyên sau 48 giờ chuẩn bị!

Lần bẻ gãy xương sống Miền Nam không do từ Bộ Tổng Quân Ủy Hà Nội với bốn sư đoàn chực sẵn, nhưng chỉ do từ quyết định cá nhân của *"Tổng Thống Việt Nam Cộng Hòa Nguyễn Văn Thiệu"*.

Quyết định của ông Thiệu rút bỏ Tây Nguyên bắt đầu ngày 17 tháng Ba, đưa đến ngay một *"thành quả"* tuyệt hảo:

- Hai Trung Đoàn 44, 45/Sư Đoàn 23 BB thiệt hại 80% quân số tại mặt trận Phước An.

- Trung Đoàn 40/SĐ22BB tăng cường mặt trận Khánh Dương bị thiệt hại tương tự.

- Các Trung Đoàn 41, 42, và 47/SĐ22 chỉ còn khoảng 1,000 người khi xuống tàu tại Quy Nhơn, sau lần bị tổn thất ở mặt trận Bắc Bình Định, Quốc Lộ 19.

- Lữ Đoàn 3 Nhẩy Dù tăng phái mặt trận Khánh Dương bị tràn ngập, vỡ tuyến phòng thủ do không được yểm trợ, liên lạc với Quân Đoàn II.

Chỉ riêng cuộc triệt thoái được thành hình từ chiếc đầu của ông tổng thống có kết quả vượt trội: Toàn bộ lực lượng chiến xa M48, M41, pháo binh nặng 175ly, 155ly đồng bị hủy diệt. Gần 20 ngàn quân tinh nhuệ của 7 Liên Đoàn Biệt Động, Lữ Đoàn II thiết Kỵ, Liên Đoàn 6 Công Binh, các đơn vị Lôi Hổ, Thám Kích...

Và bao nhiêu dân? Và bao nhiêu gia đình binh sĩ; bao nhiêu người Kinh; bao nhiêu người Thượng... đã tiêu vong trên ba trăm cây số đường từ Kontum, Pleiku, về Phú Bổn, Tuy Hòa?

Quả thật, mười lăm năm chiến tranh (1960-1975), thành quả tác chiến của cả một khối cộng sản Miền Bắc lẫn Miền Nam thâu đạt không bằng *"quà tặng"* của người tên gọi Nguyễn Văn Thiệu sau *"mười bảy ngày"* kể từ cuộc họp tại Cam Ranh, 14 tháng Ba, 1975.

Chưa hết, người nắm giữ chức vụ tổng thống kia còn lại một Vùng I, vùng III, và cả một phần Miền Nam để bày ra những tính toán khôn ngoan cơ trí riêng của ông ta mà chính những đầu óc *"sáng tạo"* nhất của một Bộ Chính Trị ở Hà Nội cũng không nghĩ ra khi phát động cái gọi là Chiến Dịch Hồ Chí Minh lịch sử.

Lịch sử! Phải, chỉ có diễn trường ghê gớm tàn nhẫn, cực độ ác độc nầy mới có đủ sức chứa những sai lầm tàn hại của những kẻ mang danh xưng gọi là... Chủ tịch, tổng thống, quân vương, tướng lãnh. Chỉ có lịch sử, và còn lại những dòng chữ của Người Viết Văn.

Cuốn sách của Phạm Huấn nặng hơn bề dày của những chồng giấy sách xếp lại. Những cuốn sách của anh chứa đủ Mối Đau cả Miền Nam. Của hết Việt Nam. Ánh sáng trong mắt đã tắt.

Năm 1993, anh là người đầu tiên đã đón tôi trong buổi chiều tối 5 tháng 11, ngày đầu tiên đặt chân xuống đất Mỹ, và cũng là người gợi ý để tôi cầm viết lại với phương thức tổ chức cao, hệ thống hóa những điều cần trình bày.

Vẫn cách nồng nhiệt huynh đệ của ngày xưa nhưng thấp thoáng mệt mỏi, ngã lòng cố che dấu. Tôi nghe anh với lòng cảm kích nhưng cũng đã thấy ra được sự bất toàn, khó khăn thực hiện... Bởi đây là nước Mỹ với những năm cuối của thế Kỷ 20. Thời đã đổi và người tất cùng thay đổi. Còn chăng chỉ là một tấm lòng thao thức, nôn nao như tình cảnh của Tú Tài Đặng Thúc Hứa những ngày lưu lạc nơi Ta-khôn (Thái Lan) khi nhớ về... Vùng Quê Hải gió tanh, mưa máu... Hoặc của Nguyễn Bá Trác hằng ngóng về Phương Nam ngàn dặm thẳm... Chúng tôi cũng không còn sức lực tuổi trẻ mạnh mẽ để uống trọn những ly rượu cay.

Mười hai năm sau, Tháng Chín, 2005 gặp lại Phạm Huấn với biến đổi thân xác đến độ sững sờ... Nhân dáng anh tuấn rực rỡ ngày nào nay đã là một người già cằn cỗi, bệnh tật bủa vây, đánh sụp. Nhưng với một sức lực lạ lùng, bí nhiệm... Từ trí não mệt mỏi quên khuất kia, anh sống lại với ánh mắt long lanh nồng nhiệt... *Phan Nhật Nam há...* Anh cầm tay tôi ấm áp, chặt chẽ. Anh nắm giữ tay tôi suốt buổi không rời.

Vĩnh biệt Niên Trưởng...

(1) Phạm Huấn & Hà Huyền Chi, Thơ Nghiêng Cánh Sắt, Sài Gòn, VN, 1960.Phạm Huấn & Nguyễn Đạt Thịnh, Tuần Báo Diều Hâu, Sài Gòn, VN 1970-1972.

(2)-(3) Diều Hâu Mớm Con Chương Trình Yểm Trợ Thương Binh, Gia Đình Tử Sĩ QLVNCH, Báo Diều Hâu chủ trương điều hành (1970-1972).

(4) Các "Tướng Sạch của QLVNCH": Nguyễn Đức Thắng - Nguyễn Viết Thanh - Phan Trọng Chinh - Ngô Quang Trưởng. Danh sách do Báo Diều Hâu thiết lập.

(5) Quỹ Tiết Kiệm Quân Đội: Tổ hợp Kinh Tế-Tài Chánh do đóng góp hằng tháng của quân nhân các

cấp thuộc QLVNCH(1968-1972)

(6)-(7) Bùi Đức Lạc Cơn Uất Hận Hạ Lào (Hành Quân Lam Sơn 719); Đặc San Quân Đội, CA, USA, 1987.

(8) Phillip Davidson, VietNam at War; Presidio Press, CA, USA, P646

(9) Phan Hội Yên, Hạ Sĩ Khinh Binh; Tác Giả Xuất Bản, CA, USA, 1998, trg197-198

(9Bis) Hà Mai Việt, Thép và Máu; Tác Giả Xuất Bản, TX, USA, 2005 trg65 HMV sđd trg77.

(10)-(11) Phạm Huấn, Cuộc Triệt Thoái Cao Nguyên 1975; MinhHa&HuanPham, Ca, USA, 1993, p126.

Ngày 22 tháng 12, 2005

Đất lạ, Bang California.

Phan Nhật Nam

Người vẫn sống mãi trong thơ...

Sáng cuối tuần, thức dậy nơi một chốn lạ (sau 18 lần thay đổi chỗ ở kể từ khi đến Mỹ), La Puente, có lẽ là một thành phố nhỏ nhất của Cali; dân cư phần đông người Mễ, giới lao động làm nghề vận tải. Tóm lại lạ cảnh, lạ người toàn thể, nên anh sống với trạng thái "lạ hoắc" như không thể có tình thế nào hơn.

Khi mở đầu lá thư như thế trả lời cùng Luân Hoán (Canada) chẳng phải vì bạn anh là người làm thơ, và anh là kẻ viết văn nên cố ý xoay qua chuyện thơ văn, triết lý trong một lá thư thăm hỏi thông thường.

eason Not

Không phải vậy. Lá thư ngoài chuyện nhắc lại những kỷ niệm nhỏ thời niên thiếu nơi một chốn xa thẳm gọi là Đà Nẵng kia vào những năm 50, khi những đường phố còn mang tên Pháp như Avenue de France; Verdun... mà những đứa bé (anh và các bạn) có thể dựng sân đá bóng bất kỳ ở đâu sau giờ tan học buổi chiều: Trước vườn hoa Con Gà; chỗ Hội Cứu Tế... Ngay bên cạnh đường phố chính.

Lá thư cũng nhắc tới những danh tính, vóc dáng, tính cách của Quý Phẩm, Hồ Thị Hồng, Thu Hà, Thạch Trúc... Những người đẹp "làm giông bão mấy gã trai tơ" như ngôn ngữ của thơ bạn khi chúng tôi lớn lên những năm sau.

Nhưng hơn thế nữa, lá thư của bạn (như một tiên tri rất chính xác) đề cập đến một nỗi Đau.

Mối Đau nầy có thật - Vì bốn người mà Luân Hoán đề cập trong lá thư gởi anh thì đã có Nguyễn Văn Đồng (Hà Nguyên Thạch), Huỳnh Bá Dũng, Lê Vĩnh Thọ mà do một xếp đặt (kỳ lạ một cách bình thường) đã có mặt với anh ở những đoạn đời không thể nào quên, cho dù trí nhớ có cạn kiệt bao nhiêu, hoặc người ta thường cố quên - cách muốn quên đi những điều quá cay nghiệt.

Đầu tiên là Đồng (Hà Nguyên Thạch - anh vẫn chưa quen với bút hiệu của người bạn làm thơ dẫu đã mấy mươi năm qua), người học cùng lớp với anh từ ngày vào Trường Phan Châu Trinh; đi một đoàn Hướng Đạo, diễn chung vở kịch đầu đời năm 1956 - Ngày 4 tháng 3- Ngày bầu Quốc Hội đầu tiên ở nước ta.

Khi qua Sông Hàn (chỗ bến Hà Thân để đi diễn kịch bên xóm chài An Hải), từ trên đò, hai đứa nhỏ nhìn về thành phố Đà Nẵng, và cùng nói lên lời: "Đà Nẵng của mình đẹp thiệt!" (Ý nói cảnh đẹp của đất nước, quê hương nhưng vì chưa biết diễn tả văn vẻ, chữ nghĩa). Cảm giác nầy - Phản ứng của hai đứa bé khi thấy ra cảnh sắc quê hương kỳ ảo, rực rỡ - được anh nói lại ra lời, viết nên thành những dòng chữ trong Chương *"Đi Bắc Về Nam"* (Tù Binh và Hòa Bình, Hiện Đại, Sài Gòn 1974) cũng đúng ngày 4 tháng 3, năm 1973, lần đầu tiên qua sông Bến Hải đi Hà Nội nhận tù binh Mỹ. Và khi trở về, từ cửa phi cơ nhìn xuống quê hương Miền Nam trải rộng thuần hậu dịu dàng trong bóng chiều sẫm tối, bập bùng những khóm lửa ấm áp vùng Long Khánh, Bình Long...

Cảm khích làm nước mắt ứa ra không cầm được. Xúc động như thuở ngày nhỏ mỗi người chúng ta thường có trong những dịp nghỉ hè, nghỉ tết khi trở về nhà, về làng. Như lần anh đi Huế vào, từ Đèo Hải Vân ngờm ngợp trước cảnh chói lòa rực rỡ của Vịnh Đà Nẵng trong nắng sáng. Hoặc khi bọn học trò nhỏ ngồi chơi nơi ghế đá bờ Sông Hàn, trước Tòa Thị Chính Đà Nẵng nhìn lên Sơn Chà (mà lúc ấy chẳng đứa nào biết biết gọi tên chữ Tiên Sa như những năm sau nầy, khi Mỹ đặt đài kiểm báo trên đỉnh cao ấy, sau 1965) tưởng ra từng cành cây bụi lùm bí ẩn trên ấy. Và chúng tôi thuở ấy lẽ tất nhiên chưa biết nói thành lời, viết lên trang giấy.

Người thứ hai là nhà giáo, nhà thơ Lê Vĩnh Thọ. Lúc ấy, đối với tôi là đang trong một đoạn đời vô cùng khủng khoảng với tuyệt vọng đơn độc nặng trĩu như tảng đá đè xuống lồng ngực. Thế nên, Thọ, dẫu là người liên hệ thân thiết độc nhất, mỗi lần gặp nhau, dù trong cơn say cũng chẳng ai nói với ai tiếng nào - Khoảng thời gian anh bị công an cộng sản quản chế tại Lái Thiêu (sau ngày đi tù về, 1991-1993). Anh có một căn nhà tranh vùng Bình Nhâm cách Xã Búng của Thọ khoảng mười lăm phút honda.

Bữa rượu thường có vào chiều tối (khi Thọ từ Sài Gòn trở về sau những lớp dạy Anh Ngữ cho những cơ quan, hoặc nhân sự cộng sản muốn học sinh ngữ nầy để liên lạc với người Mỹ trong các dịch vụ thương mại, du lịch). Rượu loại rẻ tiền, thuốc lá đen, thức ăn chỉ là mấy hạt đậu phụng, hạt điều, hoặc vài trái cây địa phương. Ly rượu cũng chỉ là một cái cớ để hai chúng tôi ngồi với nhau.

Ngồi dựa lưng vào vách nhà tranh nhìn ra khu vườn tối sẫm dầy đặc những cây măng lão (loại măng cụt tuổi quá trăm năm khi vùng đất nầy vừa được khai khẩn). Khu vườn chập choạng mù sương do hơi nước từ sông Sài gòn loang tỏa, chập xuống những vũng bóng tối kỳ dị như tranh của Ruben, Rousseau.

Chúng tôi, hai người độc nhất còn lại của Sài Gòn sau 1975, nay gặp nhau ở một vùng đất mà chắc trước đây cả hai không hề có ý niệm đến: Ấp Bình Đức, Bình Nhâm, Lái Thiêu thuộc Tỉnh Bình Dương. Từ tình cảnh nầy, lời nói, câu chuyện đã trở nên vô nghĩa. Tuy nhiên, mối liên hệ (dẫu lặng lẽ) vẫn vô cùng hòa hợp, thấm đậm... Nhưng một hôm, bỗng nhiên sự việc xảy đến như một tai họa mà cả hai đồng linh cảm sau nhiều lần cố tránh: Chúng tôi nói về trách nhiệm, hậu quả của cuộc chiến vừa qua.

Lẽ tất nhiên anh trình bày với quan điểm người lính (như phản ứng hằng có, thêm cảnh sống thực tế trước, sau khi đi tù về). Thọ nhìn chiến tranh với cấp độ của một giáo sư văn chương, và (quan trọng hơn) của một Người Làm Thơ. Từ hai vị thế cách biệt nầy, câu chuyện biến thành lần tranh cãi không khoan nhượng. Chúng tôi xa nhau với lời khẳng định (của cả hai phía): *"Ông và tôi chẳng nên bao giờ gặp nhau nữa!"* Và chúng tôi giữ lời ấy cho đến ngày tôi ra khỏi nước (1993-1994).

Người thứ ba, Huỳnh Bá Dũng. Nỗi đau cố kết, đọng cứng lại nơi đây. Làm sao có thể nói hết mối thâm tình ân nghĩa giữa hai chúng tôi! Dẫu thuộc hai khóa sĩ quan khác nhau (18 và 19 Trường Đà Lạt); nhưng từ chiều thứ Bảy đến chiều Chủ Nhật trong suốt hai năm (nếu không phải bận gác trực, anh và Dũng luôn tìm tới nhau trong những thời giờ thuận tiện). Và điều thân thiết cảm động lý thú nhất (đối với lứa tuổi thanh niên, trong khung cảnh, môi trường sinh hoạt phiền hà, gắt gao kỷ luật của quân trường - lại là một quân trường nổi tiếng kỷ luật nhất trong số các học viện quân sự thế giới) là những giờ phút hiếm hoi kia là dịp để Dũng chia sẻ với anh về niềm yêu thương trong sáng, thuần hậu đối với ĐgNgThi (cô bạn gái cùng đường Nguyễn Hoàng, cùng lớp với anh từ những năm thơ ấu sau lần di cư vào Đà Nẵng, 1954).

Anh đã là tấm gương trung trực nhất (cũng là độc nhất) để hai người trải đủ lên tất cả những chi tiết, tiếng lời, cảm xúc về một tình nghĩa hiếm có (rất hiếm hoi) của thế kỷ nhiễu nhương, và nhiều điều tệ hại đổ vỡ tự lòng người.

Anh được chứng kiến tự ngày đầu Mối Tình Tưởng Như Không Hề Có Thật của Dũng-Thi cho đến nay hơn bốn mươi năm sau, dẫu đã cách biệt vì một tai họa cắt xé không thể đền bù. Không bao giờ đền bù được bởi sự việc sau đây...

Đêm Giao Thừa Mậu Thân, 1968, Trung Úy Huỳnh Bá Dũng, sĩ quan trực Bộ Tư Lệnh Hành Quân Sư Đoàn II Bộ Binh đóng tại thị xã Quảng Ngãi. Lực lượng cộng sản chiếm hết những điểm then chốt trong thành phố, Trường Kim Thông, khu nhà của Dũng. Đợi đến trời tờ mờ sáng, lúc chiếc xe có thể len lỏi qua những khu vực đổ nát, xác người, Dũng vội vã trở về nhà dẫu tất cả nhân viên phòng hành quân đồng ngăn cản. Lòng anh là cơn lửa cháy của độ nóng nhất. Thi đang mang thai cháu bé thư hai (sau nầy là Mỹ Linh, hiện tại là một trong những bác sĩ xuất sắc về thần kinh não bộ của Đại Học Berkley, CA), và Thùy Linh còn nằm nôi.

Thi chỉ là một cô giáo hai mươi lăm tuổi không biết gì, không làm gì hơn những công việc của bên trong lớp học, và gia đình. Bạn tôi ôm đứa con nhỏ trên chiếc bụng rộn đập tiếng động của sự sống thứ hai đang thành hình. Gần cổng Trường Kim Thông, xe Dũng bị bắn chận lại, anh rút khẩu súng ngắn cầm tay, nhảy khỏi tay lái chạy vào xóm nhà quen thuộc.

Nhà của Bạn - Nơi của Luân Hoán, Đinh Hoàng Sa trú ngụ - Chốn thân thiết mà các bạn, những Hà Nguyên thạch, Lê Văn Nghĩa, Nguyễn Văn Pháp, Trần Mỹ Lộc.... Bạn cũ từ ngày còn chung Trường Phan Châu Trinh chọn làm nơi vui thú, gặp gỡ thường ngày. Nhưng oan nghiệt thay, căn nhà đóng kín cửa. Luân Hoán đã về Đà Nẵng; Đinh Hoàng Sa đến nhà bên vợ... những bạn kia đang nơi chốn chiến đấu.

Lực lượng cộng sản vốn đầy hiểm độc, kinh nghiệm trong kỹ thuật tác chiến, và cũng luôn khôn ngoan (cách khôn ngoan của kẻ chuyên nghiệp giết người), sử dụng căn nhà làm địa điểm phục kích vì đã biết rõ một điều: Đấy là chốn của bọn ngụy hằng ngày thường tập họp để không ai sẽ nghi ngờ là một bẫy chết.

Dũng chạy nhanh vào căn nhà... Toán lính cộng sản đồng nổ súng với tất cả vũ khí chúng có được. Dũng ngã xuống không kịp kêu lên tiếng đau. Cũng không kịp hiểu Chốn Của Bạn nay đã ngụy trang nên thành Bẫy Chết. Cùng một lúc. Thi rú lên tiếng khủng khiếp, siết chặt hai con vào ngực. Đứa bé vụt khóc thét kinh hoàng. Xác của Dũng được xem như chiến công đầu tiên, đáng hãnh diện của toán lính cộng sản. Chúng lột truồng người chết. Úp mặt xuống đất để không ai nhận ra đấy là Trung úy Huỳnh Bá Dũng - Người sĩ quan có nét mặt trong sáng đầy nam tính của những pho tượng Hy lạp, La Mã cổ.

Gần ba mươi năm sau, ngày anh đi tù về, bị chỉ định cư trú tại Lái Thiêu, mỗi khi cần có chuyện phải về Sài Gòn, anh thường chọn đường liên tỉnh qua lối cầu Sắt Lái Thiêu, Nhị Bình, An Phú Đông... nơi đơn vị anh đụng trận suốt năm Mậu Thân, khởi đi từ những ngày đầu xuân khi ở Huế về, tháng Hai, 1968. Đi giữa đường quê yên lắng, thoang thoảng mùi hoa cau, nhưng quả thật lòng anh nặng phần ủ dột...

Nơi nầy Nguyễn Ngọc Khiêm chết, chỗ vườn mía mà lúc ấy Như Phong mướn đất, làm nhà trồng hoa hồng, hoa lan; đây là cầu Ông Đụng nơi Mai Ngọc Liên đã ngã gục do hứng nguyên băng thượng liên khi thúc đơn vị qua cầu; chỗ kia là của Nguyễn Văn Được phọt ra búng máu tươi khi đang ra lệnh xung phong...

Nhưng đường về, tôi phải chọn ngã qua cầu Thanh Đa, lối Quốc Lộ 14. Vì tại căn nhà 321 Lô I, cư Xá Thanh Đa luôn có tiếng nói.... *"Mầy hỏi bố mầy ấy chứ, mẹ đâu có biết! Mầy có lớn đến bao nhiêu, bố mầy vẫn mi mầy trước khi đi làm cơ đấy!"* Và khi tôi vừa bước vào thì luôn có lời chào: *"Gớm, ông đi đâu mà mất mặt đến mấy tuần nay, bạn ông đợi ông đấy; vào chơi với ông ấy một chút xong tôi cho ăn cái món mà ông và bạn ông thích. Kỳ ở Đà Lạt mỗi chủ nhật đi phố, hai cậu ăn gì tôi cũng biết..."*

Bữa cơm được dọn lên, dĩa thịt đông, dưa chua, hai cái chén, hai đôi đũa để sẵn... *Ông ăn đi. Ăn với bạn ông. Tôi ngồi nhìn cho vui thôi. Chắc Thi không phải nói riêng với tôi.* Thịt đông dưa chua - Món ăn mà hai cậu thanh niên lần tiên đi chơi phố Đà Lạt đầu xuân 1962 đã gọi dọn ra, *"vì ngoài mình (Đà Nẵng) đâu có cái món của người Bắc nầy."* Trong bữa ăn hôm xa xôi kia hình như Dũng có câu: *"Sau nầy, khi hai đứa mình lấy nhau, mỗi khi tới nhà, mình nói Thi làm cho tôi với bạn ăn món thịt đông nầy."* Tôi nhớ ra câu nói kia khi xắn đầu đũa vào dĩa thịt. Thi nhìn tôi ăn, cười cười như thể có người thứ ba đang ngồi ở đấy.

Quả thật Dũng đang với chúng tôi như một người không hề vắng mặt. Hóa ra tôi đã chứng kiến, dự phần với bạn tôi, từ cô học trò nhỏ lần di cư 1954, tóc chưa dài tới vai, nay đã thành một lão nhân mệt nhọc, lạc lõng, vô hồn từng ngày nơi đất Mỹ -Cảnh sống kéo dài trong một nỗi chờ đợi thăm thẳm không hề được hiện thực - phi lý, bi thảm gấp vạn lần tình cảnh nhân vật của Beckett đợi Godot.

Và bạn tôi, Đặng Nguyệt Thi thật sống với Dũng, bên Dũng, bằng Dũng qua trí tưởng, với ý niệm... *Ông ấy làm thế nầy; ông ấy nói như thế đấy, ông ấy thích ăn cái món đồ do tôi nấu cho ông ăn đây nầy...* Dũng hiện diện cùng bạn tôi trong suốt một cuộc đời - băng qua cái chết - vượt lên cái chết suốt ba mươi sáu năm không một ngày giờ đứt đoạn.

Những chữ nghĩa cào xé sau đây đáng ra anh có bổn phận viết nên đối với Dũng. Và không phải chỉ chừng ấy, mà phải viết từng đêm, từng ngày, mỗi bữa ăn, khi nói đùa trong mỗi câu chuyện sinh hoạt gia đình với Thi, và hai cháu Thùy Linh, Mỹ Linh - Gần nửa thế kỷ chứ đâu ngày một ngày hai bạn tôi ơi.

Cuối cùng, anh xin mượn đến những chữ nghĩa xót xa sau đây của Luân Hoán - Người Bạn của Huỳnh Bá Dũng - Bạn của chúng ta.

...em hỡi em có biết
bậc thềm chúng mình vẫn hôn nhau
trước khi anh ra trận
cánh cửa chúng mình vẫn hôn nhau
khi cuộc săn người tạm dứt
một người bạn anh
một người bạn thân của anh đã đến
đã nằm đó không biết bao lâu
với chiếc áo maillot, chiếc quần lót trắng
với vết máu loang
cùng nước mắt y
vào buổi sáng của một ngày đầu năm mới
Dũng có còn biết không?
mày là que hương tao vừa thắp
cháy suốt cuộc đời tao
Dũng thân yêu
hãy về đó
về trên nụ lệ xanh
tao vay mượn vợ con mày và bạn bè cũ
hãy về đó
về trên lá quốc kỳ phủ quan tài
bay bay trước gió
về trên tay súng anh em
cùng nỗi đau trong ngực
hỡi Dũng, bạn có biết không

tôi gọi tên bạn ngoài phố chết
tôi viết tên bạn lên bậc thềm xưa
và quì xuống
bạn chết chưa kịp biết
khói lửa vây Sài Gòn
máu xương vỡ tràn ở Huế
và hầu hết nhiều thành phố chúng ta
hỡi Dũng,
bạn chết chưa kịp biết
nỗi đau xót nghìn đời không phai nhạt
hỡi những đầu cầu nào bắt tay nhau
những dòng sông nào kiếm tìm nhau
tôi biết vợ bạn người Hà Nội
bạn người Lăng Cô
gặp yêu nhau từ Đà Nẵng
hai cô cậu chim sâu lộng lẫy ra đời
hát từng giọng Quảng Nam chân thật
sao bây giờ bạn nỡ nằm đây
trên bậc thềm tình tôi heo hút
em hỡi em
anh vẫn thường ao ước
một ngày nào vui tay
anh sẽ vẽ trái tim anh lên vách
đó là một bài thơ
suốt đời anh để lại
nhưng bây giờ anh chợt nhận ra
trên bàn tay anh tím bầm những máu

máu của quê hương
máu của bạn bè
máu của anh
máu của em
tất cả
Việt Nam Việt Nam
bài thơ tôi vẫn là thứ ngôn ngữ ba hoa
với chút tài vặt cũ
nên Dũng dễ gì hiểu cho
anh chết cho chúng ta thêm yêu nước
anh chết cho chúng ta quí tự do
tội cho anh không kịp thấy
trong sân trường Kim Thông
trên núi cao bên đầu cầu sông Trà Khúc
bên cửa đông doanh trại Sư đoàn
bên lòng dân Quảng Ngãi
những hung thần đã rụng cánh gãy vây
những hung thần đã rơi đầu ở đó
tôi có cần nêu lên
những con số chua cay buồn thảm?
Dũng hỡi Dũng
hãy thông cảm tôi
cho dù bạn đã chết
đã bị lột đi bộ quân phục xanh
vẫn mang ra mặt trận
hãy nhớ giùm tôi
cái chết nằm kề chiến thắng

tôi đứng nghiêm khe khẽ đưa tay
ngang mày tôi một trái tim sáng chói

Cám ơn Bạn Luân Hoán thêm một lần với những bài thơ để tất cả Bằng Hữu luôn hằng sống, hiện diện đủ với chúng ta.

Chân thành viết gởi về Đặng Nguyệt Thi đã hiện thực Sức Mạnh Trái Tim Người một cách đơn giản, lặng lẽ, nhưng vô vàn cao quý. Dẫu Người đã vắng mặt từ những ngày tưởng như không thật cách đây rất xa.

La Puente, CA. 20 tháng 5, 2004.
(Ngày của LeThTr)
Phan Nhật Nam

Những dòng sông chảy qua vùng đá sạn...

K hi cô phụ tài Xe Đò Hoàng tuyến đường San José-Westminster (Bắc-Nam Cali) mở băng DVD ca nhạc trình diễn màn hát Quan Họ thì hai người khách đàn bà bắt đầu câu chuyện với cách bí ẩn riêng tư, diễn tả qua từng nét mặt, âm tiếng thay đổi theo cảm xúc.

- Bà biết hát Quan Họ nầy hay như thế nào không?

- Làm sao biết được, giỏi lắm là ngâm nga theo điệu "Người ơi người ở đừng về..." Mà bà có hơn gì tôi để ra câu đố nầy nọ?

- Biết là vậy, tôi với bà di cư vào Nam năm 1954 còn *"oắt tì xà lai"*, làm sao biết *"ngoài Bắc ta"* có cái gì, may ra còn giữ được giọng Hà Nội khác với mấy cậu, mợ 75, *"iem ở hà lội... suốt"*... Theo ông bố vào ở chỗ Hỏa Xa Đà Nẵng, đi học trường Bà Xơ dưới Nhà Thờ Con Gà bị tụi bạn trêu *"Bắc kỳ ăn cá rô cây nên hô răng..."*, thế nhưng, biết được cái hay của Quan Họ là do đứa chị kể lại sau nầy...

- Chị nào, chẳng lẽ mợ Nguyệt nhà bà lại biết được những điều mà tôi với bà không biết ra...

- Không, đây là nhỏ chị họ ngoài Bắc, gặp sau nầy ở Mỹ, nó qua đây làm đại diện thương mại gì đó cho bên Việt Nam, gọi là chị (tuy nhỏ tuổi hơn) vì là cháu ngoại lớn của bà cả, nó đẹp lắm, giống như Romy Schneidder trong phim Sisi Impéatrice (*)...

- Bà có nói quá không, người ngoài Bắc đẹp đến cỡ Brigitte Bardot mà chụp cái nón cối lên đầu như em Jane Fonda thì trông cũng chẳng giống ai... Mà bà ngoại cả là sao? (**)

- Thì ông ngoại tao (khi *"tôi"* trở thành *"tao"*, hoặc *"bà"* hạ xuống *"mầy"* tức là câu chuyện đã đi vào đoạn gay cấn, cấp thiết) là người Tàu, Tàu chính gốc, có đến chín bà vợ, đại gia đình sống như trong chuyện Hồng Lâu Mộng. Bà tao thứ Tám, ông lấy từ bên Miên đem về Sài Gòn, xong đưa ra Bắc nên mợ tao có tên ấy mầy không thấy sao... Nhỏ chị ấy sinh đúng một năm sau di cư, 1955 tại Phố Hàng Đường, Hà Nội. Nó tuổi Mùi thua mầy và tao đúng mười tuổi. Nhỏ hơn mười tuổi như nỗi đau, cảnh khổ của nó so với của mầy và tao cứ như núi, dẫu rằng mầy với tao chịu nạn sau 30 tháng Tư cũng đã nát người... Chồng đi tù cải tạo, một thân nuôi con, vượt biên đến Mỹ với thứ tiếng Anh Anglais Vivant nói đến gãy lưỡi, mỏi tay... Nhưng dù sao bọn mình còn có an ủi với hai-mươi mốt năm nơi Miền Nam, và cuối cùng cũng đến được đất Mỹ. So với nhiều người, mầy và tao còn "hạnh phúc" hơn bao nhiêu kẻ khác... Cứ như cảnh chị nhỏ ấy tao sợ chịu không thấu...

- Mầy nói thì tao nghe, nhưng với cảnh khổ ai có thể so sánh với ai, mấy ai nói mình khổ hơn hay khổ kém bao giờ... Người bạn trầm giọng bùi ngùi, thương cảm... Đời mầy cũng quá sức rồi, từ "sáu-mươi, bảy-mươi...", tiểu thư lái Mazda 1500, Mustang Capri đưa con đi học... Qua "bảy-lăm" đẩy xe trâu làm ruộng dưới Suối Nghệ, Bà Rịa; rồi với hai con nhỏ chưa đầy mười tuổi vượt biên qua Thái bằng đường bộ Campuchia giữa bầy lính Polpot thôi cũng đủ đáng sợ như chuyện kể trong Papillion, lại thêm mấy năm ở Trại Cấm Sikiew, Thái Lan coi như ở tù không án...

- Chuyện tao kể ra cũng thường so với vạn, triệu người Nam, đời chị nhỏ ấy diễn ra theo cách khác, điển hình cảnh khổ của người Miền Bắc, lại là đàn bà có học, tài sắc, gia thế... Tao không nói điều tưởng tượng, nghe ra chuyện mầy sẽ thấy lời tao chưa đủ. Nó lại luôn chịu cảnh khổ một thân, một mình...

- Sao lại một mình, chồng, con nó đâu...

...Đấy lại là một đầu mối của đau thương đời nó... Đầu mối lớn nhất.

(*; **) Những nữ tài tử điện ảnh Mỹ, Pháp nổi tiếng trong thập niên 50, 60, 70...

MỘT.

Bé Giang Thanh sáng đẹp như khối ngọc toàn hảo. Sinh ra trong một chiếc túi đỏ rực - Đẻ bọc điều năm tuổi Mùi *"không chùi cũng sáng"*. Và cô bé đã nhận ngay ân huệ lớn: Đau đậu mùa lúc lên ba nhưng dù chữa chạy qua loa bằng thuốc ngoại khoa cũng hết bệnh, chỉ để lại những chấm sẹo nhỏ trên cánh mũi như là nét duyên. Sống mũi cao chạy thẳng lên trán biểu lộ trí sáng và sự cương nghị.

Nghe kể lại, ông ngoại thường bế đặt lên đùi, nhìn vào mắt cháu nói lời thương yêu thắm thiết: *"Tội nghiệp cháu tôi phải phận con gái... Giá như là con trai thì dễ đương cự hơn với tử vi Mệnh vô chính diệu, Địa Không, Hỏa Tinh độc thủ..."*, bởi ông là người thâm cứu tử vi, thấy ra phận người đau thương qua lá số.

Ông đặt tên nó là Giang Thanh như bà Nguyệt nhà tao được gọi là Minh Nguyệt theo ý thơ của Lý Bạch. Bà ngoại, vợ cả của một gia đình gồm tám phụ nữ tứ xứ, thuộc nhiều chủng tộc, sắc dân khác nhau, ông lấy về trên đường làm ăn phiêu bạc khắp Đông-Nam Á... Nơi khởi đầu từ Vân Nam, đầu nguồn sông Thanh Thủy, dừng chân, dựng sở tại Hà Nội-Hải Phòng sau khi liên kết với viên chánh sở mật thám Pháp, Đại Úy Favani xây dựng nên đường dây nha phiến qua ba trục Côn Minh-Hà Nội-Sài Gòn. Cũng bởi viên đại úy người Corse (*) nầy cùng chung sở thích - Đàn bà và thuốc phiện - Những thú vui tuyệt vời (lại sinh lợi tối đa) ông ta tiếp nhận, áp dụng, và khai triển bài học kinh nghiệm từ viên chỉ huy, Thiếu Tướng Tư Lệnh De Linarès.

Phần gia chủ Uông Đại Dụng, dẫu xuất thân Đại Học Côn Minh, học viện cổ kính có từ Thế Kỷ 15 với tòa đại sảnh cao 99 bậc thềm nổi tiếng là một di tích lịch sử của thủ phủ Tỉnh Vân Nam, nhưng ông đã thấy rõ sự vô ích, vô dụng của học vấn, lại là thứ chữ thánh hiền.

Ông quyết chí làm giàu… Có tiền tức có tất cả - Tiền vi tiên. Ứng vạn biến. Ông gieo trồng, chế biến, sản xuất ra thứ đem lại nhiều tiền nhất: Thuốc phiện. Và tùy theo tình hình chính trị, thời cuộc quân sự, ông cũng là đầu mối chuyển một thứ hàng nguy hiểm không kém thứ thuốc kia: Thuốc súng, đạn, bom…

Ông bán súng, đạn cho những phe phái cần thiết đến chúng không phân biệt họ là ai: Thổ phỉ, cộng sản, đảng phái tư sản, kể cả kẻ tống tiền, giết mướn… Bán cho ai ông báo cho viên đại úy biết, nếu cần, người nầy cung cấp thêm hàng cho ông tìm nơi tiêu thụ. Quanh bàn đèn, Đại Úy Favani nói lời khen ngợi:

- Ông là người khôn ngoan nhất Đông Dương.

Uông Tiên Sinh không trả lời, ông đứng dậy châm hương lên bàn thờ - Bàn thờ do bà cả thiết lập với những mẫu tượng thánh thần sơn son thiếp vàng rực rỡ…

- Đại úy nói quá lời, tôi chỉ làm theo cố vấn của nhà tôi.

Ông nói thật vì bà cả đã từng vào Sài Gòn với một cây roi mây. Bà đến ngôi nhà (Đường Trần Nhật Duật, Tân Định, sau nầy gia đình tao ở trước 1975, mầy đã tới chơi mấy lần - Người kể chuyện nhắc nhở) ông mua riêng cho bà ngoại tao, nói lời đĩnh đạc, kẻ cả:

- Cô đừng sợ, đàn bà với nhau, tôi phải giữ cho cô, tội là do lão ghê gớm nầy…

Bà ghìm ông tao xuống, bà sử dụng những thế võ như thế nào đó (ông tao cũng thuộc loại cao thủ nhưng không chống lại)... Ông nằm im nghe vợ kể tội:

- Cô ấy còn trẻ, mới mười sáu tuổi, ông phải biết làm thế là thất đức, tôi sẽ chuộc phần lỗi của ông bằng cưới hỏi đúng lễ để chính thức xin cô ấy về... Nhưng nay phải trừng trị để ông biết thế nào là nghĩa vợ chồng mà ông đã nhiều lần gây nên điều xúc phạm xấu hổ (Đối với tôi và cũng đối với cô ấy) - Lần nầy là lần thứ tám, lần cuối cùng.

Ông nằm im nhận mấy chục roi phạt, xong đứng lên cầm tay bà cả:

- Tôi xin lỗi mình. Anh xin lỗi em.

Ông quay qua nói với bà tao. Khi trở ra Bắc, ông đưa bà tao lên chiếc xe đua mui trần màu đỏ chạy từ Hà Nội về Hải Phòng, mặt căng kiêu hãnh với điếu xì gà ngậm ngược chĩa lên trời... Bà cả ngồi băng sau cười cười coi như không có gì.

- Mầy vẫn chưa nói gì về nhỏ chị tuổi Mùi kia...

- Tao phải nói rõ ra như thế để mầy thấy ông tao, bà cả, bà bác (mẹ chị nhỏ ấy) ra sao để hiểu nó ảnh hưởng những gien như thế nào từ mẹ, bà, và ông ngoại. Nó là tổng hợp của những người kia với mức độ cao nhất - Cao nhất về sắc sảo tính khí, hạnh phúc, khổ đau kể cả dáng vẻ rất lạ của nó... Cổ không chỉ cao ba ngấn mà đến những năm ngấn.

- Thế mẹ nó như thế nào? Bà bác của mầy...

- Bà ấy là một trong những người đầu tiên (lại là phụ nữ) đi Pháp học về âm nhạc qua bảo trợ bởi lão mật thám người Pháp kia (đã trở nên là một người thân trong gia đình ông tao). Trong nhà gọi là ông Pha và chỉ dùng tiếng Việt để nói chuyện. Bác tao kể: Ông ấy đã có nhận xét trong một bữa ăn: "Tôi ăn đủ năm trăm thứ phô-ma của Tây ("Tây"chứ không là "Pháp"), tôi cũng nếm hết các thứ mắm của "ta"... Biết phân biệt nước mắm nhĩ khác nước mắm pha như thế nào. Nghĩa là tôi ăn tất không bỏ sót một thứ gì!"

Lão ấy bảo trợ bà bác tao đi Pháp học không phải không có mục đích, lão muốn gia tài của ông tao lọt vào tay người nhà của lão. Lão tính trước bà bác tao cho ông con trai ngoại hôn (mà lão bảo là con nuôi để tránh trách nhiệm với bà người Việt sinh ra ông con nầy, lấy cớ mắc chứng *"tráng dương sậu tinh"*, thêm nghiện nặng thuốc phiện nên không thể có con, lại là con trai). Ông nầy lúc ấy là thiếu úy Tiểu Đoàn 3 Nhảy Dù là đơn vị năm 1954 nhảy xuống Điện Biên Phủ trước tiên...

- Làm sao mày mầy rành chuyện lính tráng, nhà binh đến như thế...

- Thì ông Nhân nhà tao năm *"tám chín"* sau khi đi tù về có theo mợ tao đến gặp ông nầy ở nhà Đường Nguyễn Trãi Sài Gòn. Lính gặp lính nói ra biết ngay, lại là lính nhảy dù không có bao nhiêu đơn vị. Dịp ấy, mợ tao mới biết vụ việc của bà bác tao, bà cả, ông ngoại ngoài Bắc *sau "năm tư"*... Thực tế xẩy ra đáng sợ, kinh hoàng hơn bất cứ câu chuyện nào người trong Nam nghe được, tưởng tượng ra...

- Mới nghe mầy giáo đầu đã thấy bày ra như một đống bùi nhùi, đến chuyện thật nữa không biết lường tới đâu, nhưng mầy cũng chưa nói gì đến nhỏ chị kia...

Thủng thẳng, chuyện phải có đầu đuôi, xe chưa ra Đường 152 (Giao lộ nối hai Xa Lộ Liên Bang 101, Số 5), nếu kể chưa hết tao bảo ông Nhân kể tiếp, viết lại cho mầy xem, ông ấy còn có dự định đưa người, việc thật nầy vào một cuốn truyện dài nữa... Cũng bởi, có ông Đỗ chủ báo Thời Luận, bạn ông ấy đã viết về cảnh khổ, nỗi đau của người đàn bà Miền Nam rồi, nay ông ấy phải viết về Miền Bắc cho cân phân, cũng để trả ơn quê vợ. Để tao kể tiếp...

Trước khi vào Nam, ông tao cho tập họp đủ tám bà vợ và chia phần dưới sự quyết định của bà cả... Những chậu trồng ngải dưới chân bàn thờ đều được mang vào phòng riêng, đào vàng lên, chia thành tám phần khác nhau tùy theo nhận định của bà về khả năng giữ gìn, sinh lợi của mỗi người... Phần những bà kia như thế nào tao không rõ, phần của bà tao được quyết định như sau: *"Cô Tám, cô là người nhỏ tuổi nhất, nhưng cô đã chứng tỏ đủ sức thay thế tôi, cô giữ phần lớn nhất, cô mang năm trăm lạng vào Nam theo chuyến máy bay sớm nhất với con, cháu nhà cô - Mẹ con cô vào trong ấy trước để nhỡ ngoài nầy có gì bất ổn, nhà còn đường xoay xở."* Bà tao rúng động: *"Nhưng còn anh, chị, các chị ngoài nầy, đưa hết cho em, nhỡ em giữ không trọn, lỗi ấy nặng lắm."* Bà cả cười nhẹ: *"Tôi không lầm người, ngày đón cô về nhà nầy tôi đã có ý ấy, bao năm qua một tay cô coi hết khu mỏ A-pa-tít trên Quảng Ninh, Hòn Gai... không mất một đồng cân. Cô còn giỏi hơn Chú Sáu, đã mở được một tuyến đường thủy vững đến thế mà bị phía Quảng Đông làm cho sạt nghiệp."*

Bà tao và mẹ tao vào Nam sẵn vốn ấy mới mở rộng buôn bán như mầy thấy... Vì bố tao làm hỏa xa ở Đà Nẵng, nên mợ tao biết cách thuê riêng một tuyến tàu, hằng tuần chở gạo từ Sài Gòn ra toàn miền Trung. Kỳ ấy, mày, tao mới biết nhau ở Tuy Hòa, năm *"năm bảy"*...

- Chuyện của gia đình mầy bao nhiêu lâu quen thân tao biết rõ, kể về gia đình ông mầy ở lại ngoài

Bắc với chị nhỏ kia thôi. Người nghe chuyện nôn nóng... Và tao cũng thắc mắc, ông mầy, bà cả khôn ngoan, tinh tế như vậy, lại thêm bà bác mầy nữa, mới nghe qua chuyện cũng đã thấy ra là hạng người không thường... Thế sao lại không tính đường đi vô Nam, chẳng lẽ tin lời tuyên truyền của cộng sản nên ở lại?

- Về lý do chính trị tao không rõ, nhưng theo lời mẹ tao hỏi lại ông bố con Giang Thanh hôm gặp ở nhà đường Nguyễn Trãi thì sự thể là thế nầy... Ông tao nói với bà cả và bà bác: *"Tộc họ Uông vốn chủng người Bạch, người Bố thuộc nhóm Di ở Vân Nam, từ ngày xưa Đời Đường, Tống... đã không thuận với người Hán ở phương Bắc, bên Quảng Đông, Quảng Tây; dẫu có lúc Tưởng Giới Thạch phải rút về Trùng Khánh để chống cộng sản, cần mượn đường Côn Minh để nhận tiếp tế, quân viện Mỹ từ Miến Điện đưa lên. Vụ công ty tàu đường sông của chú Sáu bị bang hội Quảng Đông, Triều Châu, Phúc Kiến chèn ép đến nỗi phải phá sản là một bài học phải nhớ cho dù chú ấy đã vào trong Huế gặp Vua Bảo Đại để xin bảo trợ, cạnh tranh với người Hoa qua danh nghĩa người Việt. Tôi đã tới Nam Vang, Chợ Lớn... những nơi nầy mình không tranh lại với họ (Người Hoa, gốc Hán tộc), vậy nên tôi quyết định ở lại Hà Nội. Hơn nữa, tôi đã có những liên hệ với những người cầm đầu cộng sản (Hoa lẫn Việt)... Nhờ tôi giúp đỡ, bảo vệ họ mới sống sót, hoạt động được ở Mông Tự, Côn Minh từ lúc chưa có ai theo, người Nga đang phải đối phó vụ việc nơi nước họ xa phía Tây, phe ông Mao không có gì..."*

- Nhưng đó là phần của ông ngoại, bà cả, chẳng lẽ bà bác mầy với ông chồng lai Pháp, sĩ quan nhẩy dù lại chịu ở lại với cộng sản hay sao...

- Vụ việc nầy có những lý do khác tao không được rõ lắm, nhưng quyết định cuối cùng là do bà bác tao. Bà nói: *"Bố đã quyết, vậy con không thể để bố mẹ ở lại một mình, nhà con tuy là sĩ quan, nhưng anh ấy (theo cách của ông Pha, nhân sự, cơ quan mật hoạt động tình báo của nhiều phía) cũng đã có những liên hệ với người bên Việt Minh... Nhưng nếu xẩy ra khó khăn đến đâu con cũng xoay xở được. Mẹ sinh ra con - Một mẹ. Một con - Con là con cửa đền, cửa phủ, chỉ Thần, Thánh mới đem con về với các Ngài, người phàm không thể nào chạm đến con."* Bà bác tao là tổng hợp sự quyết liệt của bà cả, mưu thuật của ông tao cộng thêm phần thâu nhận của những năm học ở đất Pháp... Rau tập tàng thì ngon. Bà có đến ba nguồn văn minh, văn hóa trong người hòa hợp trong Đức Tin Đạo Giáo. Nhưng sự thể dù chuẩn bị giỏi đến thế nào, tai họa vẫn xẩy đến như một điều tất nhiên.

Giọng người kể chuyện bỗng trùng xuống.

- Yên được hai năm, đến năm 1957, Hà Nội bày ra mặt thật của họ với trận đánh tư sản, những kẻ quen biết với ông, bà tao trong chính quyền đồng cố ý lánh mặt khi chiến dịch truy lùng, đấu tố bắt đầu. Căn nhà ba tầng Phố Hàng Đường một sớm mai ngủ dậy bị vây bởi một đám đông trang bị gậy gộc, la ó, chửi bới ầm ĩ do công an khu phố hướng dẫn. Chúng đòi ông tao ra trình diện để nghe đấu tố. Ông đóng cửa phòng bảo người nhà ra nói với chúng: Muốn nói chuyện với ông phải cỡ ông Đồng, ông Giáp... Nhưng cũng không cần, ông sẵn có cách giải quyết.

Ông thay áo quần mới, áo dài hai lớp lót gấm, cúc vàng gài bên hông phải, lấy bàn đèn, dọc tẩu mạ vàng xuống (chỉ khi nào có khách quý mới đem dùng). Ông làm thuốc bình thản, kiểu cách phong lưu. Xong lần dưới gối lấy khẩu súng nhỏ do ông Pha tặng trước đây với lời dặn: *"Đây là khẩu súng khởi nghiệp của tôi. Bao nhiêu người gây khó khăn, trở ngại cho công việc, tôi giải quyết với khẩu súng nầy... Nó đã thành tinh, đêm ngủ tôi gối lên, nghe tiếng khóc của những người chết. Tôi giao nó cho ông vì (dẫu còn sống) ông đáng mặt thủ lãnh của những hồn ma nầy. Với nó, không ai hại ông được, chỉ khi ông quyết định chính ông thôi."*

Hôm nay, ông thực hiện lời ông Pha. Hút xong tám điếu thuốc, số lượng những người vợ ông yêu thương. Ông nói lớn: *Tôi đi đây mình. Tôi chết đừng chôn. Đốt thành tro ném theo sông. Nhớ, ném xuống Sông Thanh Thủy ở biên giới, chảy về Vân Nam. Chúng nó không xứng để làm nhục tôi.* Ông đặt nòng súng vào miệng xem như hút thêm một điếu. Điếu cuối cùng. Điếu số 9, tượng trưng cho Bà Cả.

- Phần bà cả, bà đứng giữa điện thờ, trước tượng Đức Thánh Trần nến thắp sáng, tay cầm bó nhang cháy đỏ, tay cầm cái (xiên) lình... Bà xiên chiếc lình qua má. Mũi nhọn chiếc xiên đi ngọt ló ra qua gò gò má thứ hai. Bà hét lên lanh lảnh như kêu gọi tất cả âm binh cùng dậy lên... Qua ánh lửa, sau màn khói, mặt bà hiện vẻ uy nghi thần bí. Bọn người dần rút lui. Sau bàn thờ, bà bác tao được dặn chuẩn bị sẵn chất đốt để nếu bọn người làm tới sẽ phóng hỏa đốt rụi căn nhà. Cả gia đình sẽ hóa thân trong lửa.

Người nghe kể rúng động...

- Hèn gì mợ mẩy và mẩy đều có *tính "không sợ ai"* qua cái trán đồ nầy (người bạn chỉ vào trán kẻ kể chuyện)... Thuở bé đến giờ tao chơi với mẩy bao lâu cứ gờn gợn sợ mẩy *"nổi điên"* - Điên mà ngậm kín miệng mới đáng ngại. Hóa ra đấy là cách của cả nhà bên ngoại mầy.

- Tao cũng không rõ điều ấy nếu không gặp chị nhỏ Giang Thanh, trán nó cũng thẳng đứng, dồ ra thế nầy. Người kể gõ gõ vào cái trán... Ông Nhân suốt đời lính sống, chết ở trận mạc còn ngán tao huống gì là mầy, nhưng phía nhà ngoại tao chỉ phát về con gái, con trai tầm thường, mấy thằng em tao cũng thế... Yên, để tao kể tiếp, mà tới chỗ nào rồi...

- Chỗ bà cả lên đồng đuổi tụi định cướp nhà ông mầy.

- Lo tang ma cho ông xong, đến lượt bác tao nhập trận. Bà nói với bà cả: *Bố chết, mẹ phải sống để giữ giềng mối nhà nầy, nhưng nay đến lượt con gánh vác. Con không phải chỉ lo cho mẹ, nhưng còn phần chồng, con con nữa - Gánh nặng nầy là của riêng con. Con không bỏ được.* Bà thay áo nhung màu bordeau, tóc vấn cao, cổ đeo chuỗi ngọc, mang giấy tờ địa bạ sở hữu căn nhà... Bà lên xe xích lô (do người nhà đạp) đi giữa hai hàng phố người lố nhố nhìn ra. Bà đến gặp lão chủ tịch nhân dân thành phố Hà Nội nói lời thẳng thắn: *Căn nhà tôi là điện thờ Đức Thánh Trần, Ngài là vị anh hùng hiển thánh của người Việt, Bác Hồ cũng đã làm thơ ca tụng Ngài. Vì chế độ mới có nhiều quy định nên chúng tôi biết mình không thể tiếp tục ở đấy. Chúng tôi muốn giao lại cho người xứng đáng, biết giá trị của căn nhà... Vậy xin ông nhận lấy do đã bao lâu quen biết gia đình chúng tôi...*

Lão chủ tịch rúng động, bỗng dưng được một tài sản quá đỗi lớn lao, vì đấy là một trong những căn nhà tư nhân lớn nhất Hà Nội (chỉ thua các biệt thự, công sở người Pháp để lại, và nhà hạng A ở Trường Thi, Phố Huế, nhưng khoảng trống chung quanh rộng hơn gấp bội). *Chị quyết định như vậy hay là do "Bà Cả?".* Viên chủ tịch nhấn mạnh chữ *"Bà Cả"* với ý tôn trọng, và tôi sẽ phải làm những gì? Ông ta băn khoăn...

- Mẹ tôi để tôi toàn quyền, nhà chúng tôi chỉ xin giữ căn điện thờ Đức Thành Trần (bà cố ý dùng đủ chữ), cũng để mẹ tôi ở lại lo hương khói. Phần gia đình chúng tôi, xin ông cho một căn hộ ở La Khê, Hà Đông và ít vàng làm vốn.

- Chị có gì bảo đảm cho vụ việc nầy. Viên chủ tịch ngại ngần trước diễn tiến quá mau chóng, dễ dàng.

- Tôi mang theo đây tất cả giấy tờ, ông làm tờ giấy tay mua lại (mua ngày trước khi bộ đội vào Hà Nội, Tháng 10/1954) với giá tùy ông định. Nhà chúng tôi đã có nhiều và nay mất thì cũng là chuyện tất nhiên. Ông đừng ngại, chúng tôi *"quyết định ở lại với cách mạng"* chứ không phải bị bắt buộc, các chị kia bà tôi đã cho đi Nam. Gia đình chúng tôi ở lại để chuẩn bị cơ sở cho ngày thống nhất như nhà nước đã thông cáo! Bà bác biết kết hợp tất cả yếu tố (chính trị, xã hội, riêng tư...) với giọng chân thực, lịch lãm nhưng quyết liệt, chặt chẽ, hợp lý.

- Rồi sau đó thế nào? Người nghe chuyện thấy khó khăn hình dung ra sự kiện...

- Trước khi về La Khê bác tao nói với bà cả: *"Chúng nó (kẻ cầm quyền mới) nói cứng nhưng đứa nào cũng tham và cũng nhát bởi chúng làm điều ác độc, vô lại... Mình nhường cho chúng một phần căn nhà, mẹ ở lại giữ đền (sau nầy có dịp mình đòi lại). Con về bên La Khê để dễ qua lại thăm mẹ và theo dõi tình hình."* Bà xin vào tổ hợp đan len xuất khẩu và xoay qua đường buôn chuyến lên mạn ngược, ngã Lào Cai - Vân Nam - Con đường ngày trước ông tao chuyển thuốc phiện.

- Đã buôn bán như thế thì ghi tên vào tổ hợp đan kia làm gì?

- Để có hộ khẩu theo ngành nghề, bà ấy đâu có thể ngồi yên một chỗ mà cầm que đan. Năm *"sáu mươi"* Hà Nội bắt đầu đánh Miền Nam, nhỏ chị tao vừa được mấy tuổi đã thay mẹ tập đan những phần đơn giản, đến mười tuổi nó đã đan nhà nghề, biết ráp cổ, vai và đan lồng những hình hoa văn phức tạp. Năm Miền Bắc bắt đầu bị giội bom (1964), nó đã là tay đan chuyên nghiệp vượt chỉ tiêu, một tháng xong ba áo gởi sang Nga Sô...

- Thế thì đời nó đâu đã đến nỗi gì?

- Đấy là tao kể gọn cho mầy nghe qua chứ nói đủ chi tiết thì mầy sẽ thương nó biết bao! Mười tuổi, mầy với tao ở Miền Nam chỉ biết đánh thẻ, đòi búp-bê, nó phải đi chăn trâu cho hợp tác xã nơi sơ tán (để tránh bom Mỹ), đan áo giúp mẹ. Nhưng nó khôn ngoan, biết lợi dụng nhân dáng đẹp đẽ của mình để dụ bọn con nít nhà quê... *Tao hát cho chúng mầy nghe, chúng mầy cắt cỏ cho trâu tao...* Nó đứng giữa bãi ruộng, mặt sáng đẹp, tóc bay dài theo gió, dẫu áo quần lam lũ, chân đất, Giang Thanh hiện thân toàn hảo nét đẹp thuần nhã của văn minh, văn hóa đất Bắc. Nó diễn cảnh Thị Mầu lên chùa phải lòng Thị Kính; nó hát Lý Tình Tang, Lý Thiên Thai... của hoạt *cảnh "Liền Anh, Liền Chị"* trong hát Quan Họ...

- Làm sao bé tí như thế mà biết những điệu hát ấy?

- Bà cả tao họ Đặng, Bắc Ninh, tức vùng Kinh Bắc dọc Sông Đuống; đời Vua Lê, Chúa Trịnh sinh ra bà Chúa Chè Đặng Thị Huệ. Bà cả bày cho mẹ nó, mẹ nó hát ru cho nó nghe từ còn nằm nôi... Mầy nghe nó hát mới biết Quan Họ phong nhã, trữ tình như thế nào... Chưa kể hoạt cảnh cảm động khi *"Liền Anh, Liền Chị"* gặp nhau mỗi năm sau Tết âm lịch vào ngày Hội Lim sau một năm xa cách...

- Đời sống như thế thì kể ra đâu khắc nghiệt, khó khăn lắm, nó còn hát được kia mà...

Người kể cười cay đắng...

- Hát để tồn tại, để có cơm ăn. Không chỉ riêng cho mình nó, nhưng để nuôi bố, mấy đứa em, kể cả bà tao. Năm 1968, Mỹ tăng cường giội bom Miền Bắc để ép Hà Nội ngồi vào bàn hội nghị, bộ đội dồn đưa vào Nam, vùng biên giới Hoa -Việt giao cho lính Trung Cộng trông giữ, bọn phỉ người Tàu nhân cơ hội lén qua Việt Nam kiếm ăn. Bác tao trong một chuyến buôn hàng bị bọn cướp chận lại khoảng rừng Phố Lu, Lào Cai. Bà không chịu mất của cho chúng, dùng chiếc quang gánh (với những thế võ bí truyền của người Hoa, võ Việt cổ do ông, bà tao dạy) đánh lại bọn cướp không nao núng. Cuối cùng chúng giản ra, một tên dùng súng tiểu liên AK47 chĩa vào ngực bà đòi vàng và tiền mà chúng biết bà quấn quanh người. Bà quắt mắt nhìn thằng cầm súng khinh miệt: *"Muốn bắn mầy nhìn thẳng mắt tao, còn nếu sợ hãy cút đi..."* Bà nói bằng tiếng Hoa. Thằng phỉ nhắm mắt, bóp cò, đạn phá toang lồng ngực. Bà chết ngồi dựa sườn đồi, hai tay bám vào lườn đất không chịu ngã xuống, giương mắt đứng tròng, khối tóc dài xanh đen bung xõa... Đứa bắn súng tiến tới, bỗng chấp tay, sụp lạy... *Xin nương nương tha tội, quả tình tôi không có ý định!* Khi nó nhận ra chiếc trâm gia truyền của dòng họ Uông trên đầu tóc bà. Bác tao ứa ra dòng máu uất hận. Bà chết bất đắc oan nghiệt nên rất linh, dân chúng vùng biên giới lập miếu thờ.

- Sao chuyện gì mầy cũng biết rõ thế? Người bạn hỏi nhỏ tỏ ý thắc mắc,

- Tao không đủ sức bịa ra chuyện nầy, ông Nhân năm *"bẩy sáu"* bị đưa đi tù ngoài Bắc, tới vùng Phố Lu nầy, vô tình nghe ra chuyện *"Con Bà Đồng Uông"* đánh cướp... Bà thường hiện ra che chở người hoạn nạn. Miếu ấy hiện nay vẫn còn, cũng phù hợp với sự việc bố con Thanh kể lại cho mợ tao nghe sau nầy. Không ai dám bày chuyện nếu thật sự không có. Thế là, nhỏ chị mười bốn tuổi phải thay mẹ gánh hết khối nặng của gia đình gồm bà ngoại, cha già, và hai đứa em. Khi nghe tin con bị nạn, bà tao chỉ thét lên tiếng oán hờn... *Súng! Bắn... bắn súng!* Bà vẫn tiếp tục sống nhưng như gốc cây khô, suốt ngày không nói, đêm đứng sững trước điện thờ, mất trí nhớ hoàn toàn. Bà không hề khóc.

Hai người đàn bà cùng lần im lặng như thể gánh nặng đau thương của Giang Thanh đè lên họ...

- Kinh quá! Kinh quá! Người nghe chuyện lẩm bẩm tiếng nhỏ... Rồi nó xoay sở làm sao?

- Làm sao sống được! Câu hỏi vô ích, thừa thãi. Người kể tiếp tục với cách gắng gượng:

- Bị dồn vào cảnh khổ, nó trở nên khôn ngoan, đáo để. Từ Hà Đông nó về căn nhà ở Hàng Đường lấy cớ thăm bà. Đến khuya, nó vào phòng viên chủ tịch thành phố, nói với cách đòi nợ. *Ông cho cháu số vàng mà ông đã thiếu của mẹ cháu?* Viên chủ tịch không phải là người dễ bị dọa. *Vàng gì, tao đã giả cho mẹ mầy đủ, giấy tờ tao còn giữ đây. Tao chỉ có con buồi cho mầy!* Ông nhìn nó với cặp mặt diễu cợt dâm đãng... (Cũng bởi hỗn hợp ba dòng máu, nó cao hơn đứa mười-bốn tuổi bình thường, ngực nẩy nở vun phồng khêu gợi)

- Cháu biết cái giấy ấy, nhưng mấy lạng vàng kia không xứng với giá của nhà nầy… Ông hẳn biết! Cháu không đòi quá, chỉ xin ông trả thêm cho đủ…

- Tao không có! Mầy làm gì nào? Ranh con đừng giở trò khốn nạn… Mầy tự động vác xác vào đây, ông hiếp có chửa bây giờ!

- Ông không hiếp cháu được đâu, thằng bạn cháu đứng dưới kia chỉ đợi cháu la lên là nó chạy tới báo trụ sở công an khu phố!

Ông chủ tịch đến cửa sổ, mở hé những lá sách nhìn xuống đường…

- Trời đất! Bây giờ mầy muốn gì?

- Cháu chỉ xin ông số vàng còn thiếu…

- Gì nữa? Ông chủ tịch mệt nhọc, buông xuôi.

- Ông viết cho cháu cái giấy gởi nơi tổ hợp đan len giúp cháu tiếp tục việc của mẹ cháu.

- Mầy xin gì hãy nói cho xong một lần…

- Ông bảo hộ cho cháu vào Trường Sân Khấu bởi lý lịch bố cháu không tốt!

Ông chủ tịch nói như than:

- Mầy bao nhiêu tuổi mà đã gớm ghê đến thế! Lớn lên chút nữa mầy còn ra sao hở?!

Khi vén vạt áo, buộc những khoen vàng vào thắt lưng quần, Giang Thanh nhìn gã đàn ông *"thông cảm"* đồng lõa…

- Cháu sẽ không nói việc nầy với ai. Bà nhà không phải đi Hà Nam đâu… mà qua bên La Khê gặp bố cháu chiều mai mới về… Cháu khai trong đơn xin vào học trường ca múa là ông có họ với bà cháu. Ông thuộc nhà Đặng Xuân của ông Trường Chinh phải không ạ…

Khi ngồi với đứa bạn trong vòng rào sân vận động Hàng Đẩy, Giang Thanh khóc như chưa bao giờ được khóc... Mẹ ơi! Ông ơi! Nhỏ gào như kẻ điên. Gã bạn cuống quýt ôm lưng tỏ vẻ an ủi... Nó ngưng khóc, tát thằng bé một tát cực mạnh, đạp gã bạn ngã ra đất.

- Tại sao nó muốn vào học trường sân khấu kia?

- Bởi đấy là một trong những cơ quan cho học viên nhiều đặc quyền, đặc lợi của Miền Bắc, tất cả tập trung ở khu Mai Dịch, nơi có những cơ sở chính trị đầu não, đoàn văn công trung ương... Vào đoàn đó, nó được tiêu chuẩn đường, sữa, thịt để có sức khỏe tốt, ngoại hình đẹp. Lớp của nó chỉ nhận hơn ba mươi học viên của cả ngàn người dự tranh, đấy là chưa kể phải thành phần lý lịch tốt. Nó lại là con của sĩ quan nhảy dù Pháp, không có cái chước với lão chủ tịch kia thì làm sao mà vào được. Nhưng nó cố ý là nhắm vào món bồi dưỡng đường, sữa, thịt hằng tháng cùng với tiêu chuẩn mười-sáu ký gạo cho mỗi học viên - Tiêu chuẩn cao nhất của Miền Bắc. Sau nầy, ông Nhân nhà tao đi tù ngoài ấy chỉ có chín ký gồm ngô, khoai sắn *"quy ra thóc"!*

- "Quy ra thóc" là cái quái quỷ gì...?

- Tức là số lượng chín ký ấy tính bằng ngô, khoai, sắn thay thế cho chín ký thóc - Thóc tức là gạo chưa xay! Ăn như thế thì làm sao mà sống nổi? Thì từ đó mới biết hạt gạo quý, hiếm đến thế nào đối với người Miền Bắc. Ông thi sĩ Phùng Cung phải kêu lên: *"Tôi cúi đầu... Bạc tóc, dập đầu... Lạy hạt gạo rơi..."* Với tiêu chuẩn gạo đó, nhỏ chị nuôi được cả nhà bốn người...

- Mầy nói gì tao không hiểu?

- Thì nhỏ Giang Thanh ấy dùng một nửa tiêu chuẩn (gạo) để nuôi bà, bố và hai em. Trong suốt bảy năm liền từ 1968 đến 1974, nó chỉ ăn một ngày một lần vào buổi trưa, để dành tám ký gạo (nửa tiêu chuẩn) đem về nuôi gia đình. Suốt một thời con gái lớn lên, nó không có một chút đường, chút sữa nào hết!

- Cha mẹ ơi, tao với mẩy trong thuở ấy chỉ lo việc đi Lê Lợi, Tự Do để lựa hàng mới nhập về, ăn kem Givral, Pole Nord chứ kem quán Hải Phòng, Trần Hưng Đạo thì chê... Cùng tuổi trẻ mà sao người ngoài kia khổ thế hở trời?!

Người kể trầm giọng thống thiết:

- Không phải chỉ tuổi trẻ mà cả miền Bắc, vậy mà mấy ai trong Nam biết đến, phải sau 1975, khi chịu chung đòn cộng sản mới vỡ lẽ ra. Đồng bào ngoài ấy khốn khổ từ bao nhiêu năm nay. Mà cũng không chỉ về chuyện gạo cơm, trong suốt thời gian bảy năm ấy, một ngày nó chỉ ngủ sau 12 giờ và dậy từ 5 giờ sáng...

- Sao nó phải thức khuya, dậy sớm như thế?

- Thì phải thức khuya đan áo, và ngủ dậy sớm để dành nhà vệ sinh tập thể, và tắm buổi sáng. Cái nết sạch của nó sau nầy cứ như bị bịnh, đi qua Mỹ năm kia mà chỉ mang theo đồ tắm, đồ lót, và vệ sinh cá nhân, kể cả cái bàn chải chà chân. Khi vào nhà tao thấy toa-lét sạch boong nó xuýt xoa... *Em thích nhất cái phòng tắm nhà chị.* Nó khen nức nở nước Mỹ sạch ra gì!

- Như vậy đời nó cũng phải được lúc dễ chịu chứ, từ bé đến lớn cứ khổ như vậy chịu sao nổi! Người bạn ngao ngán, cố ý chờ nghe một điều vui.

- Những điều tao vừa kể vắn tắt cho mẩy nghe ra chưa diễn tả đủ cảnh đời và cách sống của nó... Cơ cực như thế, nhưng vào dịp Tết Trung Thu, nó vẫn cố dành dụm để nấu được một nồi cháo ám cho cả nhà... Tại sao phải có nồi cháo ấy? Thì thuở trước khi bà bác còn sống, lúc bà tao còn trẻ, dịp lễ, tết là để cho cả nhà trổ tài nấu nướng, dọn cỗ. Ví như nồi cháo ám ấy là phải nấu với một con cá quả, thịt ba chỉ, hành phải búi lại từng củ, đủ rau thìa là, cần tây... Trước ngày Tết âm lịch, mọi người phải tắm bằng nước rau ngò phơi khô, mặc áo quần mới để chúc tết nhau trong ngày Mồng Một. Bà tao mất trí, bác tao chết, bố nó bị khủng khoảng, hai em gái còn nhỏ trong một xã hội thiếu thốn, hạn chế của miền Bắc, nó phải một mình đóng vai chủ gia đình, người cha lẫn người mẹ từ năm chưa đến tuổi thành niên... *Đời em nó khốn nạn lắm chị ạ!* Nó than thở với tao khi chị em gặp nhau năm 2005 vừa rồi. Năm nó năm mươi tuổi.

- Năm mươi tuổi hẳn nó phải già lắm nếu gặp phải cảnh đời như mầy vừa kể ra. Mà sao gọi là em, nhỏ ấy là vai chị mầy cơ mà...

- Nó giữ lễ trăm phần trăm của người Bắc chứ không *"xà bần"* như mầy và tao (những người đã được *"Nam Hóa"* coi như toàn phần). Ngay mợ tao, không phải là người dễ tính, nhưng buổi đầu gặp nó là chịu ngay. Nó gọi bà bằng *"mẹ"* chân thành, thắm thiết. Bao nhiêu việc nhà tao ở Sài Gòn nay đều hỏi ý kiến nhỏ chị ấy. Nó khôn ngoan thiên bẩm thêm cảnh khó làm nên sắc sảo hơn. Nhưng cũng không hẳn là vậy, những tình thế tao vừa kể thật ra cũng không mấy khó khăn đối với nó, vì đấy là hoàn cảnh chung của cả miền Bắc trước 1975. Dẫu rằng suốt bảy năm từ 1968, coi như hằng ngày nó phải chạy trên trục tam giác: Khu Mai Dịch - Phố Hàng Đường - La Khê (Hà Đông) để trông bà, cha và hai em, cùng về trường học nếu không có những tai nạn nói ra đến nặng lòng, tội nghiệp!

- Sống như thế đã quá khổ, còn tai nạn nào thêm nữa đây? Người bạn nghe chuyện nói như than.

- Thì ví như lần mất chiếc xe đạp, dù chỉ có cái sườn và hai bánh xe... Bọn cướp rình sẵn trước cổng nhà bà nó, như con hổ cái, một mình đánh hai thằng kẻ cắp, thằng thứ ba giật xe chạy mất, nó chạy theo thì bị một gậy đập ngang mặt, phải dùng hai ống tay để chận... Hai tay giờ nầy còn sẹo và thương tật do trận đòn nầy, cũng may giữ được cái mặt đẹp, vũ công ba-lê mà mặt bị sẹo thì còn gì để múa với may. Mất xe đạp nên khi đi từ Mai Dịch về Hà Đông, nó phải nhảy tàu điện nhiều lần, tránh người soát vé để tiết kiệm vài hào bạc, chỉ khoảng một, hai cent Mỹ. Nhưng tất cả tình thế thiếu thốn vật chất ấy hình như nó coi nhẹ vì xem là điều tất nhiên, nếu không vướng phải tai nạn tình ái, hệ lụy thương yêu!

- Đã qua cảnh khổ như thế thì chuyện yêu đương trai gái có nghĩa là gì! Người nghe chuyện lên tiếng phê bình, cũng thật sự thắc mắc về tình cảnh tâm lý của một con người đã kinh qua khốc liệt cùng cực, nhưng sao chưa đủ độ cứng cỏi, trưởng thành?

- Mầy chỉ nói thánh, nói tướng ra điều bản lãnh, ông Việt chồng mầy đi dạy về muộn là mầy đã nháo nhào xuống La Pagode tìm lấy được. *(Quán cà phê đường Tự Do, Sài Gòn (1954-1975), nơi gặp mặt quen thuộc của văn giới, báo chí, sinh hoạt văn nghệ, văn học, thanh niên, sinh viên Miền Nam)*

Và cho rằng mầy đã hỏi với lòng thành thực, như thế thật ra mầy cũng chưa hiểu gì về nó - Đấy chỉ là một đứa nhỏ phải chịu cảnh đời khắc nghiệt của những người lớn (mà nó phải buộc phải thay thế). Thế nên, khi nghe anh chàng cùng lớp (Thằng bạn thân năm trước theo nó đi đòi nợ lão chủ tịch thành phố - Nó vốn trung hậu, thẳng thắn, chơi với ai hết lòng với người ấy.

Thằng nầy lại là con ông giám đốc trường sân khấu) ngỏ lời yêu thương (cũng có thể chúng yêu thương thực tình qua điều kiện thực tế của hai đứa; cả hai đều có ngoại hình thanh tú, mức độ tài năng nghệ thuật tương xứng...) và nhất là quà cưới sẽ là chiếc xe đạp Phượng Hoàng do Trung Quốc sản xuất mà hiện nó đang mượn sử dụng. Thế là nó tin thật, chấp nhận ngay lời cầu hôn.

Nó cũng nghĩ rằng: Với sắc vóc đẹp đẽ, tính tình chân thật ắt sẽ được mọi người coi trọng thương yêu. Nó đối xử với gia đình thằng kia theo cung cách của một cô con dâu chính thức - Tức là trìu đãi cả gia đình ấy cũng như gia đình nó, cũng một phần do được bồi dưỡng và nhận công tác phí mỗi khi đi trình diễn vào những năm cuối cùng ở trường ca múa.

Một hôm, bất ngờ mang quà sáng đến cho thằng kia (xôi nấu từ sáng tinh mơ để chứng tỏ lòng thương yêu chăm sóc)... Tay ủ dĩa xôi, tay giữ ghi-đông xe, đạp chập choạng giữa trời đông đất Bắc... Đi vào, bắt gặp thằng ấy đang ngủ với một đứa bạn gái cùng lớp! Nó ngất xỉu ngay trên ngưỡng cửa, lên cơn động kinh, nằm lăn ra đất, răng cắn chặt, thân thể cứng đơ như khối gỗ... Thằng kia (hoảng sợ nếu nó chết sẽ chịu phần trách nhiệm) vạch quần đái lên mặt nó, cũng do người chung quanh thúc giục, chỉ bảo...

Tỉnh dậy, nó đi thẳng một mạch. Mặt tỉnh lạnh, mắt ráo hoảnh. Bịnh sạch sẽ và ghê tởm liên hệ trai gái có triệu chứng từ đó, càng ngày càng rõ rệt - Nó thấy ra bộ phận sinh dục của thằng kia trước mặt trong cơn kích ngất.

Tóm lại, nó vẫn chỉ là một đứa bé gái với tâm chất trong sáng, cả tin trong một thân thể thiếu nữ đương độ phát triển, cũng vô cùng quyến rũ.

Hai.

Sau tai nạn tình ái, Giang Thanh trở nên lầm lì ít nói, nhưng khi cần phát biểu thì cứng cỏi giữ chắc ý kiến qua cách lớn tiếng cố chấp, không kìm giữ phản ứng quyết liệt, mạnh mẽ. Cuối năm, tháng 12, 1974 tốt nghiệp ưu hạng trường sân khấu, cũng đúng mười chín tuổi, Giang Thanh tình nguyện đi B (chiến trường Miền Nam) với mục đích: Để gia đình *"xóa thành phần"* do có con là chiến sĩ văn công đi Nam. Người cha được phục hồi quyền công dân thay mặt bà ngoại coi ngôi đền nay được xếp hạng là tụ điểm sinh hoạt văn hóa nhân gian. Nhưng lý do chính, để cô em kế, Hương Thơ (sinh 1957) được ghi danh vào đại học tổng hợp và kết nạp đoàn (Đoàn Thanh Niên Cộng Sản Hồ Chí Minh), sau đó chắc chắn sẽ trở nên thành *"đối tượng đảng"*.

Đoàn văn công được điều động đi B đầu năm 1975 sau chiến dịch đánh chiếm Phước Long hoàn tất (12/1974). Tuyến giao thông gọi là *"Đường mòn Hồ Chí Minh"* nay đã là một xa lộ hai chiều chạy dọc theo sườn Đông Trường Sơn sâu nội địa Miền Nam, chứ không là *"Đường dây xã hội chủ nghĩa"* nằm phía Tây trong lãnh thổ Lào, Campuchia của thập niên 60-70.

Giang Thanh bừng bừng cảm xúc của người được tham dự vào giai đoạn quyết định lịch sử dân tộc. Thêm mối hân hoan cụ thể là hoàn cảnh gia đình được ổn định do nỗ lực của gần mười năm quên mình lo cho bà, cha và hai em. Cô để lại sổ lương, tem, phiếu gạo, thực phẩm cho cha với lời dặn: *"Con đi B chuyến nầy bình an thôi, chỉ chờ ngày giải phóng Miền Nam con sẽ về thăm bố và hai em. Hy vọng bà còn sống, và khỏe mạnh cho đến ngày ấy. Khi nào lãnh lương con, bố đừng tiêu hết, nhớ để lại một tháng vài đồng để sau nầy nhà có cái vốn nhỏ cho hai em..."*

Cô không nghĩ rằng mình vừa mới hai mươi, và đời sống trước mặt có nhiều điều không thể lường trước, nghĩ ra, dự phòng tới. Buổi ra đi, người cha hiện nguyên đủ hình dạng một con người bị thời thế khuất phục, đánh vỡ mà nay dẫu cố gắng hồi phục nhưng bất lực.

Ông nhìn con trong bộ quần áo vải kaki màu ô-liu, mũ tai bèo, cổ quấn khăn rằn với đôi mắt không phản ứng. Ông nhớ ngày rất xa xưa trước kia, cũng đã có lần mặc quân phục - Quân phục của một quân đội khác - Đội ngũ đã một thời hùng mạnh vang danh thế giới, nhưng cuối cùng đã thất trận từ nơi đất nước nầy và mất hết khả năng lập lại lần vinh quang. Ông lạ với con. Ông lạ với đời sống mà ông đã sống cùng, chịu đựng, chia xẻ hằng mấy mươi năm qua. Ông hôn lên má con... Động tác thắm thiết từ lâu không thực hiện, cũng không thấy ai lập lại, bày tỏ.

Giang Thanh nhận ra (và cảm thấy rất hiện thực) phần u uẩn trong mắt người cha về một điều mơ hồ (cũng rất cụ thể) của lần đi B không hẳn là buổi vui mừng như mọi người chung quanh đang rộn rã hân hoan ca ngợi.

Đoàn xe Zil chở toán văn công qua sông Bến Hải vào địa phận tỉnh Quảng Trị, Xã Gio Linh, vùng đất đã dựng nên bài hát bi tráng của một nghệ sĩ trước 1954 là thần tượng của những người yêu tiếng nhạc ái quốc và hào hùng chiến đấu của hai miền Bắc / Nam - Cuộc chiến đấu giữ nước khởi đầu từ đêm 19 tháng 12, 1946 tại Hà Nội, Hải Phòng với những Tự Vệ Thành tóc xanh, áo trắng, có người mặc áo veste, đội mũ phớt khi tác chiến. Những thanh niên, sinh viên, học sinh, kể cả *"dân càng"* giang hồ... dùng thân thể chắn ổ súng đại liên của Binh Đoàn Viễn Chinh Pháp.

Trận chiến mà những người viết văn, làm thơ diễn tả lại với mỗi chữ nóng sôi lửa đỏ... *Nổ súng rồi! Nổ súng rồi! Hải Phòng ộc máu phun ra bể...(Thơ Trần Huyền Trân)* Hoặc: *Nhớ đêm ra đi trời bốc lửa. Cả kinh thành ngụt cháy sau lưng...(Thơ Chính Hữu)* Cùng lần với những lời thơ hùng vĩ nầy, bài hát vẽ nên một cảnh huống khốc liệt, bi thương... *Mẹ già đi lấy đầu con... Xa xa tiếng chuông chùa reo. (Nhạc Phạm Duy, Bà Mẹ Gio Linh).*

Đêm liên hoan cuối năm, dịp Tết Âm Lịch 1974 qua 1975, Giang Thanh cùng những bạn trong tốp ca múa diễn tả, thúc giục, ngợi ca cuộc kháng chiến thứ hai hiện đang đi vào giai đoạn kết thúc với thắng lợi vẻ vang qua những bài hát: Bác Cùng Chúng Cháu Hành Quân; Trường Sơn Đông/Trường Sơn Tây... Nhưng khác với sự chờ đợi của đoàn ca múa, trên bãi cát Thôn Diêm Hà Nam, quận Triệu Phong bên bờ biển âm âm tiếng sóng, toán bộ đội giữ vị trí pháo và đám dân chúng tham dự buổi liên hoan không có vẻ hào hứng nôn nao của một đêm vui được tổ chức, động viên, chuẩn bị từ ngày đoàn bước chân lên đất Miền Nam.

Sáng hôm sau, Giang Thanh ngỏ lời thắc mắc với viên chính ủy đơn vị bộ đội; *"Sao em thấy các đồng chí bộ đội có vẻ không hồ hởi khi nghe chúng em hát... Và quần chúng hình như cũng thế?"*

- Hồ hởi sao được cô ơi, cả một Sư 308 chỉ còn chừng ấy mống! Năm 1972 mà cô vào đây thì chỉ có là tan xương sau dăm phút đứng trên mặt đất. Không chỉ bên ta mà cả lính ngụy cũng chịu chung số phận... Nhân dân nào tránh được, cũng hứng bom, chia lửa của cả hai bên. Đạn, bom dập xuống không phân biệt bên nào, dưới đất chốt cách nhau vài ba thước, trận chiến tháng 9 năm ấy hai bên như trộn trấu vào nhau. Làm sao phân biệt đạn nào của địch, pháo nào của ta... Cô thấy đằng xa kia không...?

Giang Thanh nhìn ra xa, phía tây, sau những cồn cát, lũy tre loang lở. Cô thấy những ụ đất và những kiến trúc xiêu ngã ngổn ngang. Thành Phố Quảng Trị đấy, mấy ụ đất kia là cổ thành bằng gạch xây cả hai trăm năm như cửa ô Hà Nội!

Giang Thanh xuôi về Nam với tâm cảnh nặng lòng. Điều mơ hồ cảm nhận từ lúc ra đi nay càng cụ thể với những xóm làng cô đi qua. Hơn thế nữa, cô còn linh cảm, xao xuyến về một điều gì bất hạnh của riêng mình - Một tai họa nào đang phục sẵn.

Rời Quảng Trị, đoàn theo đường dây giao liên được bảo vệ, hộ tống bởi một đại đội trinh sát qua những căn cứ quân sự, những địa phương đã được quân giải phóng chiếm đóng, lấn chiếm từ những năm Tổng Công Kích 1972, hoặc sau Hiệp Định Ba lê 1973, trong năm 1974. Những địa phương (với cư dân dị biệt âm, chữ nói) có những tên gọi lạ lùng như Ba Lòng, Của, Tý, Xé, Đắc Tô... khác hẳn những làng quê miền Bắc thông thường đặt theo tên chữ Hán-Việt, và lũy tre xanh bao bọc. Nhưng tất cả những nơi nầy cùng chung một cảnh sắc: Đấy là những thị trấn, làng xã heo hút giữa vùng núi mù mờ trùng điệp, hoặc đồi cỏ khô cằn. Tuy nhiên, đến đâu cũng nghe những lời vui mừng phấn khởi: Bây giờ là *"hòa bình"* rồi, chứ như mấy năm trước *"còn Mỹ"* thì đâu có ngủ được trên mặt đất vì bị *"giải phóng pháo kích!"* *"Hòa bình rồi..."*

"Không còn Mỹ", nhưng sao vẫn không thấy những thị xã, thành phố? Và *"chiến tranh giải phóng"* nầy tại sao vẫn tiếp tục? Và đâu là *"nhân dân Miền Nam bị kìm kẹp dưới ách Mỹ-Ngụy"* đang trông chờ lần giải phóng từ Miền Bắc!? Những câu hỏi âm thầm xuất hiện trong đầu Giang Thanh đồng thời nỗi nhớ quê nhà, nơi các em, với ánh mắt u uẩn của người cha.

Mãi cho đến giữa tháng Ba, đoàn được thông báo tin vui: Quân Đoàn Tây Nguyên đã giải phóng Thị Xã Buôn Ma Thuột, nhưng vì tình hình ở đấy còn đang phức tạp nên toán văn công chưa được phép vào trình diễn, mặc dù bộ đội và nhân dân đang hồ hởi, phấn khởi chào đón (?!).

Hiện thực cho nguồn vui nầy, đoàn được phát những thức ăn tươi, đồ hộp cao cấp mang nhãn hiệu *"Quân Tiếp Vụ QLVNCH"* với hình người lính cầm súng (Mỹ) và lá Cờ Vàng Ba Sọc Đỏ. Đoàn lên những xe quân sự to, chắc hơn xe Zil (của Trung Quốc) tiếp tục xuôi Nam với tốc độ khẩn cấp để đến cuối tháng Ba đi vào một thành phố đẹp như phong cảnh, tranh ảnh Tây Phương: Đà Lạt. Và Giang Thanh cùng với tất cả thành viên trong đoàn đều không nén được tiếng kêu kinh ngạc thán phục trước chiếc cổng lớn của một khu doanh trại uy nghi trải rộng hết vùng đồi trùng điệp hùng vĩ: Trường Võ Bị Quốc Gia Việt Nam.

Toán ca múa được xếp chỗ ngủ vào những phòng riêng biệt, mỗi phòng gồm hai giường sắt, nệm, khăn trải giường trắng tinh xếp thẳng góc...

- Phòng ngủ nầy là của tụi học viên sĩ quan Ngụy đấy. Chúng được đào tạo như thế nầy để đàn áp, giết hại nhân dân!

Viên chính ủy đoàn (cố gắng) tìm lời giải thích (phù hợp) về cảnh trí tiện nghi, xếp đặt ngăn nắp, sạch sẽ của tòa doanh trại mà dù những chủ nhân căn phòng hẳn đã phải ra đi trong khẩn cấp nhưng nền nhà còn nguyên độ bóng sạch khiến người bước lên có cảm giác e ngại gây dơ bẩn.

Nhưng lời giải thích (dẫu cố tình ép buộc mà người nói cũng không tin vào nội dung do chính mình nói ra) không còn độ tác dụng khi toán văn công được lệnh thu dọn chiến lợi phẩm nơi thư viện. Những khối sách bề thế bọc gáy da, chữ vàng xếp chật trong tòa đại sảnh im lặng một cách uy nghiêm - Nội lực trí tuệ thể hiện qua chữ của người xây dựng nên văn minh, văn hóa nhân loại - Những người học, đọc những sách nầy chắc chắn không là kẻ chuyên nghiệp sát nhân, ăn gan, uống máu người, ném trẻ con hài nhi vào lửa (?!) Giang Thanh có ý niệm rất cụ thể. Và cô thực sự chìm xuống cảm giác phạm tội - Tội hủy diệt, với máu, thịt con người do chính tay cô tàn phá, nhúng đẫm - khi cô và các bạn trong toán văn công được lệnh thiêu đốt khối sách của thư viện.

Lửa bùng lên... Các bạn cô đùa cợt, bừng bừng hân hoan ném sách vào lửa... *Sách nầy! Sách nầy... Sách mã mẹ chúng mầy... Đọc cho cố... học cho lắm để tàn sát nhân dân!* Giang Thanh nghe đau trên thịt da mình. Cô như đang cùng sách chịu lần thiêu sống. Cô cố gắng cất giấu những cuốn sách lớn, dày, đẹp nhất, bìa in theo kiểu chữ Romain cổ điển, nét khắc vàng tươi. Cô có cảm giác an ủi như cứu được những con người - Những người lương thiện, tốt lành, cao thượng.

Đêm liên hoan Giang Thanh uống tất cả những gì các bạn mang lại. Rượu Số 7 nồng cay; rượu nhãn Người Đi Bộ thơm mùi lúa mạch; rượu sâm-banh mở ra cùng tiếng nổ và bọt trào vàng óng... *Rượu đỏ như màu máu... Rượu vang... Rượu vang...* Ông ngoại, bà ngoại, ông người Pháp tên Pha (nghe qua câu chuyện nhà thường kể lại), và người cha với chiếc áo trận nhiều túi, vải rằn ri thô cứng (chỉ mặt trong nhà khi mùa rét)... *Rượu vang tất cả là đây!* Giang Thanh uống vào người như nhận lãnh một thứ nước quen thuộc, máu của mẹ, của cha, của quá khứ, ngày xưa khi bà còn uy nghiêm, xuân sắc, đài các. Khi mẹ còn sống.

Cô uống xuống như nuốt hết cùng lần tuổi thơ khốn cùng, nguy biến, sáng dậy tỉnh mơ và đêm giá rét thức giấc một mình... Một mình từ mười bốn tuổi vượt đói khổ nuôi cha, nuôi em. Giang Thanh uống rượu chiến thắng hòa nước mắt của mình. Cô cười giòn giã, líu lưỡi nói với Sơn: "...*Mầy là thằng khốn nạn... Tao yêu mầy nhất mà tao cũng khinh ghét mầy nhất... Tiên sư bố mầy... Mầy ngủ với con Diễm như thế có được gì mà mầy mất tao trọn. Tao chẳng đau khổ mẹ gì cả, chỉ tiếc là tao đã có lần yêu mầy... Muốn trả thù mầy thì tao giết mầy ngay nhưng tao... đéo cần... Mẹ tao bị chúng giết nên tao sợ chuyện giết người chứ không phải tao sợ gì mầy... Tao thách mầy đánh tao như năm kia khi vì còn yêu mầy nên tao nhịn mầy!*" Cô nhổ nước bọt và rượu vào mặt Sơn, gã trai đã cùng cô sống suốt thời gian bảy năm nơi trường sân khấu với Tình Bạn thắm thiết - Cũng là người giúp cô nhận hiểu về sự phản bội của Tình Ái tầm thường.

Giang Thanh không biết mình đã trở về chỗ ngủ như thế nào, với ai. Nửa đêm, cô tỉnh giấc với cảm giác ê nhức nơi bộ phận sinh dục. Cô đưa tay xuống sờ đũng quần... Ẩm ướt dính máu, và chất nhầy nhầy đóng khô trên những sợi lông nõn.

Giang Thanh phải ra trước phiên họp của bí thư đoàn để trả lời về tội hủ hóa nay đã nên bằng chứng cụ thể với bầu thai càng ngày càng dễ nhận. Nhưng cô không phải tay vừa. Mặt đanh lại, tiếng nói như ngọc vỡ, cô trả lời với ban bí thư:

- Tôi không phải là loại người khốn nạn, suy đồi hủ hóa, mê giai. Tôi là chiến sĩ cách mạng. Là diễn viên ưu tú của đoàn kịch nói, ca múa, đi Nam để cổ vũ động viên cho cuộc giải phóng Miền Nam. Đêm ấy, đêm uống rượu liên hoan, tất cả mọi người đều say không riêng một mình tôi. Có chăng tôi là người say nặng nhất. Ngày hôm sau tôi xin đi khám phụ khoa thì bác sĩ chứng nhận tôi bị cưỡng dâm, y chứng còn đây, và tôi đã báo sự vụ đến ban bí thư. Nếu ăn vụng thì tôi đi báo làm gì? Chẳng đứa nào ngu đến độ đi tố cáo chuyện lén lút của mình! Và tôi cũng đã xin đi khám phụ khoa hai lần sau đó để xin bác sĩ tống cái thai ấy ra... Hôm nay, tôi vẫn giữ nguyên ý định ấy. Nếu phá thai phải nhiễm trùng hay băng huyết mà chết tôi cũng không từ. Tôi viết giấy ngay bây giờ chấp nhận quyết định nầy. Đáng nhẽ, ban bí thư phải tìm ra kẻ khốn nạn ấy, bắt nó phải chịu kỷ luật, hạ tầng công tác, khai trừ nó ra khỏi hàng ngũ đảng viên. Đảng viên cộng sản là thế sao? Đạo đức cách mạng Bác Hồ dạy chúng mầy (cô cố ý dùng chữ *"chúng mầy"*) để đâu? Đảng viên gì nhân lúc đồng chí mình say cởi quần đè ra hiếp!

Mắt cô giương lên sòng sọc, giọng thét lớn, bao nhiêu giận hờn uất ức (suốt từ năm tháng qua, do nhiều nguyên nhân...) cùng lần nổ tung không che dấu.

Ban bí thư cuối cùng đưa đến biện pháp: Tất cả

những đoàn viên phái nam đồng phải làm tự kiểm để tìm ra kẻ thủ phạm. Cuộc kiểm thảo đưa đến kết quả dễ dàng với số lượng có đến ba kẻ thú nhận, bao gồm viên phó bí thư và gã tên Sơn... Tất cả *"ba thủ phạm"* đồng lòng nhận lỗi, và xin được chuộc lỗi bằng đám cưới chính thức với Giang Thanh do ban bí thư làm chủ hôn. Nhưng tất cả đều không lường được... Giang Thanh cười khinh miệt, chỉ mặt ba kẻ *"thủ phạm"* với lời như dao chém đá:

- Các anh nhìn lại mặt mình đi... Tôi như thế nầy mà phải gọi các anh làm chồng ư? Cái thai trong bụng tôi đã là một sự đốn nhục... Lấy các anh tôi phải chịu sự nhục nhã kia đến trọn đời.

Cô đổi giọng:

- Tao không cần thằng nào phải gánh chịu phần khốn nạn do một trong ba đứa chúng bây đã gây nên. Nhưng tao cũng đã biết rõ đứa nào. Cô nhìn vào mặt gã tên Sơn: Mầy đã hai lần gây nhục cho tao. Nay mầy lại ngỡ qua *"nhận lỗi"* nầy, mầy sẽ cột được với tao. Đừng có hòng! Tao sẽ phá cái thai nầy, hoặc nếu để thì tao cũng sẽ không bao giờ cho mầy được nhận đứa bé trong bụng tao làm con. Con tao không có loại thằng bố khốn nạn, hèn hạ như mầy!

Gã tên Sơn sụp xuống đất than vãn:

- Anh lạy em... Anh van em xin em giữ lấy con. Nó là con chúng ta, anh với em dẫu sao trước kia cũng có lễ hỏi chỉ chưa cưới mà thôi. Em không cho anh nhận nó cũng được, nhưng xin em đừng bỏ nó... Tối hôm qua anh nằm mơ thấy nó rất rõ - Nó là con gái giống hệt đứa con mà chị anh đã để chết ngạt trong hầm trốn pháo năm kia ở Thái Bình.

- Ai anh, ai em, vợ chồng gì với mầy... Nếu tao giữ đứa bé là vì nó từ trong bụng tao mà ra. Mầy là thằng khốn kiếp đâu xứng đáng làm bố con tao.

Giọng nói Giang Thanh vẫn còn nguyên độ cứng cỏi nhưng thoáng vẻ cay đắng chán chường chứ không hoàn toàn do phẫn nộ như khi bắt đầu buổi họp.

Cuối năm 1975, ngày 28 tháng 12, đúng chín tháng, mười ngày kể từ cơn say ngất ở Trường Đà Lạt, Giang Thanh sinh đứa bé gái ở Nhà Bảo Sanh của bà đỡ Người Hoa, họ Lương, Đường Hai Bà Trưng, ngã ba gặp đường Trần Quang Khải, từ Đường Trần Nhật Duật đi thẳng ra - Nơi có căn nhà ngày trước Uông Đại Dụng đã mua cho bà thứ Tám vào năm 1915, sáu mươi năm trước, cũng một năm Ất Mão, 1975.

Ba.

Giang Thanh từ chối những quyền lợi của người được tước hiệu *"Nghệ Sĩ Ưu Tú"* nếu như thuận trở về Hà Nội với đoàn ca múa. Cô xin ở lại Sài Gòn, ghi danh vào học trường Quốc Gia Âm Nhạc nay cải biên nên thành Trường Âm Nhạc Nghệ thuật số 2, Lớp Đạo Diễn do quan niệm, nghệ sĩ trình diễn chỉ có một thời đoạn và một lãnh vực riêng: Hát, múa, phim, kịch... Và sẽ bị hạn chế bởi tuổi tác, thời gian, yêu cầu của nghiệp vụ (cho dù tài nghệ xuất sắc, kỹ thuật điêu luyện đến đâu) - Nhưng những hạn chế nầy sẽ không tác động đối với chức năng đạo diễn, nếu không nói ngược lại - Càng ở lâu trong nghề, tuổi càng lớn, người đạo diễn ắt sẽ trở nên vững vàng, sâu sắc hơn. Tuy nhiên, cô cũng phải chịu những lời phê phán, trách móc, ác độc... *"Nó muốn ở lại Sài Gòn là bị nhiễm cái mùi bơ thừa sữa cặn của bọn ngụy bỏ lại đấy mà... Cái ngữ ấy rồi đây chỉ có nước nằm ngửa ra để bán thân nuôi miệng thôi... Thằng*

Sơn ấy đã van lạy trước tập thể như thế mà nó còn đá thằng nhỏ như con chó thì nó còn biết thương ai... Đứa nhỏ kia trước sau gì nó cũng cho vào nhà mồ côi để rộng đường đi ngang về tắt."

Đối với những lời *"tiên tri"* không mấy tốt lành nầy, cô đáp lại không khoan nhượng... *"Ở Miền Bắc, tao mười bốn tuổi còn nuôi được cả nhà dưới bom đạn Mỹ, hôm nay chúng mầy nói điêu, nói độc, rồi đây sẽ có ngày chạy tới bám vào gấu quần tao để xin xỏ."* Cô không dùng lời ngoa ngôn, trống rỗng, bởi sẵn có dự định (thật ra là quyết định) với hai khả năng giúp phần ưu thế: Một sắc vóc rực rỡ lồ lộ, và trí sáng thiên bẩm do từ trực giác bén nhạy, giúp cô thấy ra sự việc, lời nói, ý niệm của người khác từ lúc mới manh nha khởi động. Hơn ai hết cô biết rõ về mình nên rất đỗi tự tin, đồng thời biết giữ vững tâm chất trong sáng do đã kinh qua cảnh khổ mà không bị nhận chìm xuống. Nhưng cô cũng sẵn sàng tiếng lời độc địa, khắc nghiệt ứng phó, trả lại chính xác từng chữ, từng câu với đối thủ. Chắc chắn một điều, Giang Thanh không hề sợ hãi, ngã lòng.

Miền Nam nói chung, Sài Gòn nói riêng sau 30/4/1975 rơi vào một tình trạng bi thảm kỳ dị suốt hơn trăm năm thành hình, xây dựng nên cảnh sắc riêng biệt, đặc dị tài hoa - Cảnh huống bi thảm do chính bản thân (người Miền Nam) góp phần khởi dựng, thực hiện qua một cuộc đổi đời đảo ngược nên thành tồi tệ - Cũng gọi là *"cách mạng giải phóng dân tộc"*, nếu nói theo ngôn ngữ chính trị thời thượng mà lần hồi không mấy ai cam tâm sử dụng do so sánh với thực tế khi *"chưa giải phóng"*. Những chuyến xe buýt vàng chạy đường Gia Định, xe xanh nội thành Sài Gòn thoắt trở nên chuyện, tích đời xưa cũ. Nhà cửa, quán đàng Đường Lê Lợi, Tự Do, Lê Thánh Tôn bày ra vẻ buồn thảm tội nghiệp như cô gái ngày hôm trước còn mặc trên người những áo quần đắt tiền của thời trang thế giới nay lập tức thay bằng chiếc bà bà màu trắng, và quần đen nội hóa, chân mang đôi dép nhật đúc bằng nhựa làm từ Chợ Lớn, hiện thực chính xác miêu tả của Hoàng Cầm: *Chân dép râu. Đầu thắt bím. Quần đen, áo trắng, dáng con sen...*

Người Miền Nam vừa kinh ngạc, vừa buồn cười bởi hậu Giang Thanh xuôi về Nam với tâm cảnh nặng lòng. Điều mơ hồ cảm nhận từ lúc ra đi nay càng cụ thể với những quả thất trận *"lãng xẹt"* quá mau chóng, vô lý của mình, đồng thời thấy rõ ra chân dung kẻ thắng trận. Chỉ là một đối thủ lúng túng, xoay xở cây xẻng cá nhân mang nhãn hiệu U.S. trên tay, ngơ ngác đi trước Tòa Đô Chính, bối rối nhìn lên những cao ốc với lời tán thán... *Khiếp!* Và người giúp việc nay là cứu tinh của gia đình qua lời trấn an kẻ cả... *"Cậu, mợ đừng ngán đứa nào, cứ dời xuống dưới ga-ra mà ở; tui bây giờ là chủ nhà nầy, thuộc đội đặc công thành phố, phụ trách phụ nữ quận Phú Nhận ("Nhận" chứ không là "Nhuận")".*

Người ta bắt đầu ăn bo bo, củ mì thay hạt gạo mà chỉ tháng trước phải là *"gạo Nàng Hương, Chợ Đào"* mới có thể nuốt xuống một chén cơm với mâm thức ăn ít nhất cũng phải ba món *"canh, xào, mặn"*. Người Sài Gòn phải trình bày toàn bộ ý nghĩ, cảm xúc của mình bằng một tỉnh từ tổng quát *"tốt"* với một lối nói *"được học tập"* sau nhiều đêm họp tổ khu phố, kiểm điểm, bình bầu, báo cáo thành tích thi đua lao động, tăng gia sản xuất... *Báo cáo cán bộ, tôi đã lao động tốt, đạt, và vượt chỉ tiêu mà trên giao...*

Từ bà già bán bún ốc nơi Chợ Phú Nhuận, ông đạp xích lô, anh thanh niên chạy xe thồ, thằng bé chạy việc nơi tiệm phở quốc doanh... tất cả đều chung một lời báo cáo với một nội dung tất cả đồng học thuộc. Mỗi đêm từ 8 đến 11 giờ. Xong tất cả về đi ngủ để sáng sáu giờ ra công viên văn hóa tập thể dục theo nếp sống văn minh văn hóa mới.

Và để an ủi, người Sài Gòn tự hoạt kê phần bất hạnh của mình qua những câu chế diễu... *"Đả đảo Thiệu-Kỳ cái gì cũng có. Hoan hô Hồ Chí Minh, mua cái đinh cũng phải xếp hàng."* Tuy nhiên cũng có một điều mà trước đây những chế độ cũ (thực dân, phong kiến, cộng hòa...) dẫu cố công bao nhiêu cũng không thực hiện được: Đấy là mọi người đều bình đẳng trong một tình huống cùng khổ, thảm hại qua một cơ chế kinh tế, xã hội gọi là *"chế độ bao cấp"*.

Giang Thanh không thoát khỏi cảnh chung khốn cùng do vinh quang cách mạng cô góp phần xây dựng nên. Mức lương cố định của học viên trường Âm Nhạc Nghệ Thuật không thể giúp cô nuôi đủ bản thân, huống gì nay thêm bé Thanh Giang - Cô đảo ngược tên mình đặt tên con để biểu lộ quyết chí - Đấy là đứa con của chính cô. Với riêng một mình cô. Vì bé Thanh Giang chỉ được đăng ký là con tư sinh do cô không có chứng chỉ kết hôn với ai, nên bé không được gọi là con trẻ của chế độ mới - Chế độ xã hội chủ nghĩa. Chế độ chấm dứt hiện tượng người bóc lột người. Thanh Giang không được tính vào mức lương của mẹ. Thế nên, Giang Thanh tìm cách phấn đấu để nuôi con.

Xin được chân chạy bàn ca đêm ở nhà hàng Bát Đạt được hai bữa. Đêm thứ ba, viên quản lý đến bên cạnh khi cô đang choàng chiếc áo đồng phục trước buổi làm:

- Em đẹp quá, thơm quá...

Anh ta hít hít cánh mũi rộng để chứng thật đang được thấm đẫm hương thơm từ da thịt cô gái. Giang Thanh ngừng mặc áo, nhìn gã quản lý. Hiểu lầm sự im lặng của cô, anh ta tiến tới:

- Em khỏi phải chạy bàn nữa, phí đi, đừng mặc áo chiêu đãi nầy kể từ đêm nay. Lên phòng anh, phòng quản lý, lầu tám, phòng có bể cá vàng đằng trước.

- Không mặc thì bà đội lên đầu mầy ấy à! Mầy nhầm người rồi!

Giang Thanh chụp chiếc áo choàng lên đầu gã quản lý. Quay ngoắt bước đi. Cô cũng gặp phải *"sự cố"* tương tự tại vài nhà hàng khác, hoặc bị vợ của những viên quản lý đòi xé xác *"con Bắc Kỳ trắng như đầm lai, đẹp như Thanh Nga, Mộng Tuyền..."* Cuối cùng, cô chọn chân rửa chén tại Khách Sạn Nam Đô, cơ sở biên chế nên thành nhà hàng quốc doanh, địa điểm chiêu đãi chính thức cho những đoàn hát trung ương vào Sài Gòn công tác.

Không ai biết cô diễn viên thoại kịch tài hoa, nghệ sĩ trình diễn ca, múa dân tộc điêu luyện, học viên biên đạo diễn xuất sắc cũng là cô phụ bếp (những đêm cuối tuần) lên ca với những chồng chén dĩa cao ngất, lầy nhầy thức ăn rửa bằng tay trần với xà phòng nội hóa. Nhưng Giang Thanh không hề ta thán, cô nói thành lời với chính mình: *Chẳng thấm vào đâu so với cảnh đội bom Mỹ chạy từ Mai Dịch về Hà Đông với cái bụng đói!* Cô còn có được mối hân hoan khi xin với ban quản lý bớt một phần lương tính vào hai con gà xối mỡ đem về đãi bạn đồng lớp. *Ăn đi chúng mầy, đây là tiền lương của tao chứ không phải xin của ai. Chúng mầy ăn đi, từ ngày vào học đến giờ tao chưa đãi chúng mầy được một bữa cho đáng.* Cũng bởi cô vốn có tính ham vui và ưa chăm sóc người khác vì đã hiểu nghĩa hạnh phúc khi được thương yêu và biểu lộ sự yêu thương cùng người.

- Đồng chí học viên Giang Thanh hãy báo cáo trước tập thể từ đâu đồng chí có được hai con gà quay đem về đãi các bạn học viên trong lớp đạo diễn. Hai con gà ấy tính ra hơn một nửa mức lương căn bản của học viên. Chúng có từ đâu nếu không do những quan hệ bất chính!

Trong khoảng khắc, Giang Thanh uất ức nghẹn cứng vì không thể nghĩ sự tốt lành lại đưa đến hậu quả tồi tệ ác độc nầy. Nén xuống phẫn nộ, cô phản công.

- Từ đâu mà có? Các đồng chí ám chỉ tôi đi làm gái mới có tiền để mua những con gà ấy chứ gì? Tôi không rẻ đến thế! Nếu muốn làm gái, tôi biết đường xuống khách sạn Bến Nghé đi khách ngoại với những món tiền lớn gấp bội, hơn cả năm lương của tôi kìa. Và muốn biết vì sao tôi có những con gà kia hãy đến hỏi chỗ Nam Đô, đêm thứ bảy vừa rồi ở đấy chiêu đãi đoàn ca múa Hồng Hà từ ngoài Hà Nội vào, sau khi trình diễn nơi tụ điểm ca nhạc Bông Sen.

Nhưng giá sử như tôi phải đem thân đi làm gái thì các đồng chí cũng phải xấu hổ cùng tôi. Chiến sĩ văn công đi B, Miền Nam được giải phóng rồi phải đem thân đi làm gái... Ai xấu hổ hơn ai!? Ai đau xót hơn ai!?

Thành quả cách mạng giải phóng dân tộc, thống nhất đất nước mà đẩy chiến sĩ, bộ đội vào chỗ phải bán thân nuôi miệng là làm sao? Và miếng thịt gà kia không phải chỉ cho riêng tôi, nhưng còn cho vào miệng các đồng chí đang ngồi ở đây để chủ trì vụ kiểm điểm nầy...

Xét xử tôi đi! Hãy kiểm điểm tôi đi! Ai được quyền kiểm điểm ai? Lấy cái gì để kiểm thảo, phê bình!?

Giang Thanh đẩy không khí buổi kiểm điểm nên thành một màn bi kịch đen thẩm đọa đày. Sau nầy nhớ lại, cô lấy làm tiếc đã không nói hay hơn, độc hơn thế nữa. *Bà đã không nói thì thôi, nói thì phải cho chúng mầy sống dở, chết dở mới được.*

Cuối cùng, Giang Thanh quyết định rời Nhà Hàng Nam Đô đi vác cá ở chợ Cầu Ông Lãnh với lời nguyền rủa tự thân… *"Mả mẹ chúng mầy, bà lấy cái thân bà đây để nuôi con xem thử có đứa nào đụng đến, vòi vĩnh, bắt ép được!"* Mỗi đêm, cô lén dậy từ lúc một giờ sáng, chêm mùng cho con ngủ yên, đạp xe xuống vựa cá góc đường Cô Giang/ Nguyễn Thái Học. Vóc người cao, chắc, Giang Thanh đội thúng cá chạy thoăn thoắt không khó khăn, chỉ phiền nỗi nước cá chảy xuống tóc, ướt đẫm mặt, đậm mùi tanh tưởi. Bốn giờ sáng trở về, gội đầu, tắm cho hết mùi cá đọng sâu chân tóc, trên da thịt.

Cũng may trời miền Nam luôn nóng nực nên không phải chịu giá rét, nhưng ngâm nước suốt một giờ trong buổi sáng sớm lâu ngày sau nầy gây chứng viêm xoang mũi làm tiếng nói của cô bị khàn đục mất âm sắc trong trẻo. Bù lại, cảnh khổ tôi luyện ý chí Giang Thanh bền bỉ hơn, thông cảm trực tiếp cảnh khốn cùng của người (là chính bản thân). Cô dựng kịch *"Bà Mẹ Can Đảm với Những Người Con"* của Bertol Brecht để tố cáo tội ác của phát xít, tư bản gây chiến tranh đày đọa con người cần lao vô tội, và thủ vai người mẹ mà không ai có thể diễn xuất sánh cùng - Thật ra cô chỉ cần hiện thực nỗi đau của chính mình và những người đàn bà trong gia đình họ Uông trên sàn sân khấu mà thôi.

Vở kịch trên thật ra do ủy viên văn hóa tư tưởng trong ban bí thư nhà trường, Lê Đậu phỏng dịch từ nguyên tác của Bertol Brecht. Đậu người Thanh Hóa nơi đã có những ví von (thuần túy không chỉ là những ca dao, tục ngữ của địa phương nầy để miệt thị, chế diễu địa phương khác) thể hiệu đủ cá tính về người, việc của vùng đất đã nẩy sinh ra những cuộc huyết chiến kéo dài từ thế kỷ 16, 17. Nam/Bắc Triều; 60 năm; Trịnh/Nguyễn hơn trăm năm tranh hùng quanh khu vực hai bên Đèo Ngang.

Thanh Hóa ăn rau má, phá đường rầy! Người Thanh Hóa thực sự hãnh diện với tính chất kiên cường, mạnh mẽ, đánh phá của họ… *Đá như Thanh Hóa!* Tức là mẫu mực kỹ thuật đá bóng tròn để (miễn có) đoạt thắng bất kể giá nào phải trả. Thanh Hóa không phải chỉ có vinh quang trên ngôn ngữ, thi ca, hò vè, nhưng thực tế đã có viên Đại Tá Đặng Vũ Nam đánh tan đạo binh Charlton, Le Page trên Đường Số 4 (1953), bắt sống hai chỉ huy cao cấp trên trận địa, hủy diệt hoàn toàn một binh đoàn cơ động liên binh chủng của quân đội Pháp trong một cuộc vận động chiến tài tình, điêu luyện của chiến thuật du kích tiến lên trận địa chiến.

Thanh Hóa là an toàn khu trong chiến tranh 1946-1954, và cũng là địa phương dẫn đầu trận đấu tố bật tung lũy tre ngàn năm che chở quê nhà, ghìm chặt xuống tiếng than của vạn con người thống khổ, đọa đầy. Đậu vào Nam với câu khẳng định: *"Đéo mẹ chúng nó! Cần Thơ, Gia Định… không riêng của người Nam. Đứa nào mạnh thì đứa đó lấy".*

Đậu không dịch vở kịch chỉ vì công việc của người dịch thuật, phóng tác, nhưng như lời anh ta nói với Giang Thanh: *"Tôi dịch vở kịch nầy để cho cô. Cô dựng nó nên thành kịch đáng giá khác với những bản kịch nhà quê của chúng nó… Loại chiến sĩ cộng* sản Paven *(Nhân vật thanh niên cộng sản của tiểu thuyết cách mạng Nga) xúc tuyết làm cách mạng! Với nó, cô đi lên sân khấu lớn như đoàn kịch trung ương Mát-cơ-xva."*

Khi diễn thử, dẫu chẳng có cảm tình với Đậu, Giang Thanh cũng phải nói thầm: *Lão quái nầy đáng phục thật, đối thoại của Bertol Brecht mà nó dịch ra cứ như kịch của Lưu Quang Vũ.*

Sinh nhật Giang Thanh ba mươi tuổi, 1985 dẫu đang thời bao cấp, khó khăn chung, vì bao nhiêu tài sản, kho tàng tịch thâu từ Miền Nam phải dồn trả nợ Nga, Tầu, và bù trừ cho thiếu thốn của (người) Miền Bắc đã phải chịu đựng từ 1945, 46... Nhưng Sài Gòn vẫn không thể *"nghèo ngang bằng"* Hà Nội, Hải Phòng, nên Đậu xoay được một bó hoa ba mươi đóa hồng Brigitte, với chiếc bánh sinh nhật được những người tham dự trầm trồ đánh giá *Bó hoa đẹp hơn lẵng hoa Bác Tôn gởi cho bộ chính trị ngoài ta và cái bánh lớn như mâm cối 82 Ly Trung Quốc.* Không hiểu lão *"Đậu đéo"* kiếm đâu ra được như thế như thế!

Đậu sở dĩ có tính danh *"đéo"*, do anh ta luôn bắt đầu câu nói với... *"Ông đéo cần... Chúng mầy đéo hiểu..."* trong tất cả mọi giao dịch. Cũng chẳng phải trong ngôn ngữ bình thường mà ngay cả khi trò chuyện với viên bí thư bộ văn hóa... *"Báo cáo anh... Tôi "đéo" nghĩ rằng bọn miền Nam có thể làm "đéo"gì được ta!"* Viên bí thư vốn tổng hợp nhuần nhuyễn *"tính nhân dân và tính đảng"* nên đã đáp lại: *"Nói vậy, cậu "đéo" hiểu gì về chúng nó cả...".*

Riêng về nghĩa đen, Đậu không thể nhịn *"đéo"* cho dù một ngày theo như lời anh ta tự mô tả: *"Đéo biết thế nào mà khi nào tao cũng cứ tưng tưng thế nầy... Đéo mẹ, giá như là đàn bà ắt phải mỗi ngày nạo thai một lần!"* Đậu không nói quá về mình, sợ rằng anh ta diễn tả không được chính xác hơn.

Sài Gòn sau 1975 với đàn ông (miền Nam) hầu hết phải vào trại tập trung; bộ đội Miền Bắc chết rải dọc Trường Sơn. Phần lớn phụ nữ (không học vấn - cho có học vẫn vô dụng -, ngành nghề, tài sản...) muốn kiếm sống không còn gì ngoài thân xác của mình, nên người như Đậu với tật *"đéo"* không là trở ngại, mà đôi khi còn được *"biểu dương".*

Trước cổng nhà Đậu luôn có những cô gái ngồi đợi vì... *"Anh ấy có bảo em, mỗi khi ế khách, không chỗ ăn, chỗ ngủ thì đến đây..."* Nhưng Đậu không chỉ *"nhiều"* với thói tục *"đéo",* anh còn nhiều trong tất tả mọi phương tiện. Ăn thì phải ăn cho đáng! Cắn miếng thịt phải ngập hàm răng. Ăn ba thứ rau, dưa, cà muối... ông đéo đụng tới bao giờ. Mất công đi... ỉa!

Đậu không nói quá, anh không hề cho vào miệng bất kỳ các loại rau, trái, đậu nào. Trứng là rau của ông. Thịt là cơm của ông. Cái hĩm là bùa của ông! *Ông la lối, hùng hổ như thế, học hành, chữ nghĩa như thế tại sao không viết nên cuốn sách nào đi... Không lẽ cái đầu, trái tim của ông chỉ chứa ngần ấy thứ?* Có người đặt câu hỏi khó với ý định bắt bí. Đậu nhanh chóng nắm chắc ý đối thủ, nhổ toẹt mẩu tàn thuốc đẫm nước bọt. *Cái đầu hả... Thì chỉ nghĩ đến chuyện đéo, và cuộc đời ông đã là một tác phẩm hoàn chỉnh... Đéo cần viết thêm một chữ nào nữa. Còn quả tim... Đéo mẹ, quả tim ông thuộc về đảng vinh quang... Hê...hê!*

Đậu gằm gằm nhìn đối phương sau lớp kính dày. Với lối sống, ăn, ngủ, nghĩ như thế, chiếc đầu, thân thể Đậu luôn nóng như một khối lửa, nên anh chỉ có thể mặc quần sọt, áo tay ngắn không gài hai nút ở cổ.

Đậu ngủ ngay trên sàn nhà, không hề nằm giường, nệm. Trong cung cách sống với quan niệm vừa kể, Giang Thanh là một *"mục tiêu"* Đậu không thể bỏ qua. Đéo mẹ, ông phải bắt cho được con bé nầy dẫu mầy có chạy lên giời! Khi Đậu chưởi thề nguyên chữ là gặp phải trường hợp vô cùng *"khẩn trương"* và rất có ý nghĩa.

Thế nên, khi đến lúc, cô Thúy Hương, vợ Đậu một người đàn bà đẹp, chuyên làm người mẫu cho tạp chí thương mại, thời trang phụ nữ (Đậu mang vào Nam năm sau 1975) trở thành gánh nặng. *Em là người mẫu mà không chụp "nuy" thì phí đi, để hôm nào anh kêu thằng quay phim, chụp ảnh trong trường về nhà làm cho em mấy phùa...* Hương tin lời Đậu, cũng bởi người tình của cô (một tay nhiếp ảnh chuyên nghiệp Sài Gòn trước 1975 cũng có nhận xét tương tự), hơn nữa cô cũng thích thú với dự kiến được tham dự vào *"sinh hoạt văn minh tiên tiến mà trước kia bọn Mỹ-Ngụy (sa đọa) đã nâng lên hàng nghệ thuật"*. Và khi anh chàng nhiếp ảnh đang lóng cóng sửa vị thế nằm cho Thúy Hương thì Đậu phá tông cửa phòng nhào vào với hai viên công an khu phố (dẫu anh ta có sẵn chìa khóa phòng)... *Ối giời đất ơi! Ối giời đất ôi... Cô người mẫu đẹp nhất Hà Nội! Vợ của tôi!* Đậu ngã lăn lên đất trước để hai viên công an chụp hiện trường phạm tội. Đậu lấy được căn nhà Đường Nguyễn Huệ với cớ chứng *"lỗi phần người vợ"* - Căn phố mặt tiền trước 1975 là cơ sở Ảnh Viện Thăng Long, Thúy Hương chiếm dụng dưới danh nghĩa Hội Nhiếp Ảnh Giải Phóng.

Giữa buổi tiệc sinh nhật Giang Thanh, Đậu trình ra tờ giấy ly dị với lý do: Vợ bị bắt gặp làm tình tại chỗ! Giang Thanh cũng đã quá mệt với cuộc sống đơn độc mà luôn có kẻ nhìn vào với ý định số sàng... *Cho anh làm cha con bé của em đi!* Cô thuận lấy Đậu với một giao ước: *Lấy tôi, anh muốn ngủ với con nào thì mặc (tôi đã biết rõ anh "máu" như thế nào), chỉ yêu cầu anh đừng mang gái về nhà khi tôi đi vắng... Tôi không muốn con tôi (là con gái) thấy sự dơ bẩn ấy! Khi con tôi lớn, đưa ra ngoại quốc học là tôi vào chùa ngay.*

Chuyện gì chứ chuyện nhỏ ấy ông biết liệu, mợ đéo phải dặn! Đậu cam kết, quay mặt dấu nụ cười. Con nầy ghê lắm, đéo đùa được với nó!

Sống vợ chồng chính thức được một tuần, Giang Thanh xác chứng điều cô nghi ngờ: Những mạnh mẽ ồn ào về *"đéo"* của Đậu chỉ cốt che dấu: Anh ta không có khả năng hoàn tất *"nghĩa vụ (hoan lạc) làm chồng"* - Để được trở nên thành một người cha theo nghĩa bình thường. Đậu bào chữa (khuyết điểm) của mình với nụ cười xuôi xị: *Ông chỉ có cái mồm thôi, mợ đừng phiền!* Nhưng chính khi Đậu bộc lộ điều yếu đuối tội nghiệp nầy với nụ cười ngây ngô con trẻ (rất hiếm hoi) thì lòng Giang Thanh lại lắng xuống. Cô nói lời an ủi: *Cũng chẳng quan trọng lắm, miễn là bố yêu thương, che chở mẹ con tôi... Bố cứ việc 'đéo" ở đâu như bố muốn từ trước đến nay, đừng đem gái về nhà, đừng rước bệnh vào người chỉ làm khổ thân, và xấu mặt tôi...*

Để trả ơn sự thông cảm rộng lượng của vợ, ngày hôm sau Đậu mang giỏ đi chợ với cách hân hoan, nụ cười rộng mở kéo đến mang tai. *Tôi đi chợ về nấu ăn cho mẹ con nó.* Lần đầu tiên Đậu mua những món rau, đậu, củ... Đậu giải thích với người bán hàng: *Tôi mua những thứ nầy nấu canh cho con bé ấy mà.* Cũng là lần đầu anh không sử dụng chữ *"đéo"* trong lời nói. Và Giang Thanh thật tình cảm động khi Đậu lóng cóng bưng tô canh lên cho hai mẹ con. *Ông cả đời chỉ biết làm món nhắm, đây là lần đầu tiên ông phải làm "nội trợ" hầu mẹ con nhà mợ.* Đậu cười rộn rã, hào hứng ngồi xuống với bé Thanh Giang. *Để bố cho mầy ăn nhá.* Giang Thanh cười vui trong ánh mắt, cô nhủ thầm: *Thôi thì lão có giở chứng gì mình cũng phải bỏ qua cho yên nhà lợi nước, chỉ mong được bình an thế nầy...*

Nhưng sự cố gắng (có thiện ý) của Đậu bị lung lay sau lần xong trận tình cực độ thỏa mãn (bởi không phải chịu trách nhiệm, ràng buộc bởi nghĩa vụ/ý nghĩa làm chồng) với nữ nghệ sĩ Xuân Hồng ngôi sao văn, thơ, ca nhạc từ Hà Nội vào công tác thành phố mang tên Bác. Nữ sĩ châm điếu thuốc Điện Biên bọc giấy bạc (thuốc lá cao cấp nhất do Hà Nội sản xuất). *Vất đi, hút thứ ba số nầy (Thuốc lá nhập cảng, Hiệu 555), ngủ với ông mà hút đồ nhà quê mang từ Hà Nội vào là chưởi ông không bằng...* Thật sự Đậu chỉ muốn chứng tỏ cách ăn chơi của *"người Sài Gòn để chộ người ngoài ta mới vào"* chứ không có ý định bĩ thử cô nữ sĩ. Nhưng Xuân Hồng không phải tay vừa:

- Ông mả mẹ cả nhà anh... Ba số với chẳng là ba số. Mồm anh chẳng ăn mắm tôm thịt chó, hút thuốc lào suốt cả mấy mươi năm hay sao... Nay vừa được hầu con đĩ không chồng mà chửa, xin được chân bưng bô nhà nó đã quên mất 'tính cách mạng trong sáng" của cán bộ văn hóa tư tưởng như lời anh thường lên lớp dạy chúng tôi... Anh biết nó mô tả anh như thế nào không?

- Nó nói gì? Đậu ngồi nhỏm dậy.

- Nó bảo anh là thứ gà trống thiến, chỉ được cái mồm!

Đậu có thể bỏ qua nhiều chuyện, nhưng bởi cô nữ sĩ vốn rất tinh nên biết đánh trúng ngay *"tử huyệt"* đối thủ...

- Nó bảo như thế à? Đậu như ngồi phải đống lửa.

- Nó chẳng bảo thì ai mà biết ra, kể cả màn anh bưng bô hầu mẹ con nó. Đậu chống chế trống không, yếu ớt...

- Vừa vừa thôi, liệu cái mồm!

Cô nữ sĩ õm ờ...

- Anh bảo nó với anh giữ mồm với nhau chứ bảo được ai... Mà cũng lạ, người như anh sao mà dễ bị xỏ mũi đến thế? Tôi cứ ngỡ anh cao như núi, ai ngờ chỉ là một hòn đất.

Xuân Hồng biết nâng lên và đạp xuống. Đậu cáu kỉnh:

- Đéo đứa nào xỏ mũi được ông, ông không phải là loại người chui vào gầm giường la lối, đưa mông ra để đứa khác đá đít... Đứa nào giỏi *"quay"* được ông, vì thương tình thì ông chịu nhũn thế thôi.

Xuân Hồng xoay qua vấn đề *"chí tử"* thứ hai:

- Kể từ ngày lấy ông nó đã tiêu hết mấy cây vàng?

Đòn quả rất hiệu lực. Đậu ấp úng...

- Chuyện ấy liên quan gì đến cô.

Nữ sĩ cười nhạt.

- Không liên quan đến tôi, nhưng nói ra để báo cho ông rõ, cả Hà Nội người ta đang bàn chuyện: "Thằng Đậu đéo" (xin lỗi cho tôi nhắc lại đúng nguyên văn...) giở trò lưu manh lấy được cái nhà của con Thúy Hương nay lại đi cúng cho con Giang Thanh để được cái tiếng làm chồng hờ... Mẹ kiếp, người như em đây cũng chỉ mong được tiếng về làm dâu nhà "Đại tộc Họ Lê" của bố. Bố đâu phải là thằng nhỏ, con sen xách làn đi chợ về hầu mẹ con nhà nó, dọn cứt chó, cho mèo ăn. Được bố làm chồng, cố vấn đường chữ nghĩa, em được giải thưởng văn học hội nhà văn liền một khi. Bố là một bậc thầy cơ mà!

Đậu lụp chụp bỏ áo vào quần, điếu thuốc ngậm ở miệng rung rung, đẫm ướt.

- Địt mẹ chúng mầy cả lũ...

- Nầy, muốn chưởi về nhà anh mà chưởi, tôi không phải là cái thùng rác để anh trút xuống những thứ thổ tả của nhà anh.

Xuân Hồng rít giọng.

- Rồi sẽ biết tay ông! Đậu quyết chí.

- Ông là cái đéo gì mà biết với chả biết!

Xuân Hồng đổ tràn ly nước khiêu khích. Đùng đùng chạy xuống cầu thang, Đậu lẩm bẩm...

- Địt mẹ chúng mầy... Địt mẹ chúng mầy!

Nhưng khi Đậu bước chân vào nhà thì Giang Thanh đã ra tay trước. Chén, dĩa, đồ sành, đồ sứ, gương soi, tủ kính, cửa sổ, bàn trang điểm... Tất cả đã trở thành một đống vụn lởm chởm vương vãi đầy nhà. Cô nói sắc gọn:

- Thằng khốn, tao đã truyền đời cho mầy từ ngày đầu tiên... Mầy có quyền đi "đéo" bậy, nhưng cấm làm nhục mặt tao. Con đĩ Xuân Hồng đã đi rêu rao khắp những nơi tao quen biết, là tao chịu lấy mầy chỉ cốt chiếm cái nhà do mầy cướp được qua vụ dàn cảnh con Thúy Hương ngủ với thằng thợ chụp hình. Tao lấy mầy là vì vàng, dẫu con buồi thối của mầy vất ra chó cũng chê, cái mặt mầy ác như con chó ngao... Nhà nào... Vàng nào... hở?!

Giang Thanh trở nên là *"kẻ thù"* vì đã bày ra những

"nhược điểm" chí tử không thể bù trừ, chuyển đổi của Đậu. Nhưng dẫu là kẻ bản lĩnh do gian nan cảnh khổ tôi luyện nên thành, cô vẫn nguyên vẹn tâm chất chân thật, mẫn cảm của một nghệ sĩ vốn xuất thân từ gia đình thế giá, văn hóa thuần nhã, cô không thể tưởng ra, lường trước những tình huống ti tiện hèn hạ, thủ đoạn ác độc hơn một cơn giận. Nên sau khi ra tay tàn phá, và thấy Đậu im lặng quét dọn với cách thức chịu đựng, hối lỗi... Tất cả vật dụng bị đánh vỡ dồn lại hai cần xé lớn, Đậu cố sức xoay xở nhưng không thể xê dịch, chiếc kính trắng gãy gọng đong đưa một bên tai, đầu tóc rũ rượi... Giang Thanh cảm thấy ái ngại về hành vi quá độ của mình, cô cười nhỏ, khẽ gắt...

- Xê ra, chẳng làm được cái gì ra hồn... Chỉ được cái mồm láo!

Và cô hầu như đã quên mất phần lỗi của Đậu, khi qua hôm sau anh xuất một lượng vàng đi sắm lại những thứ đã bị đập vỡ với câu tán thán kèm nụ cười khỏa lấp.

- Lần sau có đập vỡ, mợ nhớ chỉ đập cái nào bằng sành thôi, cái nào đắt tiền mợ tha cho nó!

- Chẳng có lần sau nào nữa... Lần sau tôi đập vỡ đầu anh ra. Và cô thật quên hẳn tai nạn đã xẩy ra.

Như một cố tật không thể sửa đổi và cố ý thực hiện, Đậu lập lại thành tích *"đéo bậy"* không những một lần nhưng nhiều lần nhưng với một cách thức khôn ngoan, kín đáo hơn với những *"đối tượng"* mà anh cho là *"vô hại"*... Anh giải thích với Giang Thanh:

- Tôi chẳng thích gì những con mụ ấy, chúng nó không đáng gót chân của mợ... Nhưng tôi muốn cho chúng nó biết rằng người ngoài ta hơn bọn ngụy tất cả, kể cả cái khoảng trên giường!

Giang Thanh trả lời cũng *"cực kỳ"*:

- Chẳng biết đứa nào "chiến thắng" đứa nào! Ông hơn bọn ngụy cái gì tôi không biết, chứ vụ *"khoảng trên giường"* chắc ông thua chúng nó rồi... Đừng nói phét với tôi!

- Thế mợ đã *"test"* với chúng nó rồi hay sao mà biết rõ thế?

Giang Thanh mau chóng nổi sùng:

- Tôi chẳng hơi sức đâu để *"tét, tiếc"* gì cả? Tôi chỉ nhìn dáng ông đi về sau mỗi lần mà ông gọi là đi *"tiếp thu chiến lợi phẩm của bọn ngụy để lại"* thì biết ngay! Có *"chiến lợi phẩm"* nào đi tìm ông lần thứ hai, có chăng là do mấy cây vàng ông mang từ ngoài Bắc vào còn lại. Nhưng tôi nói để ông yên tâm: Con bé lên cấp hai là tôi thôi ông ngay, vì tôi cũng đã kiếm được căn hộ ở Đường Nguyễn Trãi. Ông tha hồ đi *"trả thù ngụy quân, ngụy quyền"* và trả tiền cho bọn *"sản phẩm sa đọa do chế độ Mỹ-Thiệu"* để lại. Mặc xác ông với cái lũ đàn bà của ông... Những *"con cháu Bác Hồ"* hay *"tay sai Mỹ-Thiệu"* đối với tôi chẳng khác gì nhau...

Những đối thoại kể trên có kết thúc tại lần Giang Thanh trình ra tờ giấy ly dị với lỗi phần *"người chồng phạm tội ngoại tình"*. Đậu ngẩn người, hỏi câu thành thật:

- Làm sao... làm sao mợ có tờ giấy ấy?

Giang Thanh từ tốn, cặn kẽ, dứt khoát:

- Tôi cấm ông sử dụng lối cậu, mợ, anh, em... với tôi từ nay. Ông hỏi tôi làm sao có cái giấy nầy chứ gì? Vậy là ông chẳng nhớ những thành tích *"trả thù (vợ, con) bọn ngụy quân, ngụy quyền"* đã khoe với tôi hay sao? Ông dạy cho tôi nhiều điều, tôi phải học được đôi phần. Ông muốn nghe lại những thành tích kia không? Tôi đã sang ra nhiều cuộn băng, nghe lại hấp dẫn cực kỳ... Với cái máy cassette mà ông khoe đã thâu băng lần làm tình với con mụ vợ bé thằng cha tổng trưởng ngụy gì đó đi Mỹ để lại trong biệt thự đường lên sân bay. Ông nhớ lần ông vừa làm tình vừa chửi để con mẹ ấy thêm phần phấn khích không?

- Thế thì mợ...

- Nầy, đã bảo không *"cậu, mợ"!*

Giang Thanh dứt khoát.

- Vâng, thế thì cô muốn gì?

- Chẳng muốn gì cả, tôi ra khỏi nhà nầy, không lấy của ông một cái bát, đôi đũa... Hôm nào mời ông lên chơi nhà ở Nguyễn Trãi, nhà số... Hẻm 222, số ấy dễ nhớ...

- Bà cho tôi lên nhà bà, và bà xuống đây thăm tôi. Tôi van bà... Tôi biết lỗi... Cũng đã gần ba năm tôi sống với bà... Tôi không thể không có bà và con bé... Bà hiểu tôi... Tôi không thể sống một mình!

Đậu quỳ xuống hôn lên chân Giang Thanh.

- Đấy là tôi nói riêng với ông, người ngoài không ai biết... Chẳng tốt lành gì việc nay bỏ người nầy, mai đi lấy người khác. Đến khi nào ra khỏi nước với con bé, tôi sẽ tuyên bố công khai, rồi mọi người nghĩ sao tùy ý họ. Sau khi mẹ con tôi dọn đến nhà Nguyễn Trãi, ông muốn xuống ăn cơm thì gọi cho biết trước, hoặc tôi lên nấu nơi nhà nầy nếu hôm ấy tôi rảnh rỗi. Coi như hai vợ chồng ra riêng vì công việc...

Đậu úp mặt trên chân Giang Thanh rất lâu tỏ ý hàm ân, thống hối.

Kết.

- Thôi thì như thế cũng được, nhỏ chị mầy cứng cỏi, khôn ngoan thật. Người nghe chuyện thở dài, nói gắng gượng tuồng như kiệt sức sau chặng đường quá vất vả. Nhưng cuối cùng cũng không như mầy nghĩ đâu... Trời đất lại còn gì nữa đây?! Người bạn lên tiếng than như thấy ra tai họa trước mắt với chính mình.

1995.

Tháng 11, Đậu đến nhà Nguyễn Trãi với một người Pháp đứng tuổi, tóc trắng sáng gợn sóng úp sát vào đầu quý cách, hào hoa. Anh ta sử dụng một ngôn ngữ Pháp thoại với văn phong đúng trường quy thông dụng buổi đầu thế kỷ ở những trường Pháp-Nam trên toàn cõi Đông Dương.

- Đây là người đàn bà rất xứng đáng để nhận lãnh tất cả những ân huệ tốt đẹp nhất, và tôi là một một kẻ đàn ông tồi tệ không xứng đáng với người đàn bà cao thượng nầy.

- Ông... Phải, chỉ chính ông mới là người định mạng đặt để bên cạnh bà ta với tất cả sự thích hợp tuyệt vời nhất. Tôi xin kính cẩn trao lại cho ông phần thưởng mà Thượng Đế luôn giành cho người có lòng tốt.

Giang Thanh không rõ hết nội dung lời của Đậu nhưng cô hiểu nghĩa của những tỉnh từ *"admirable, respectable, noble..."* được lập đi lập lại nhiều lần trong câu nói, và thái độ trang trọng của người khách khi nghe đến chữ *"Dieu"*, đồng thời cúi xuống cầm tay cô với cách điệu phong nhã.

- Ông nói gì với ông ta tôi nghe không hết, nhưng

tôi hiểu được ý chính. Vậy ông ta là ai? Muốn gì?

Đây là ông tổng thanh tra của hãng làm lốp ô-tô Michelin, ngài Paul de Lucassan sang Việt Nam để làm việc với chính phủ ta xem lại việc quản lý các đồn điền cao su, liên doanh mở nhà máy sản xuất lốp ô-tô.

- Sản xuất lốp ô-tô, lốp máy bay thì liên quan gì đến tôi?

- Có, nên tôi mới đưa lại, ông ta có coi phim *"mợ"* đóng mấy năm trước, vai Bà Mẹ Bất Khuất. Và ngỏ ý muốn gặp *"mợ"* để bàn chuyện lâu dài...

- Lâu dài là làm sao?

- Xin cưới *"mợ"* và đưa về Pháp!

- Ông bán tôi đấy hả?

- Không, không bao giờ, *"mợ"* hiểu tôi không đúng. Tôi là người trí thức xã hội chủ nghĩa, là cán bộ văn hóa nhân bản cộng sản. Bây giờ đến lượt ngài, tôi xin ra ngoài kia.

Đậu xòe bàn tay lịch thiệp, nhún nhường. Lucassan cố gắng diễn đạt với những từ ngữ giản dị nhất, hai tay đặt trên ngực thành thật, thắm thiết:

- Thưa bà, tôi quá già, năm mươi tuổi, đã hai lần ly dị, tôi mệt mỏi, không thích làm kẻ phiêu lưu tình ái. Tôi xin bà bàn tay... Quand, et comment...

Giang Thanh ấp úng, cô khai triển tối đa khả năng và tỷ lệ phần máu lai Pháp di truyền trong người:

- Ông Đậu, ông vào đây... Ông nói hộ tôi về phần con Thanh Giang.

Đậu mau mắn chạy vào với dáng điệu hăm hở, chủ động.

- Chuyện ấy mợ khỏi lo, tôi đã nói trước với ngài

Lucassan, trước mắt mình chỉ lo đám cưới, mợ chịu phần tổ chức tiệc cưới, tôi trách nhiệm việc giấy tờ, visa để mợ theo ông ấy. Mợ đi trước, sẽ làm nghi lễ Công Giáo nơi nhà thờ họ đạo riêng của gia tộc ông ấy, xong đưa con bé qua sau...

- Đi trước là thế nào? Khi nào? Thứ hai, bây giờ là thứ tư, chỉ còn mấy ngày để lo bao nhiêu việc. Thứ bảy, chủ nhật đám cưới, mợ mời họ hàng từ Hà Nội vào càng đông càng tốt...

- Lấy cái gì để lo đám cưới như chạy tang như thế?

- Tiền, tiền đô, đô-la Mỹ... Đây, đây ông ấy đưa trước năm ngàn.

Đậu đếm rõ từng tờ 100 Đô trước mắt người chồng (tương lai) của Giang Thanh. Và Giang Thanh quả thật không thể lường ra sự việc khi Lucassan đeo vào ngón tay cô chiếc nhẫn với hạt kim cương lóng lánh nổi gồ lên. Cô không hiểu tại sao chiếc nhẫn vừa khít với ngón tay cô (vốn lớn hơn của phụ nữ Việt bình thường), nên cũng không để ý về cách xưng hô (cố tình với danh xưng "*mợ*") của Đậu... *Tại sao nó vừa thế nhỉ...* Cô băn khoăn xoay xoay chiếc nhẫn. Đậu tinh ý, có liền lời giải thích:

- Thì tôi lấy cái nhẫn mợ giả tôi năm kia làm mẫu. Để mợ hiểu tôi yêu mợ như thế nào. Chiếc nhẫn nầy đến hai mươi lăm ngàn đô kia đấy, đắt nhất của tiệm kim cương nơi IMEXCO, phố Nam Kỳ Khởi Nghĩa.

Khi người khách và Đậu đi khỏi, Giang Thanh ngồi im, lắng xuống với câu hỏi: *Tại sao lão ấy tính trước tất cả thế nhỉ?* Cô ngạc nhiên với thái độ gần như thụ động của mình. Nhưng khi nghĩ đến tương lai (rất cụ thể) bé Thanh Giang được ra khỏi nước du học, cô như được truyền nhận một năng lực mạnh mẽ - Điều nầy giúp cô lấy lại sáng suốt, tính thực tế hằng có. Cô cầm máy điện thoại:

- Ông Đậu đấy hả... Tôi muốn hỏi vài điều. Đám cưới ai chủ hôn, những điều kiện pháp lý về hôn nhân như quản lý, thừa kế tài sản, của hồi môn... Đành rằng năm ngàn đô Mỹ, chiếc nhẫn hột xoàn là món tiền lớn, nhưng thân tôi, đời con tôi không thể được trả bằng những món tiền, của ấy... Còn nhà cửa, nữ trang, bé con tôi ai sẽ giám hộ ngày tôi ra khỏi nước?

Tiếng Đậu tự tin chắc nịch.

- Tôi, tôi lo tất... Tôi đã lo hết giấy tờ, hộ tịch, giấy kết hôn, điều kiện quản lý, thừa kế. Kể cả cái két sắc ở ngân hàng để mợ đăng ký gởi tài sản, giấy chủ quyền nhà cửa của mợ...

- Ai giám hộ con bé ngày tôi đi để sau nầy đưa nó qua cho tôi?

Giang Thanh hỏi quyết liệt. Tiếng Đậu dứt khoát:

- Tôi, tôi biết nó chưa tới hai mươi tuổi, thế nên phải làm gấp đám cưới trước ngày sinh nhật của nó... Nó sinh ngày 28 tháng sau, 28 tháng 12...

Bỏ ống điện thoại xuống, Giang Thanh trở lại câu hỏi: *Tại sao lão ấy tính trước hết mọi chuyện như thế... Thôi, để cho con bé được sung sướng, hạnh phúc ra khỏi đất nước khốn nạn nầy.* Giang Thanh đứng lên cầm chai rượu Johny Walker nhãn xanh - Thói quen từ ngày cô sống một mình. Cô nhìn lên cuốn lịch, lật đến ngày Thứ Hai, 28 tháng 11... Tuần tới mình đi ra khỏi đây... Có thật không...?!

Xuống xe lửa tốc hành từ Paris ở ga Lyon thì Giang Thanh hoàn toàn không còn ý niệm thời gian, về nước Pháp khi chiếc xe gia đình Lucassan đón cô bỏ đồng bằng đi sâu hướng núi phía Tây, bắt đầu lên ngọn đường đèo dốc ngược. *Đây là nhà máy Michelin, đây là phố chính Montlosier, kia là nhà thờ Notre Dame de Clermont-Ferrand...* Lucassan ân cần, chậm rãi giải thích, chỉ vào khối nhà lớn, ngôi thánh đường màu đen. *Tất cả nhà cửa, tên của vùng nầy thuộc về núi. Tous sont sur des dômes... Tu sais...* Lucassan thân thiết cầm tay người vợ mới cưới, hôn những ngón tay tròn đầy, cắn nhẹ lên đầu móng:

- Toi... tu es aussi un dôme... non, la rivière, xoong... xoong en montant des montagnes...

Xe ngừng trước một lâu đài xây dựa vách núi, chung quanh mênh mông trảng trống, cỏ lau cao gờn gợn uốn sóng dưới cơn gió buốt sắc của mùa đông. Lucassan chỉ về một khoảng trống nhấp nhô những khối đen.

- Đấy là nghĩa địa dòng họ De Lucassan, những người chết từ Thế Kỷ 11 bởi *"croisade"* - Tu sais... *"La Croisade pour défendre Le Royame de Dieu..."*

Giang Thanh muốn bật cười về hoàn cảnh, câu chuyện đang tiếp diễn với người đàn ông gọi là chồng. Cô không hề e ngại, sợ hãi, chỉ lạ lẫm, dửng dưng. Nếu đổi tất cả mọi thứ trên đời kể cả thân xác cô để được ôm con trong tay một lần... Ngay bây giờ! Chắc chắn cô không chút ngần ngại từ chối.

Sau gần một tháng sống nơi xứ người, lần đầu tiên Giang Thanh có lại được sự năng động hứng khởi đấy là một ngày gần ngày Lễ Giáng Sinh, ngày 22 thứ Sáu. Ngày rất lạnh, ngọn đồi đóng băng trắng xóa vào buổi sáng, chỉ chút nắng heo hút vào buổi trưa. Nhưng là một ngày vui - Vui nhất vì cô sắp được nghe tiếng con từ bên kia quê nhà, cách nửa vòng trái đất. Giang Thanh theo chồng xuống phố Clermont - Ferrand để gọi điện thoại về bé Thanh Giang.

- Đấy là tượng Vercingétoric, tổ phụ người Gaulois. Lucassan chỉ lên một khối tượng người cỡi ngựa hùng vĩ.

- Kia là Blaise Pascal nhà khoa học, tư tưởng siêu việt của người Pháp.

Ông lộ vẻ cung kính ngưỡng mộ khi vòng qua vườn hoa nơi có bức tượng người đứng trầm tư. Nhưng tất cả đều là vật vô tri, vô nghĩa đối với Giang Thanh, bởi cô đang thấp thỏm, nôn nao trong cơn chờ đợi tưởng như sắp nhận được, chứng kiến phép lạ. Giang Thanh nén thở, hồi hộp theo dõi câu chuyện giữa Lucassan và nhân viên bưu điện khi người nầy loay hoay với cuốn sổ lớn ghi danh mục những tổng đài quốc tế.

- Impossible... Impossible... Quel est la cité de Ho.

Và cô vỡ òa niềm vui kích ngất khi nhân viên bưu điện chuyển ống điện thoại với tiếng thở hắt thành công.

- Tiens... lui voilà... Con hả... mẹ đây...

Giang Thanh bật khóc khi nghe tiếng nói bên kia nửa vòng trái đất.

- Mẹ...mẹ... Mẹ không được khóc... Con bình an, con chỉ cần ít tiền để đãi bạn sinh nhật con sắp tới... Mẹ yên tâm, con không sao cả... Không, con không hỏi bác ấy, con không thích gặp bác ấy... Con chỉ xin mẹ...

Giang Thanh cuống quýt không hiểu tình thế gì đã xẩy ra giữa con bé và Đậu.

- Con nghe mẹ, mẹ không tiếc gì với con, tất cả là của con, nhưng trước khi ra khỏi nước mẹ đã ủy quyền cho bác ấy bởi con chưa đến hai mươi tuổi... Vâng, vâng mẹ hiểu con sắp sửa hai-mươi tuổi, mẹ sẽ về với con ngay sau khi xong giấy tờ bảo lãnh... Vâng, vâng, sinh nhật con mẹ gọi lại... Mẹ nhớ con... Việt Nam cách đây bảy giờ, mẹ đã biết cách gọi cho con...

- Giang Thanh lẫn lộn giữa đáp và hỏi, cô cũng không hỏi rõ tại sao con bé có bất đồng gì với Đậu. Cô mất hẳn bình tĩnh, sáng suốt khi nghĩ đến tình cảnh đứa con đơn độc nơi quê nhà - Tình thế bản thân cô phải gánh chịu từ năm thơ ấu. Cô thương con bởi nỗi đau xa cách tàn phá cô lớn hơn bất cứ tai họa nào từ trước đến nay đã gặp phải - Đáng sợ hơn, Giang Thanh cảm thấy hiện thực một lần ly biệt đoạn đành...

Những ngày Lễ Giáng Sinh đối với Giang Thanh như một cực hình, khối nặng thời gian như tảng đá không xê dịch. Cô di chuyển, cười nói, ăn uống, cổ khô rốc, tim đập váng vất, tham dự trò vui, bữa ăn với đại gia đình Lucassan theo lời dẫn của chồng như một đứa trẻ mắc chứng chậm phát triển, mắt trống rỗng vô tính nhìn người và việc diễn ra chung quanh.

Sáng ngày 28 tháng 12, cô dậy từ lúc rạng đông, trời rét đậm, nhìn ra những tầng mây màu chì phủ mờ đỉnh núi. Giang Thanh thấy ra hình tượng những mộ huyệt. Cô không dám nghĩ tiếp. Khi cô ngỏ ý Lucassan đưa cô xuống phố, đến nhà bưu điện thì cuộc xung đột âm ỉ từ bao ngày qua nổ bùng không thể che dấu...

- Em gọi tôi là gì...

- Là chồng... Giang Thanh nhìn thẳng mắt người hỏi không e ngại,

- Vậy em là vợ tôi, người vợ tôi lấy trước mặt Chúa. Lucassan cảm thấy bị xem thường bởi cách nhìn không khoan nhượng từ người vợ mà ông nghĩ phải chịu thái độ khuất phục biết ơn.

- Tôi biết, nên tôi làm tất cả mọi việc trong nhà nầy… Không phải cái nhà mà là một lâu đài lớn, tôi nấu những món mà ông thích,

- Việc ấy của quản gia, người giúp việc, người bếp… Người vợ phải thỏa mãn ý thích (ý muốn, "le désir" - Lucassan điều chỉnh, nhấn mạnh) của người chồng. Nhưng em là một cái tủ lạnh… Không, đúng ra là một tủ đá di động. Em nhìn tôi với tất cả người gia đình tôi với đôi mắt bằng sứ. Điều nầy không phải một lần… Nhưng lập lại mỗi đêm, lễ Noel vừa qua là một bằng chứng cụ thể…

Giang Thanh cười nhạt.

- Ông hiểu tôi không thể vui với gia đình ông, họ nói gì tôi không biết, tôi người đạo Phật, tôi không biết đọc kinh đạo Chúa. Hôm đám cưới nhà thờ, cha xứ cũng thông cảm với tôi. Còn chuyện liên hệ vợ chồng mỗi đêm, tôi không thỏa mãn ông theo cách ông yêu cầu được. Tôi là đàn bà Á Đông, tôi không biết những "kỹ thuật"… Và tôi đang nhớ con tôi. Tôi sống cũng như chết.

Giang Thanh cố gắng diễn đạt ý nghĩ với khả năng Pháp ngữ thâu nhận được sau một tháng chung sống. Nhưng do bởi là một diễn viên, đạo diễn sân khấu, phim ảnh, cô vốn có thiên bẩm thẩm âm tinh tế nên phát âm rất chính xác.

Lucassan biết không thể nói gì hơn. Ông ghìm xuống tức bực, theo cách lịch sự của người Pháp có văn hóa cao, chuyển giọng bình thường:

- Thế bây giờ "bà" muốn gì? Từ "bà" được nhấn mạnh tỏ vẻ cách biệt, dửng dưng…

- Ông giúp tôi xuống phố, đến nhà bưu điện. Tôi cần gọi điện thoại cho con tôi, hôm nay là sinh nhật của nó.

- Tôi chỉ có thể giúp bà vào buổi chiều, sau 4 giờ, tôi còn nhiều việc phải làm sau ngày lễ...

- Không được, buổi chiều thì đã quá khuya bên ấy, bưu điện lại đóng cửa...

- Tôi đã nói, tôi cần làm việc... Bà đừng quấy rầy!

Giang Thanh quay ngoắt bước ra khỏi phòng. Cô gầm lên khi thay đôi giày cao cổ đế thấp.

- Tao đếch cần đứa nào!

Cô đi như chạy xuống chân đồi, khi đi qua cột cây số nơi bảng chỉ đường: Clermont - Ferrand, 11 Km...

- Có là một trăm mốt cây số tao cũng đi được như thường.

Giang Thanh tìm được nhân viên bưu điện giúp cô ngày hôm trước.

- Bà muốn gọi đứa bé hả... Ông Lucassan đâu rồi...

Cô nén cơn xúc động...

- Hôm nay sinh nhật con gái tôi... Tôi muốn nghe tiếng nó, ông giúp tôi, tôi rất cám ơn... Cô nắm tay nhân viên bưu điện khẩn thiết.

Chuông reo liên tục không trả lời...

- Ông thử thêm lần nữa giúp tôi... Quái, con bé đi đâu?! Giang Thanh thất sắc.

Nhân viên bưu điện bối rối, tuyệt vọng...

- Đây, đây ông giúp tôi gọi số nầy, cũng ở cité Ho... Đằng giây bên kia Việt Nam có tiếng Đậu... Tiếng từ địa ngục. Âm của quỷ...

- Bé nó đi rồi! Hả? Đi đâu... Con bé đâu!...

Giang Thanh buông ống điện thoại, ngã sấp người trên đất.

oOo

Một năm sau, Giang Thanh phục hồi trí nhớ, ly dị Lucassan, về ở hẳn Việt Nam. Cô nhớ lại yếu tố mật mã, mở được két sắt ngân hàng, nhưng tất cả nữ trang, hồ sơ địa bạ căn nhà đường Nguyễn Trãi đã bị lấy mất. Cô cũng biết chi tiết, đêm sinh nhật bé Thanh Giang đàn mèo ở nhà kêu thảm thiết. Và hàng xóm ngõ 222 Nguyễn Trãi thấy bé đi ra khỏi nhà từ chiều tối với áo quần đẹp, nét mặt tinh anh rạng rỡ như thiên thần. Bé khoe với người gặp trong xóm... *Cháu qua nhà Bác Đ... để lấy tiền mẹ gởi làm sinh nhật đãi bạn.* Bé không về từ đêm ấy.

Thế thì cái lão ấy sau nầy thế nào... Người nghe chuyện không muốn gọi tên *"Đ..."*

Năm năm sau, cũng tháng 12, cuối năm 2000, hắn ngã chết khi đi chơi Hồ Suối Vàng, Đà Lạt. Từ đồi cao ngã quay lông lốc xuống hồ. Chết mặt úp xuống nước, bầm tím như bị bóp cổ.

Hai người bạn im lặng khi xe vào Chợ ABC, Thành Phố Westminster... Bây giờ mầy muốn tao đưa đi ăn cái gì không? Không, tao gọi con tao ra đón, ăn làm sao nổi...

Cuối năm, tháng 12, 2007.

Viết về TTVN

Phan Nhật Nam

(*) *Corse: Đảo Tây-Nam nước Pháp, trong Địa Trung Hải, nổi tiếng với cư dân có tâm lý, tính khí mạnh mẽ do thổ ngơi, địa thế, môi trường cằn cỗi, khắc nghiệt.*

Thanh Minh Trong Tiết Tháng Ba

*Viết về những người lính, người vợ của hai bên,
Gởi riêng Lý, KB; Lợi "râu", và "Anh Đại".*

1. Tháng 9, 1972 Quảng Trị

Trong căn hầm tối nhờ nhờ mờ đục đào sâu dưới đất vùng đồi dương liễu khu Nhà Thờ La Vang, Tỉnh Quảng Trị, Trung Sĩ Phan Tâm thầm thì tiếng nhỏ với viên Thượng sĩ Thường Vụ Tiểu Đoàn 18 Thủy Quân Lục Chiến:

- Ông thầy nói giùm với *"ông Đại"* cho tôi về lại với đại đội I.

- Tại sao? Thường Vụ Lý tròn xoe cặp mặt đứng tròng nóng rực những tia gân đỏ do thức khuya và mệt nhọc nhìn qua khoảng sáng tối cố tìm xem nét mặt của trung sĩ Tâm.

- Tại vì ở đây, đại đội chỉ huy yên quá mà trên thằng 1 thì đụng lia chia, tôi không nỡ bỏ anh em trên đó!

- Dẹp! Mầy không thấy bao nhiêu chuyện đang bầy hầy, với chẳng lẽ bộ chỉ huy tiểu đoàn nầy là đơn vị văn phòng ngồi chơi xơi nước sao mầy! Lại thêm vụ ông Anh của đại đội 1 thì vừa bị bể gáo. Mầy về lại với ai trên đó? *"Ông Đại"* đang điên lên vì vụ mất ông thầy của mầy. Coi chừng mầy vừa bò quá Ngã Ba Long Hưng thì đã kéo xác mầy trở về lại đây. Thằng vi-xi đầu trọc nơi cao điểm Trường Nguyễn Hoàng đang đợi mầy đấy! Cái thằng khốn nạn vừa cho ông thầy mầy và mấy đứa con của đại đội 1 đi phép dài hạn... Đ.m. bàn giao với nhảy dù chưa kịp đánh đấm gì cả đã mất gần hết một đại đội. Đừng có ham! Về đi!

Thượng sĩ Lý hít mạnh hơi thuốc quân tiếp vụ tỏ ý muốn chấm dứt câu chuyện sau một tràn gầm gừ, nguyền rũa. Trung sĩ Tâm kèo nài tha thiết:

- Cũng vì vậy tôi mới xin thượng sĩ nói với trung tá cho tôi về lại trên đại đội 1.

Thường vụ Lý nhìn chăm Trung sĩ Tâm qua khoảng

tối và hiểu ra: Khi người lính đã gọi đến những cấp bậc tức câu chuyện đã thật sự nghiêm trọng, khẩn cấp.

- Được. Để tao đưa mầy lên gặp ổng. Mà vết thương nơi chân mầy tháng trước dưới Hải Lăng nay đã khá chưa?

Thượng sĩ Lý trầm giọng thân mật, anh đưa bao thuốc nhăn nhúm về phía trung sĩ Tâm.

- Làm một điếu đi rồi bò theo tao!

Ánh sáng hộp quẹt loé lên. Đến bây giờ thường vụ Lý mới nhìn rõ mặt gã trung sĩ trẻ tuổi. Anh gật gù:

- Bọn nó gọi mầy là *"Tâm em"* cũng phải. Mầy nhỏ như thằng con nít không à!

Hai người cúi thấp xuống bò theo những giao thông hào có nắp che chắn về phía hầm chỉ huy của tiểu đoàn.

Trung Tá Quân, tiểu đoàn trưởng Tiểu Đoàn 18 Thủy Quân Lục Chiến và ban chỉ huy đang ngồi chen chúc ngột ngạt quanh chiếc bản đồ ngang dọc những mũi tên xanh đỏ dưới ánh sáng vàng yếu của mấy bóng đèn nhỏ thắp bởi pin máy truyền tin. Tất cả đồng mặc áo lót ngụy trang màu sẫm, mồ hôi đẫm ướt mặt chảy đường lớn trôi xuống ngực. Ông Quân khản giọng mệt nhọc:

- Đây là những mục tiêu của tiểu đoàn mình. Bắt đầu từ đường Lê Huấn, dài theo đường Quang Trung gồm trường Phước Môn, nhà thờ Thạch Hãn, ty cảnh sát Quảng Trị. Nhưng muốn chiếm được thì phải *clear* mấy cái chốt, quan trọng nhất là đám chốt kiền ở cao điểm Trường Nguyễn Hoàng chỗ có thằng vi-xi bắn sẻ đã hạ ông đại úy Anh.

Trung tá Quân ngưng nói, ông châm điếu thuốc, đè xuống xúc động:

- Tôi đã nói với ông Anh rồi, bên nhảy dù từ tháng 7 đến giờ bị mấy cái chốt nầy kiềm chặt. Mấy ông phải rất cẩn thận, kỳ nầy không phải như ở Huế năm Mậu Thân. Đây là bọn 320 và 325 tổng trừ bị ngoài Bắc mới đưa vô. Nó không được phép rút lui để đám vi-xi bên Paris được thế nói chuyện với Mỹ. Ở Huế năm 68 mình chỉ đụng với bọn địa phương, chủ lực miền, còn bây giờ là trận địa chiến với lính chính quy Bắc Việt. Hầm ở đây là công sự của mình bỏ lại giúp nó chịu được cả bom. Khổ thật, ông Anh lại mới lấy vợ...

Trung Tá Quân ngừng nói quay về phía đầu căn hầm khi nghe tiếng chào của viên thường vụ.

- Gì đấy ông?

- Trung tá, có trung sĩ Tâm muốn xin trung tá cho về lại đại đội 1.

- Tâm nào?

- Dạ *"Tâm em"* thằng mang máy cho ông Anh kỳ mới ra trường...

- Sao nữa?

Thượng sĩ Lý lục đục chuyển động...

- Đó, mầy lên nói thẳng với ổng...

Trung sĩ Tâm bò tới vùng ánh sáng:

- Ông Đại... dạ trung tá cho em về lại đại đội 1.

Ông Quân thoáng suy nghĩ, hỏi dồn:

- Mầy xin về lại đại đội 1 làm gì?

Tâm trả lời mau như đã định sẵn:

Để xử cái thằng nơi trường Nguyễn Hoàng, rửa mặt cho ông thầy em. Em người miền ngoài nầy, lớn lên, đi học ở đây, nên em biết cách, biết đường đi vô trường đó.

Tiểu đoàn trưởng Quân cười tiếng nhỏ.

Tưởng mầy xin về hậu cứ cưới vợ chứ xin về lại đại đội 1 thì tao ok liền. Đây, mầy muốn đi phép 24 tiếng về Huế hay theo Đại Úy Lộc, ông thầy mới của mầy về vị trí đại đội 1 bây giờ.

Tâm hứng khởi:

- Em đi liền. Hết hành quân, trung tá cho em đi phép về Thủ Đức, gần cả năm rồi không gặp mặt vợ.

Trung Tá Quân nói vui:

- Không có gì trở ngại, ông thanh toán được cái chốt đó tôi xin sư đoàn cho ông lên hai cấp, móc luôn cái lon thượng sĩ khỏi qua trung sĩ nhất. Có cả tiểu đoàn nầy làm chứng lời tôi.

Khi Trung Tá Quân xử dụng cách xưng hô *"ông, tôi"* với thuộc cấp tức đã là lời tuyên bố chính thức. Từ lâu ông được tiếng là *"Anh Đại"* do lòng kính yêu của toàn đơn vị. Khi bò ra khỏi hầm chỉ huy, Đại Uý Lộc, người có danh hiệu *"Lộc râu"*, đại đội trưởng cứng nhất của binh chủng mới được điều về thay thế viên đại đội trưởng vừa tử trận để thực hiện kế hoạch đánh chiếm lại Cổ Thành Quảng Trị với Sư Đoàn Thủy Quân Lục Chiến giữ nhiệm vụ mũi tiến công chính.

Khi ra khỏi hầm bộ chỉ huy tiểu đoàn, *"Lộc râu"* chắc lưỡi cười cười nói với Tâm:

- *"Tâm em"*! Mầy chơi bạo thiệt, vừa rồi tao nghe mầy mới bị thương hôm tháng 6 mà nay đã xin ra lại đại đội tác chiến. Không sợ sao em?

Tâm bình thản nói gọn:

- Đời có số mà đại úy!

Bỗng nhiên Tâm chợt nghĩ đến cô vợ trẻ ở Thủ

Đức, nơi hậu cứ Sóng Thần của đơn vị. Đã lâu Tâm không gặp vợ, tuy nhiên cô nhỏ luôn có mặt với anh. Vào những lúc nguy nan anh có phản ứng gần gũi với cô như một phần của bản thân hơn là một người khác phái với liên hệ vợ chồng. Nghĩ đến ngày phép sẽ có sau khi xong hành quân lòng Tâm chợt ấm áp bình an. Nhưng nỗi vui của anh không kéo dài khi nhớ lại chiếc đầu bị bắn vỡ của Đại Úy Anh, người chỉ huy mà Tâm đã theo cùng từ đầu năm 1968 ở mặt trận Thành Nội Huế khi ông Anh mới ra trường sĩ quan, và Tâm vừa mãn khóa căn bản của binh chủng về đại đội 1 mang máy truyền tin cho Thiếu Uý Anh.

Hai thầy trò đã sống cùng nhau qua dài ngày lửa, đạn và sự chết. Suốt năm 1968 khởi đầu kia hai người đã hành quân hơn ba trăm năm mươi ngày đánh từ Huế vào đến vòng đai Sài Gòn, và năm 1972 nầy thì hầu như các tiểu đoàn của binh chủng không hề về lại hậu cứ ở Thủ Đức khi bộ tư lệnh tiền phương của sư đoàn dời ra xã Hương Điền ở Quận Phú Lộc, tỉnh Thừa Thiên. Tâm nhớ lời nói đùa của Đại Úy Anh:

- Biết thế nầy mầy và tao lấy vợ người Huế còn có đường đi phép về thăm!

Tâm thấy trong mắt có cảm giác cay cay khi nghĩ về ông thầy và tiếng khóc rấm rức của cô Anh khi từ Sài Gòn ra Huế nhận xác chồng ở nhà xác bệnh viện Nguyễn Tri Phương chỉ với một người thân bên cạnh - Trung sĩ Tâm hay binh nhì *"Tâm em"* mang máy truyền tin cho ông Anh từ năm 1968.

oOo

Trung đội phó trinh sát Lê Văn Hưu nhìn quanh những bộ đội dưới quyền đang ngồi chật trong căn hầm dưới nhiều tầng bê-tông cốt sắt của ngôi trường đổ sụp, nén chặt, ép cứng lại sau bốn tháng chiến trận hứng đủ vô lượng đạn pháo, bom của cả hai bên. Lợi dụng thời gian ngắn yên lắng giữa những trận đánh, sau các cuộc xung kích, phản công, theo đúng chỉ thị của chính ủy đơn vị mà nay đã thành thói quen, Hưu bắt đầu cuộc học tập trong ngày với các tổ viên bằng lời tố cáo đã được học tập thuộc lòng:

- Chỗ nầy là trường học của nhân dân nhưng bọn ngụy ác ôn đã phá sập trước khi rút lui từ đầu tháng 5. Thủ trưởng lệnh cho đơn vị ta chốt ở đây là điểm xa nhất để không cho bọn ngụy phản công trong kế hoạch chiếm lại cổ thành nầy. Chúng ta là đội quân tiên phong của đảng quang vinh và bác Hồ kính yêu vì nhân dân giải phóng Quảng Trị để đồng bào thoát khỏi ách kiềm kẹp của Mỹ-Ngụy...

Hưu ngập ngừng thoáng ngắn, đổi giọng rắn rỏi:

- Đế quốc Mỹ xâm lược nước ta là kẻ thù của nhân dân ta. Bọn ngụy quân ngụy quyền là tay sai của đế quốc Mỹ là kẻ thù của nhân dân ta.. Bộ đội ta vì nhân dân quên mình, vì nhân dân hy sinh chiến đấu dưới lãnh đạo của đảng quang vinh và bác Hồ kính yêu... Đánh... đánh cho Mỹ cút... Đánh... đánh cho ngụy nhào thống nhất đất nước thực hiện nhiệm vụ chiến sĩ tiên phong của phong trào cộng sản quốc tế do Liên Xô và Trung quốc lãnh đạo...

Sau phần phát biểu hướng dẫn, Hưu ra hiệu cho gã bộ đội giữ súng phóng lựu B40 ngồi bên cạnh.

- Đồng chí Trung phát biểu...

Gã bộ đội vẫn cúi mặt xuống đất lập lại ngắt khoảng qua tiếng thở bị nén.

- Đế quốc.. đế quốc Mỹ xâm lược nước ta, là kẻ thù... kẻ thù của... nhân dân... ta... Bọn ngụy quân ngụy quyền... là kẻ thù, kẻ thù của... nhân dân ta...

Khi các tổ viên thay phiên lập lại lời học tập, Hưu nhìn quanh, ra bên ngoài qua lỗ hổng của căn hầm. Toàn cảnh thị xã Quảng Trị chỉ là một khối gạch đá vụn vỡ tan nát với những xác người vươn vãi không còn nguyên vẹn tay, chân, đầu, mình. Không biết là xác dân hay lính ngụy nhưng chắc chắn không phải là lính Mỹ do nhận dạng qua những bàn chân trần, ngón nhỏ bầm tím máu khô; những chiếc sọ vỡ nát (phải là sọ của người dân vì không có chiếc nón sắt) há hốc nhìn lên bầu trời luôn xám đục khói đạn pháo, hơi bom, và mùi người thây người bốc lên ong óng dày đặt...

Sau khi các tổ viên đã giáp vòng phát biểu, Hưu muốn tiếp tục kể thêm về tội ác Mỹ-Ngụy theo nội dung đã được học tập từ trước khi vào trận địa, nhưng các tổ viên hầu như không còn sức lực để ngẩng đầu lên nghe lời anh. Hưu kìm giữ tiếng thở dài, đưa tay lên vò đầu, những sợi tóc ngắn lởm chởm nham nháp chạm vào da lòng bàn tay.

Ầm! Ầm! Những trái bom bất chợt rung dội căn hầm như địa chấn trước khi nghe âm thanh máy bay lướt qua...

- Khẩn trương! Khẩn trương... Chúng nó lại phản công!

Hưu và các tổ viên nhanh chóng phân tán vào các vị trí chiến đấu, anh cùng hai tổ viên theo những khối gạch vỡ bò lên điểm tác xạ cao nhất nhìn xuống con đường chạy xéo về phía hướng Nam, ngoại vi thị xã. Tổ ba người trang bị hai tiểu liên AK 47, ngoài đơn vị đạn cơ hữu hai tổ viên còn trang bị thêm đạn phóng lựu B40 do Hưu xử dụng; anh còn được tăng cường thêm một súng trường Nga có gắn máy nhắm. Vừa bò lên vị trí Hưu vừa gầm gừ lẩm bẩm:

- Địt mẹ chúng mầy... Địt mẹ chúng mầy!

"Chúng mầy" trong câu chửi không vì lòng giận dữ bao gồm nhiều đối tượng mà chính Hưu cũng không xác định rõ là ai. Chỉ biết từ sâu trong lòng, Hưu không chửi riêng bọn lính ngụy có thể đang bắt đầu tập trung đợt phản công mới. *Quái chúng nó lại trốn mất đâu rồi?* Từ trên cao điểm, Hưu nhìn dọc theo con đường không bóng người đang sập tối với trần mây thấp u ám chập choạng khối nhà cửa tang hoang đổ nát. Có con chó cúi đầu chạy lóng ngóng, thỉnh thoảng tru dài âm ai oán rờn rợn...

- Địt mẹ chúng mầy có trốn ông cũng giết tất!

Lần nầy anh chửi rõ bọn lính ngụy mà theo ý anh là nguyên nhân gây nên cảnh chết chóc tan hoang của thị xã nầy và hoàn cảnh tuyệt vọng của bản thân anh cùng những tổ viên trinh sát. Qua ống nhắm súng bắn sẻ, Hưu cố dò tìm những chấm đen đầu người di động thấp thoáng ẩn hiện giữa đám gạch ngoài ngổn ngang mặc chung quanh ầm vang âm động đạn pháo binh 105 ly tiếp theo đợt bom vừa chấm dứt để yểm trợ tiếp cận cho đám lính thủy đánh bộ tấn công.

Pháo từ phía bắc vùng Đông Hà, Cam Lộ bắt đầu phản pháo được bộ đội tiền sát cố thủ trong cổ thành điều chỉnh rơi chính xác giữa đội hình quân ngụy... Thân thể người theo cùng gạch đá bay lên. Bây giờ Hưu đã hoàn toàn biến dạng nên thành một con người mới với phản ứng cơ bắp mau lẹ, trí não săn sắc ý chí quyết liệt như khi nhận lời động viên trực tiếp qua hệ thống điện thoại từ tư lệnh mặt trận Nguyễn Việt xuống mỗi đơn vị cơ sở: *"Một tấc không đi. Một ly không dời. Quyết chiến, quyết thắng Giải phóng Quảng Trị. K3 "Tam Đảo" còn, Thành cổ Quảng Trị còn; Triệu-Hải (Triệu Phong-Hải Lăng) anh hùng*

*diệt gọn hai sư! (Ý nói Trung Đoàn 27 Độc Lập có
danh hiệu Triệu Hải đánh tan hai sư đoàn Thủy Quân
Lục Chiến và Nhảy Dù của quân đội miền Nam..."*

Đấy cũng là lời động viên mà đã có lần Hưu tự
nhủ thầm: *"Nói láo cũng vừa phải thôi, trung đoàn
27 gần hai ngàn người kia đã không còn đầy hai
mươi mống mà đánh đéo thế được với hai sư của
bọn lính thủy đánh bộ và bọn dù ngụy...".*

Trở về với thực tại, Hưu nhìn qua bóng tối của
căn hầm đang nháng lửa rung rinh bởi loạt pháo bắn
điều chỉnh càng ngày càng chính xác chứng tỏ tiền
sát pháo binh đối phương đang định đúng vị trí của
tổ trinh sát.

Ngoài ra Hưu còn có nhận xét qua kinh nghiệm
hơn ba tháng chiến đấu là chen trong đợt pháo cường
tập xuất phát từ nhiều vị trí của lần nầy có những vị
trí pháo khởi hành rất xa không nghe được đâu từ
hướng đông, phía bờ biển với loại đạn có sức công
phá mạnh gấp bội loại đạn 105 ly cơ hữu của pháo
binh ngụy; loại đạn pháo mới mà Hưu không định rõ
danh hiệu nầy hiện đang bao trùm toàn thể khu vực
ngôi thành cổ, ngay trên đầu của vị trí đơn vị Hưu.

Qua ánh lửa loé sáng từng chập liên tục, Hưu bắt
gặp ánh mắt thất thần của những tổ viên khiến anh
muốn nói lên lời than vãn... *"Chắc không thoát khỏi
trận pháo nầy đâu chúng mầy ạ, với loại pháo mới nầy
bọn ngụy quyết tâm dứt điểm mình."* Nhưng thật ra
Hưu chỉ có ý nghĩ với mối kinh hoàng đang dâng ngập.

Trời bên ngoài đã sập tối, giữa chuỗi âm động
của đợt pháo không dứt khoảng. Bỗng Hưu nghe
rõ thanh âm sắc đục của những miếng tôn lợp nhà
do có thân người đang chuyển động bên trên... Anh
lạnh buốt sống lưng... *"Bỏ mẹ, bọn ngụy đang bò*

dưới chân mình." Chúng đã lợi dụng lúc dội bom và đợt pháo để xâm nhập vào vị trí của anh. Nghĩa là chúng cũng chia chung phần cơn bom và đợt pháo đang dội xuống!

Thật ra tất cả ý nghĩ như trên chỉ hiện ra trong một chớp mắt theo luồng ánh sáng và tiếng nổ xé toang bóng tối cùng lúc giúp Hưu kịp nhận ra dạng một chiếc sào dài theo lỗ hổng được đưa vào căn hầm. Và sau tiếng nổ từ đầu cây sào, Hưu chìm xuống bóng tối dầy. Màn tối thẩm của cái chết có hình khối với những tảng vách tường nhà, và gạch đá đổ xuống đè lên thân anh. Trong vũng bóng tối đầy đặc, dưới khối gạch đá ngổn ngang chồng chất, Hưu nghe dần tiếng nói xì xào của lính miền Nam... *"Đ... má cái chốt nầy đây, không chơi trò "cần câu cá" cho nó ăn claymore theo cách "ông râu" thì còn lâu mới vào được..."*

Hưu nghe rõ bước chân người đang đi trên gạch đá chụp trên thân anh. Hưu dùng sức mạnh còn lại cuối cùng lần gỡ trái lựu đạn chày nơi thắt lưng, tháo khóa an toàn, đẩy theo khe hở dò dẫm được bởi những ngón tay vô thức. Ánh sáng lóe lên. Tiếng nổ xé toang và giọng Trung sĩ Tâm gào lớn... *"Chết anh Thanh em ơi!"*

oOo

Đại úy *"Lộc râu"* nói như reo với Trung Tá Quân:

- Trình Phu Quân (danh hiệu truyền tin của ông Quân) thẳng *"Tâm em"* câu được cái chốt ở trường Nguyễn Hoàng với claymore rồi. Phu quân cho cua (chiến xa) lên chỗ tôi rồi mình cùng vào nướng (xử dụng súng phun lửa) cái bánh chưng (chiếm Cổ Thành Quảng Trị)...

- Xong rồi, có ngay cua cho ông, và đưa thẳng em

lui gặp moa...

Tiểu đoàn trưởng Quân hân hoan phấn khởi. Giọng Đại Úy Lộc chuyển nhanh sang nghẹn cứng, đanh lại xót xa:

- Tâm em bị thằng vi-xi xé áo luôn rồi!

- Sao? Trung tá Quân hỏi dồn?

- Vi-xi nó chơi đòn sát thủ trước khi chết. Tôi đang tìm cách *"moi"* thằng em ra.

Nhưng Đại Úy *"Lộc râu"* không còn cơ hội để tìm ra xác của *"Tâm em"* bởi một loạt pháo của phía cộng sản mạnh mẽ hơn từ Ái Tử, bắc sông Thạch Hãn đổ dồn xuống vị trí chốt của tổ trưởng Lê Văn Hưu trong đó có xác của Trung sĩ Tâm và hai khinh binh Tiểu Đoàn 18 Thủy Quân Lục Chiến. Và chỉ vài giờ sau có thêm rất nhiều người chết mới của cả hai bên kéo dài cho tận buổi sáng ngày 14 tháng 9 năm 1972 khi ngọn cờ Vàng Ba Sọc đầu tiên được dựng lên khối gạch, đá ngổn ngang của Cổ Thành Quảng Trị.

Sau ngày 16, khi rút quân về phía sau, Đại Úy *"Lộc râu"* muốn chỉ vị trí *"Tâm em"* đã chết cho ông Quân, nhưng anh không làm sao định được nơi người lính đã ngã xuống. Theo thống kê sau nầy về trận đánh cuối cùng trong tháng 9 năm 1972, mỗi ngày không kể phần nhảy dù, biệt động, và bộ binh, chỉ riêng Sư đoàn Thủy Quân Lục Chiến có khoảng một trăm năm mươi người lính hy sinh.

Phía bộ đội cộng sản thì cho biết: Ngoài Trung đoàn Triệu Hải bị xóa sổ; Trung đoàn 48B thuộc Sư Đoàn 320B, đơn vị chiếm giữ trung tâm thị xã (theo hồi ký phổ biến vào năm 1997 của Trung tướng Lê Tự Đồng tư lệnh lực lượng cộng sản tại mặt trận tỉnh Quảng Trị) và các trung đoàn tham chiến đồng bị tổn thất hơn 80% quân số. Điển hình Tiểu đoàn 4 thuộc Trung đoàn 95 từ khi vào cổ thành đến khi rút ra (kể từ ngày 13 tháng 7 đến ngày 10 tháng 9 năm 1972) chỉ còn đúng mười hai người sống sót vượt sông Thạch Hãn tại làng Nhan Biều chạy về phía Bắc.

2- Tháng Tư sau năm 1975...

Cô giáo Thanh luôn có cảm giác, *"Làm sao sống được tới ngày mai?"* từ buổi chiều Ngày 30 Tháng Tư năm 1975 khi bế đứa con nhỏ, tay xách bịch ni-lông áo quần kinh hoàng rời khỏi khu gia binh Trại Sóng Thần của Sư đoàn Thủy Quân Lục Chiến. Cô đã không thể phân biệt những hỗn loạn chung quanh đang ầm vang tiếng chửi mắng, nạt nộ chen lẫn tiếng súng xử bắn những người không kịp rời nhà theo lịnh của bộ đội cộng sản nói tiếng vùng Thanh-Nghệ-Tĩnh.

Súng nổ không tiếng đạn bay ra vì đầu đạn đã ghim sâu vào thân con người ép dính sát đầu nòng súng.

- Địt mẹ chúng mầy là vợ con của bọn ngụy *"trâu điên" (Tiểu Đoàn 2 Thủy Quân Lục Chiến lừng danh của quân đội cộng hòa).* Chúng ông không banh xác chúng mầy ra thì thôi chứ đừng hòng lấy được cái áo, cái quần, cái bát, đôi đũa... Đồ đạt trong nhà nầy là do bọn chồng ngụy chúng mầy đã cướp đoạt của nhân dân mà có... Cút! Cút ra khỏi đây mau...

Tên bộ đội miền Bắc túm đầu tóc cô đẩy ra cửa trong khi cô luống cuống ôm đứa bé và gói áo quần vừa nhặt nhạnh được. Tuy nhiên cô cũng nhớ ra xác của hạ sĩ Lượm, người lính cùng đơn vị của chồng nằm chỏng chơ bên cạnh chiến xe lăn mà tên lính cộng sản vừa hất anh ta xuống để đoạt chiếm. Xác hạ sĩ Lượm chết không nhắm mắt chắc đang cố tìm hình ảnh của vợ con không biết vừa chạy đi đâu. Cô Thanh cũng không nhớ sau đó bằng cách nào, trong bao lâu cô đã bồng con về được ấp Suối Nghệ, Phước Tuy với cha mẹ.

Cô hồi tưởng một cách mơ hồ, đứt khúc đoạn đường từ Trại Sóng Thần cô đi lần ra chợ Thủ Đức, theo xa lộ đi về hướng Biên Hòa. Tuy nhiên lại cô nhớ như in đoạn đường nầy vì khi đi ngang qua Nghĩa Trang Quân Đội, Thanh đã nhìn thấy rất rõ bức Tượng Tiếc Thương bị giật sập đổ ngược xuống. Cô chú ý đến địa điểm nầy vì từ ba năm qua cô đã nhiều lần đến đây với hy vọng tìm ra được xác người chồng chết từ một ngày tháng 9 năm 1972 tại Quảng Trị. Cô giáo Thanh sở dĩ sống qua được bao năm cũng vì thằng Thành càng ngày càng giống người vắng mặt, và hơn thế nữa *cô không hề nghĩ anh Tâm đã chết.*

Cô có cảm giác rất thật là người chồng chỉ vắng mặt đâu đó cho dầu đã bao lâu và cách bao xa. Nên cô vượt sống với, bởi nghĩa vụ tự đặt ra cho chính mình: Sẽ có một một ngày đi gặp chồng. Cũng quả thật cô cũng không cảm thấy đau khổ quá đỗi nặng nề do lần vắng mặt lâu dài không tung tích của người chồng, vì cảnh sống từ ngày 30 tháng Tư năm 1975 kia đã tạo nên trong lòng cô phản ứng thường hằng: *Coi như bản thân mình đã chết.* Và cũng bởi người chết nào biết đến cường độ của cơn đau.

Mỗi buổi sáng khi nhấn lưỡi cày sâu xuống mạch đất của thửa ruộng chạy dọc bên suối Sông Cầu dưới chân Núi Đất cô thường nhắm mắt lại trong khoảng khắc với lời nói ra tiếng: *"Anh Tâm ơi, anh ở đâu, anh cầu cho mẹ con em... Để sẽ có ngày em tìm ra anh nghe anh Tâm."* Rất nhiều lần khi nói lời than tội nghiệp nầy cô mong được tuông trào giòng nước mắt, nhưng điều cầu mong nầy cũng chỉ là mối ao ước không thành, bởi hình như lượng nước mắt đã cạn khô từ bao lâu. Dẫu Thanh luôn có cảm giác cay cay sâu trong mắt khi nhận ra thực tế cảnh sống của mỗi ngày, giờ đang trải qua.

Thanh cũng không hề nghĩ ra rằng cô vừa qua tuổi hai mươi, và đã một thời là cô giáo đứng giữa đám con trẻ tập hát lời vui hòa sống động yêu thương. Tháng Tư một năm sau 1975 cô quyết đi tìm. *Anh Tâm ơi, em đi gặp anh đây. Anh ở đâu cho em gặp anh.* Cô lập đi lập lại cầu mong ngắn ngủi nầy chen trong chuỗi thầm thì tôn kính an ủi... *Kính mừng Maria đầy ân phước...* liên lũy lần hạt Mân Côi khi đã yên chỗ ngồi trong toa tầu chen chúc nhớp nháp của chuyến tàu lửa Bắc Nam.

Lên từ ga Xuân Lộc trong buổi chiều váng vất nhá nhem tối chung quanh rừng Long Khánh loang tỏa khói mờ, chiều tối ngày hôm sau cô giáo Thanh đến ga Quảng Trị. Từ nhà ga, Thanh cảm thấy rờn rờn sự chết bao trùm lẩn khuất đâu đây khi nhìn lên khối gạch đá đổ nát nằm hỗn độn bên bờ sông cạn đáy mà người dân chỉ cho cô biết đấy là cổ thành Quảng Trị một thời trấn đóng trên sông Thạch Hãn. *Anh Tâm ơi.. Anh ở đâu?* Bất ngờ nước mắt cô chảy ra lúc nào không hay. Thật ra cô muốn gào lớn tiếng: *Anh Tâm ơi, anh chết nơi đâu?* Chữ "chết" mà bao lâu cô không hề nói ra. Không dám nghĩ đến.

oOo

Từ Huyện Cẩm Thủy chị Trịnh Thị Hàn bắt đầu cuộc hành trình theo Đường 119 đi về hướng Đông Nam ra thị xã Thanh Hóa. Trước khi đi bà mẹ chồng đã có lời than:

- U không dám cản con, nhưng con nên nghĩ lại,

từ đây ra tỉnh những mấy mươi cây số, con đi cũng mất một ngày. Xong theo tàu hỏa vào Nam mà u biết tàu chỉ chạy đến Hà Tỉnh hoặc ra Hà Nội. Cả đời con chưa đi quá Huyện Yên Định thì biết đâu đường đi vào Nam tìm thằng Hưu. Nhà ta quá nghèo nếu u đi theo chỉ làm con thêm bận bịu, tốn kém, vả lại u còn phải ở lại nhà để nom mấy sào ruộng, nhưng quả thật để con đi một mình u không yên tâm được.. Hay con đợi đến qua thu hoạch, nhà có dư đôi chút, u đi theo con luôn thể, nó là chồng con nhưng là con của u! Nhưng chị Hàn đã có lời cương quyết dứt khoát:

- U không phải lo cho con, đây là bổn phận riêng của con đối với anh ấy. Mấy năm trước trong chiến tranh chống Mỹ một mình con cũng đã hoàn tất được những công tác mà xã phải huy động đến cả cụm, cả tổ mới xong được. Con đã từng ứng chiến tổ phòng không suốt đêm, sáng ra đồng cày ruộng, chiều đi tập phòng thủ chống biệt kích đổ bộ... Quần quật suốt cả mùa đông năm 1972 còn chịu được huống gì đoạn đường từ đây ra ngoài tỉnh, với đoạn xe hỏa vào Nam khi nước nhà đã hòa bình thống nhất. Cô vừa trả lời vừa đậy chiếc nắp ba-lô lên túi hồ sơ của anh Hưu có ghi địa chỉ đơn vị với nét chữ lớn viết bằng mực tím: 271003 TB 04.

Thật ra chị muốn nói thêm với bà mẹ về lá thư của anh Hưu với nội dung mà chị đã thuộc lòng: "*Vấn đề bồi dưỡng tại chiến trường lúc nầy đã tiến bộ, không còn thiếu thốn như thời gian di chuyển nữa. Áp lá thư em vào ngực, anh đọc đã mấy chục lần. Có thể nói từ khi anh và em bắt tay xây dựng vợ chồng thì hai Chủ Nhật đầu tiên từ ngày anh ra đi là hai Chủ Nhật khó khăn và nặng nề khó vượt qua lắm. Trong những giờ phút đó anh muốn hét thật to để làm sao ôn lại cho em những lời nói của anh. Anh đã bước đi như một con người không có tri giác... Em đã nằm giữa trái tim anh, dòng máu anh đã cùng chảy theo nhịp thở của em, cho nên dù ở phương trời nào em vẫn luôn có mặt với anh.."*

Lá thư viết từ một ngày đầu năm 1972 tại một nơi mà anh Hưu chỉ ghi tắt là QT và chị nhận được sau ngày giải phóng Quảng Trị trong tháng 4 năm 1973 cùng lần với giấy báo tử mà chị đã dấu kín không muốn cho bà mẹ hay. Và nay đã đến lúc chị phải đi tìm bởi lời nói của anh Hưu mà chị nghĩ là chân thành thắm thiết nhất: *"... Cho dù ở phương trời nào em vẫn luôn có mặt với anh!"*

Phải, chị Hàn luôn có mặt với chồng cho dù đã bao lâu không thấy mặt, hay cách biệt bao xa kể cả từ, sau, bởi cái chết mà riêng chị âm thầm chịu đựng bao năm qua. Chị xốc ba-lô lên vai, cột túi cơm khô quanh bụng, cúi xuống rút chặt quai dép lốp, đội lên đầu chiếc nón cối cứng.

- Xong, con đi đây! Con đi tìm chồng con, bộ đội Lê Văn Hưu. U ở nhà yên tâm.

Chị Hàn bước ra khỏi nhà, xuống con dốc lần theo sông Mã đi ra đường 119 với cảm ứng: *"Đi gặp mặt chồng".* Chị không hề có cảm giác anh Hưu đã chết dù tờ giấy báo tử kẹp chặt với lá thư ép trong túi ni-lông đeo trước ngực. Trước khi lên con lộ chính, Hàn băng qua khu ruộng ngô mà anh Hưu đã cuốc vỡ đất trước lần đi nghĩa vụ quân sự.

Khu ruộng ngô mà chị và chồng đã gieo những hạt giống của mùa đầu tiên, nơi hai người đã một thời vui đùa trong tuổi trẻ đã quá xa tưởng như một điều không thực. Tuy nhiên chị lại nhớ rất rõ những câu nói bâng quơ, cách trầm giọng làm ra vẻ quan trọng của anh Hưu, tiếng cười khúc khích của hai người giữa những luống lá dày xanh xám khi cây ngô lớn quá đầu người.

Những sự việc tưởng như vừa xảy ra, đang tiếp diễn khiến chị Hàn nhớ rõ mùi vị hạt ngô đầu mùa nướng lửa ngọn đốt từ đống lá vun trên đất. Mạch đất từng làm chứng tình yêu của hai người sáng nay trong nắng cuối xuân ươn ướt lớp sương mai gây trong lòng chị mối cảm xúc bất chợt đưa đẩy trí nhớ về lại hạnh phúc của một thời. Hoá ra hạnh phúc của hai người cũng mong manh và nhạt nhòa như lớp sương sớm đang khô dần trên đất dưới ánh nắng. Thật ra chị Hàn chưa đến tuổi ba mươi.

Sau ba ngày với những chuyến tàu lửa chợ ngừng lại tại nhiều ga xép, những chuyến xe hàng chen chúc, ngột ngạt, kể cả những đoạn đường thăm thẳm lầm lũi cuốc bộ, cuối cùng chị Hàn bước lên chiếc cầu sắt đi vào thị xã Quảng Trị với cảm giác thản nhiên lạnh lẽo của người đã kiệt sức cùng đường. Cảm giác hiện thực khi chị hỏi đường đến văn phòng tỉnh đội và được người dân chỉ lên những khối gạch đá đứng chơ vơ bên bờ sông cạn đáy phơi bãi cát loang nắng.

- Đó... đó... Cổ thành đó!

Và chị bật lên tiếng kêu không ngờ: *"Trời đất ơi!"* Bởi đang biết rõ một điều: Anh Hưu chồng chị đã thật chết nơi những đống gạch đá tan vỡ nầy. Chị Hàn đi vào văn phòng Ban Quân Sự Tỉnh Quảng Trị với cách quyết liệt của người chấp nhận cái chết đang chực sẵn.

- Các đồng chí có thể cho tôi biết mộ của các liệt sĩ trong vùng nầy bố trí ở đâu, và có thể cho xin biết danh sách bộ đội liệt sĩ đã hy sinh trong trận đánh năm 1972. Đây là giấy báo lần chồng tôi hy sinh, anh ấy là trung đội phó trinh sát thuộc Trung Đoàn 48B, sư 320B quân đội nhân dân.

Viên thượng úy thường vụ tỉnh đội tiếp nhận tờ giấy, đọc qua với cách lơ đãng, xong đưa lại cho chị Hàn, trả lời với vẻ miễn cưỡng dẫu cố che dấu:

- Tỉnh đội cũng như các đồng chí lãnh đạo trong ủy ban nhân dân tỉnh và nhân dân Quảng Trị đời đời nhớ ơn công lao của các anh hùng liệt sĩ thuộc lực lượng vũ trang nhân dân và bộ đội nhân dân anh hùng đã giải phóng Quảng Trị thoát khỏi ách chiếm đóng của bọn Mỹ-Ngụy...

Nói đến đây, viên thượng úy khẽ liếc nhìn người đàn bà đang ngồi xổm trên mặt đất theo dõi câu chuyện của chị Hàn. Viên thượng úy nói tiếp:

- Nhưng, như chị đã thấy, bọn ngụy ác ôn sau khi rút khỏi Quảng Trị đã phá hủy tất cả nhà cửa dân chúng cũng như cơ sở của bộ đội cách mạng. Bọn chúng cũng cố tình tiêu hủy tất cả hài cốt của chiến sĩ ta... Nên... nên... sau giải phóng (ý nói sau năm 1975), chúng tôi chỉ tập trung được hài cốt của những chiến sĩ thuộc địa phương Quảng Trị mà thôi, còn những người đã hy sinh trong những trận đánh với bọn quân Ngụy năm 1972, 73 thì không cách nào để thu nhặt. Chúng tôi chỉ còn cách là chôn tất cả vào một mộ tập thể và di dời ra ngoài La Vang.

Đến đây hình như viên thượng úy đã tìm ra được một cách thức giải quyết vấn đề khó khăn đang gặp phải, y xoay qua người đàn bà đang ngồi dưới đất nói với giọng hả hê:

- Đó tôi có dấu diếm chị gì đâu, đến như liệt sĩ bộ đội nhân dân chúng tôi còn không tìm được ra dấu tích, hài cốt huống gì chồng chị là lính Mỹ-Ngụy *"trâu điên, ác ôn..."*

Viên thượng úy cộng sản định nói thêm điều gì nữa nhưng đột nhiên im bặt vì người đàn bà, cô giáo Thanh đứng bật dậy rắn rỏi dứt khoát:

- Chồng tôi không là lính *"Mỹ-Ngụy"* mà là lính Tiểu Đoàn 18 Thủy Quân Lục Chiến, nhưng không phải là Tiểu Đoàn 2 *"Trâu Điên"*... Chồng tôi lại là người ở đây, ở làng Công Giáo Tri Bưu, họ hàng chồng tôi nếu còn sống sẽ làm chứng là bên chồng tôi và anh Tâm tôi chưa hề ác ôn với ai ở đây hết. Cha chồng tôi là thầy giáo cả đời dạy học ở tỉnh Quảng Trị nầy.

Cô giáo Thanh cao giọng khẳng định thêm một lần:

- Chồng tôi là lính Thủy Quân Lục Chiến không là lính Mỹ-Ngụy.

Quả thật Thanh cũng không ngờ phản ứng bất chợt mạnh mẽ của mình. Nỗi oan hận, uất hờn từ bao năm bùng lên như một tia lửa. Viên thượng úy bực tức luống cuống...

- Vệ binh, vệ binh đâu đưa chị nầy ra ngoài xử lý!

Những tên lính trẻ ùa vào vây cô giáo Thanh.

- Khẩn trương! Khẩn trương... Đi ra!... Đi ra!...

Âm giọng miền Nghệ An sắc nhọn, dữ dội, đe dọa. Chị Hàn dẫu chưa thấu hiểu hết nguyên nhân, diễn tiến câu chuyện nhưng vội vàng can thiệp.

- Các đồng chí, các đồng chí cho tôi nói chuyện với chị nầy.

Chị Hàn mau chóng nắm tay cô Thanh dẫn vội ra cửa. Sau phản ứng mạnh mẽ của một lúc bất ngờ tất cả năng lượng trong người hầu như tan biến, Thanh nhu thuận, lặng lẽ đi theo chị Hàn với bước chân không chủ đích. Ra khỏi văn phòng tỉnh đội, hai người ngồi xuống lề đường, trên mô đất lồi lõm. Thanh úp mặt vào gối, nói trong tiếng nấc nén xuống.

- Chị ơi em khổ quá! Em đến đây đã mấy ngày rồi. Hỏi ai cũng không biết! Họ hàng bên chồng em chết hết. Chết đâu từ năm 68, 72 bởi đạn cộng sản. Em đi khắp nơi trong Quảng Trị nầy. Không ai biết. Không ai thấy...

Chị Hàn nhìn lên trời. Nhìn lên những khối đá gọi là Cổ Thành Quảng Trị. Trong một động tác bất chợt, chị ngồi sát gần người đàn bà bên cạnh đang úp mặt dấu tiếng khóc. Chị muốn kêu lên tiếng tuyệt vọng. *Anh Hưu ơi! Anh Hưu ơi!* Chị cũng mong được bật lên tiếng khóc.

oOo

Từ Thị Xã Quảng Trị theo chỉ dẫn của người dân, hai người đàn bà đi về hướng Hạnh Hoa Thôn, qua ngã ba Long Hưng theo Quốc Lộ I đến khu nhà thờ La Vang. Hai người tới trước khối nhà thờ đổ nát khi chiều đã xuống bên sườn núi phía Tây. Gió se lạnh thổi rờn rợn u uẩn.

- Nơi nầy là gì hở em? Hàn trầm giọng hỏi cô Thanh do không khí chung quanh quá tịch mịch thê lương.

- Nhà Thờ La Vang nơi Đức Mẹ hiện xuống chị ạ!

Hàn muốn hỏi về Người Mẹ mà cô Thanh vừa kể đến, nhưng dẫu không biết rõ người ấy là ai, chị vẫn cảm nhận hình như có một điều ấm áp bình an khi đi theo cô Thanh đến trước bức tượng hình dạng một người nữ có nét mặt buồn đau. *Mẹ đấy chị. Mẹ cũng khổ đau như chị em mình. Mẹ Khổ Đau vì con người khổ đau.*

Cô Thanh quỳ trên đất, đầu cúi xuống ngực, thân hình bất động, im lặng sâu lắng thăm thẳm. Khi Thanh đứng dậy thì hình như đã là một người trút xong gánh nặng, cô thân mật nói cùng chị Hàn:

- Bây giờ mình không biết các anh ở đâu... Anh của chị và anh của em. Chung quanh đây là mộ hoang chôn tập thể nhiều người. Vậy chị một bên, em một bên, có bao nhiêu hương mình mình thắp cho kỳ hết... Em biết, ngoài lính hai miền, nhiều người dân cũng đã chết khắp nơi đâu đây.

Trong bóng chiều ngã vàng vùng đồi đá sỏi nhỏ màu đỏ như rây máu, bóng hai người đàn bà lướt thướt im lặng trên bụi lùm xao xác lay động dưới cơn gió cuối xuân thổi từ biển vào. Khi đã cắm hết hai bó nhang lớn, từ hai đầu cánh đồi đang khuất dần bóng nắng, cô Thanh và chị Hàn đi trở lại gặp nhau. Bóng hai người in đậm lên nền trời lặng lẽ như dạng hình tượng Đức Mẹ Sầu Bi. Khối tượng đã tồn tại như một nhiệm mầu sau bao đợt lửa đạn do pháo nặng, hỏa tiễn từ hai bờ Nam-Bắc sông Thạch Hãn bắn tập trung, từ biển khơi dội vào, từ máy bay trút xuống suốt năm 1972.

Trên đất khổ La Vang chiều tháng 4 năm 1976 có hai người đàn bà tồn tại như một điều thường hằng sau cuộc chiến dài hơn trí nhớ theo cùng vận mệnh của một dân tộc lầm than.

Sau khi chia tay ở ga Quảng Trị, cô giáo Thanh và chị Hàn hứa với nhau sẽ trở lại trong mùa Lễ Thanh Minh năm tới. Dịp tìm kiếm và đắp điểm mồ người chết, cũng vào ngày tháng Tư sụp vỡ miền Nam.

Ngày trở thành Người Lính
năm mươi năm trước
(23/11/1961-23/11/2011)
Phan Nhật Nam

Buổi sáng,
Ngày Ba Mươi

Có những sự kiện nhỏ bé xẩy ra trong khoảng thời gian lặng lẽ của đời sống bình thường, thuộc về một người nào đó - Nhưng chúng luôn được nhớ lại - Bởi cảnh sống nhân sinh thật ra thì đâu cũng chừng ấy sự việc, với những con người, và tất cả đều có chung một mẫu số: Ai cũng một lần thấm đau. Người Mẹ nào cũng thấm đủ Cơn Đau.

Thánh Mẫu Maria, Phật Quán Thế Âm là những Người Mẹ Khổ Đau Nhất.

Cuối năm Âm lịch là thời điểm làm Người Việt thường sống lại, nhớ lại rất đầy đủ. Với tận cùng.

1960

Căn gác gỗ được xử dụng làm nhà kho chứa những đồ dùng đã hư hỏng, cũ kỷ của một giòng họ; thay vì vất đi như quá khứ suy tàn, đã được giữ lại để nên chứng tích về một thời phú quý. Những đồ đạc tồi tàn phải miễn cưỡng coi trọng, vừa xem thường tội nghiệp.

Sự tàn tạ suy sụp không thể che dấu nơi chiếc bàn thờ long chân mất cánh cửa tủ, khung xe kéo bánh gỗ nẹp vành cao su, lớp sơn then màu đen tróc những miếng loang lỗ trông như da người già trổ đồi mồi, bộ ghế trường kỷ phải dựa vào hai cây cột chính. Và cây cột cũng chỉ là khối tròn mỏng manh yếu ớt, lớp sơn son bên ngoài đã bị mối ăn suốt từng mảng lớn; thớ gỗ nứt dòn lốp xốp nếu bị đụng chạm, khẽ bóp hay dùng ngón tay, vật cứng ấn mạnh vào.

Lõng chỏng trong đống đồ vật hỗn độn có hình khối vừa kể là những bộ phận không biết xuất phát từ những chủng loại, vật chất gì... Vài hộp gỗ sơn son thiếp vàng, khung của một chiếc lọng hay tán dù, những chân đèn, giá gỗ, bao áo gối vải xa-tanh hay một loại gấm đoạn bị rách tung toé, lỗ chỗ bông gòn vàng xỉn đen xám bày ra ngổn ngang. Và từng gói đồ dùng của những người từ lâu vắng mặt hay đã chết.

Những người đã bỏ nơi nầy ra đi từ hằng hai, ba chục năm nay. Từ trong bộ ghế mây, đống đồ vật tối tăm chết chóc, dưới chân bàn thờ, trong chiếc quan tài để dành cho một người sắp chết luôn luôn có tiếng rì rì, kĩu kịt âm âm cuả loài mối, dán. Âm động của thời gian, quá khứ đang lụi tàn. Căn phòng luôn mờ mờ như có bó hương lớn đang cháy đỏ tỏa khói, do chỉ được nguồn ánh sáng chiếu qua những khe cửa lá sách và lớp kính từ bao lâu bụi đóng dầy.

Có con người nằm im trên nắp chiếc quan tài. Gã thiêm thiếp ngủ cùng căn phòng yên lặng như khối nhà mồ. Gã nằm như thế từ bao lâu không chuyển mình, bàn tay với qua ghế tràng kỷ đè lên cuốn sách lật ngửa, nửa phần sách bật khỏi mặt ghế thỏng xuống sàn gác. Ý hẳn gã đã giữ cuốn sách ở vị trí lưng chừng nầy suốt giấc ngủ.

Không nghe tiếng thở của người, chỉ âm ỉ rì rào của lũ mối tham lam thâm hiểm. Căn phòng tối rất nhanh theo bóng mát từ ngoài hàng hiên đậm lại với buổi chiều. Người ngủ vẫn giữ nguyên vị thế nằm sấp bực bội, khó chịu, hai chân gấp lại chổng lên. Hóa ra gã đã thức tự bao giờ...

Con người ngồi dậy. Đấy là gã tuổi trẻ chưa đến hai mươi, tóc bồng lên phía trước rũ xuống trán, phía sau dài quá gáy lấp lên cổ áo lạnh. Và dù chiếc áo được may bởi hai lớp nỉ dày cũng không che đậy được phần cơ thể gầy gò tuy đang ở độ tuổi phát triển; vẻ gầy yếu do suy dinh dưỡng, không hoạt động cơ bắp nơi khoáng đạt, với chiếc cổ cao khẳng khiu lộ liễu, thêm bởi đầu tóc dài rậm. Tất cả làm nét khốn khổ điêu tàn càng đậm phần thảm hại. Tuy nhiên gã vẫn duy trì được vẻ láu lỉnh đùa cợt do nụ cười bất chợt trẻ thơ. Cách thế, phản ứng của loại người không muốn bị nhận chìm bởi hoàn cảnh.

Gã đi rón rén đến dãy cửa kính ngăn căn gác và lan can mặt tiền. Bước chân dù nhẹ cũng đủ làm sàn gác rung rinh, răng rắc chuyển động. Gã dò bàn chân cẩn thận tránh những lỗ nứt lộ liễu do mối ăn thủng, hai tay choàng chiếc chăn vàng nâu sát quanh thân người, đi đến khung cửa, tì trán vào ô kính nhìn xuống lòng đường...

Hơi nhích đầu lui, gã dùng ngón tay di di bụi trên

mặt kính, kéo một góc chăn chùi phần trán, xong áp mặt vào lớp kính sát hơn. Cặp mắt nâu đen nhìn chăm chăm xuống lòng đường loáng nước như thể gã đang tìm kiếm một điều gì tuy quen thuộc nhưng luôn mới mẻ. Mưa xứ Huế gây gây ẩm, khí lạnh thấm qua lớp kính mờ bụi căm căm.

Người thanh niên nhìn từ cực phải con đường, phía đầu con hẻm trải đá lồi lõm luôn đầy rác bẩn do những gia đình từ trong sâu đem ra đổ, nơi nầy là mặt sau của ngôi nhà lớn, hướng cửa chính mở ra phía Đường Gia Hội. Mình lại lẫn thẩn rồi, phải gọi là Đường Chi Lăng chứ. Thì lúc ấy còn bé nên quen gọi thế, mười năm hơn chứ ít gì.

Lúc đó mình đâu đã được mười tuổi, còn nhỏ chút xíu. Gã lẩm bẩm về những điều chợt nghĩ ra, cũng như muốn bào chữa khuyết điểm đã không nhớ chính xác về một điều gì có giá trị của quá khứ mà hiện tại tồi tàn nầy như một cách xúc phạm. Hắn ta tiếp tục dõi mắt từ chân đống rác đến nóc nhà. Trước khi mở tiệm bán xe đạp hiệu Rồng Vàng, nhà nầy là cơ sở gì, hẳn phải giàu lắm mới xây nhà lớn như thế kia?

Khi nghĩ đến chữ *"giàu"*, gã xây mặt nhìn lui căn gác. Quái thật! Có tiền sắm những thứ quỷ nầy làm gì nhỉ. Khối tiền đấy chẳng chơi. Gã xoay hẳn người lại đưa chân lên mép tay dựa chiếc ghế trường kỷ, đạp lay lay.

Coi chừng đấy ông ạ, sập lầu hết chỗ ngủ bây giờ. Gã nhìn quanh đống đồ cũ khinh miệt diễu cợt. *Thế mà ông cũng nhờ nó mà qua mùa Đông đấy, đừng giở trò bạc.* Gã lại đưa mắt nhìn lên nóc ngôi nhà lớn. Khoảng tường Tam Giác dưới đầu hồi. Hình con Cò với hàng chữ số màu đen 1922.

Như thế căn nhà nầy có cùng năm mẹ mình sinh. Tại sao lại vẽ hình con cò, phải hình con chó mới đúng với năm ấy. *Mà cũng phải thôi, ai lại đi vẽ hình con chó trên nóc nhà bao giờ. Và hình vẽ cũng đẹp đấy chứ, gần bốn mươi năm nét còn sắc.*

À còn chuyện nầy nữa. Không hiểu tại sao mẹ lại hay tự trào, "Con cò mà đi ăn đêm". Có thể lúc trẻ bà cũng đã nhìn hình vẽ nầy và thắc mắc như mình chăng.

Không phải thế đâu, thuở còn nhỏ mẹ mình đâu ở xóm nầy, nhà ông ngoại đâu trên Nam Giao cơ mà. Cũng không hẳn như vậy, anh không nhớ bà hay kể chuyện "Con ma cây khế" sao. Con ma cây khế ngồi ru con. Như thế nhà phải ở đâu đầu vườn bông, nơi con hẻm nhỏ. Vậy là có ma thật sao? Mẹ mình đâu phải là người lắm lời nhiều chuyện, có thấy mẹ lớn tiếng và cãi cọ cùng ai đâu!

Hình ảnh con cò những kỷ niệm ngày nhỏ gây lòng vui vui, gã có cảm giác như đang chứng kiến, nghe đối thoại giữa hai mẹ con, sinh hoạt đầm ấm gã từng sống cùng, thực hiện, nay mất đi, xa xôi như nỗi bất hạnh, bất ngờ phải nhận ra nơi căn gác tồi tàn lạnh lẽo nầy.

Có mẹ ở cùng vẫn hơn... Không biết gã đã nói nên lời hay chỉ thoáng ý nghĩ. Chỉ biết gã lại rơi vào cảnh thực tế hiu quạnh buồn thiu. Mẹ mình bây giờ ở đâu? Chỗ làm việc lại đuổi mẹ, họ không chịu cho mẹ làm nhân viên, dù nhân viên phù động công nhật vì lý lịch chính trị.

Như trường hợp ở Ty X Nha Trang vậy. Mấy hôm nay mẹ cứ lang thang suốt ngày trong sở thú, chẳng lẽ cứ ở hoài trong nhà người ta. Ngồi ở chỗ chuồng khỉ nhìn mẹ con khỉ đùa giỡn với nhau mà tủi thân.

Gần bốn mươi tuổi vẫn không kiếm được miếng ăn nuôi các con, bỏ hai con ngoài ấy thật đau lòng cho mẹ lắm. Mẹ biết làm sao bây giờ? Ai mua máu mình mẹ cũng bán ngay, làm sao cho hai con được bữa ăn qua ngày. Mẹ nói như thế là nói thật vì cũng đã đi đến chỗ mua máu, nhưng người ta cũng không nhận. Họ thấy mẹ quá gầy yếu, sợ lấy máu xong mẹ chịu không nổi mà ngất đi tại chỗ thì phiền cho họ.

Gã không nghĩ tiếp nữa, như có cái gì nghèn nghẹt ở cổ. Gã thở hắt ra từng hơi mạnh như muốn đẩy ra cục, khối vướng vít cay cay kia. Gã chặt chặt lưỡi như thể đang bị đứt tay hoặc phải chứng kiến cảnh tượng một người già đang đứng nép bên đường bị tên đi xe đạp bất cẩn tông phải. Sở dĩ gã nghĩ đến cảnh tượng kia vì dưới đường đang có hai, ba người đàn bà gánh gồng chạy lướt thướt. Thân người lấp kín dưới đôi quang gánh và tấm ni-lông, chỉ thấy dạng chiếc nón trắng đục trong màn mưa chiều tối.

Hóa ra, ngày nhỏ mình thường thấy khó khăn nôn nao khi nhìn thấy những người đàn bà gánh hàng chạy trong mưa chỉ là do biết trước tình cảnh của chính mẹ mình. Nhưng, những người kia chỉ một lát nữa, họ sẽ về đến nhà, vặn to ngọn đèn dầu, đi xuống bếp, ngồi bên lò lửa với những đứa con quanh quẩn.

Mẹ bây giờ ở đâu? Gã liếc về phía trái, lên trên tàng cây xanh đậm của hàng bông gòn, tượng Đức Bà in sậm trên nền trời và sau lưng, trên cao hình Thánh Giá. Gã chỉ nghĩ thế thôi, chứ thật ra không thể thấy hình tượng Thập Giá được. Phải cúi người xuống, nhìn chếch lên từ mép hiên nhà. Nhưng cũng phải vào buổi ban ngày, lúc trời nắng. Bây giờ, giữa cảnh mờ xám đất trời, với nỗi u uẩn trong lòng gã thấy Thánh Giá như một cách cầu viện.

Thật sự gã cũng không thấy được tượng Đức Bà. Gã chỉ Biết nỗi buồn đau có thật.. Người Mẹ nào cũng đau khổ. Người Mẹ nào cũng thấm Đau. Chẳng biết mẹ mình bây giờ ở đâu?

oOo

Người đi xe đạp với chiếc cặp da vắt ở thanh ngang đằng trước dừng lại ở ngay mái hiên dưới đường, ông nhìn lướt qua từ nhà số 3 đến nhà số 7. Gã thanh niên mở nhanh khung cửa, bước ra hiên lầu.

- Đây, đây... Nhà số 5 có thư phải không?

Khi người phát thư tỏ ý xác nhận thì gã đã leo qua thành lan can gỗ, hơi ngần ngại một thoáng ngắn trước khi đu thẳng người xuống đất.

- Có ai tên là Thái, Nguyễn Văn Thái?

Người đưa thư kéo tờ giấy màu xanh nhạt nơi cuốn sổ; để ra xa tầm mắt, đọc chậm rãi,

- Nguyễn Thái à... Làm gì có ai tên ấy ở đây. Bác đưa thư cho em bao nhiêu lần, không nhớ tên em sao...

- Bởi thế mới hỏi, tên nầy lạ quá. Cậu tên Hải chứ gì. Đoàn... gì Hải phải không?

- Vâng, Đoàn Trọng Hải.

- Đó, tôi nhớ đâu sai. Tại sao lại gởi cho ai tên Thái ở nhà nầy?

- Bác xem người gởi là ai, ở đâu..

- Không ghi địa chỉ người gởi, chỉ đề bệnh viện Nha Trang, người gởi tên... Nguyễn văn Hai. Ông đưa thư kiểm chứng từ cuốn sổ cái.

- Em đâu quen ai ở bệnh viện Nha Trang, cũng không biết người nào tên như thế. Gã thanh niên trả lời nhanh tỏ ý không muốn nhận tờ điện tín. Có đe dọa ghê ghê đâu từ trong tờ giấy nhỏ màu xanh nầy.

- Hay là cậu cứ ký nhận đi, xong mở ra xem trong đó có gì. Nếu đúng là của mình thì nhận, không thì trả lại.

- Có bao giờ bưu điện chuyển tin sai không? Gã tuổi trẻ cố nài nỉ, tránh xa.

- Sai sao được, ghi-sê khi nhận đã kiểm soát một lần, người đánh điện tín coi lại lần thứ hai, sai là cả tổng đài chịu trách nhiệm. Có gì người ta mới gửi điện tín, tụi tui phải đi phát ngay, mưa gió gì cũng phải đến tay người nhận. Cậu ký đi, tôi chịu trách nhiệm mà.

Người thanh niên đưa tay nhận tờ điện tín như gánh chịu một phận cùng đành.

Bây giờ quả thật không thể chịu đựng nổi nữa. Gã đã ngồi bẹp xuống bậc thềm hồi nào không hay, tay vò vò tờ giấy, mắt di chuyển vô tình từ rặng cây, cột điện, đến dưới mái ngôi nhà lớn, chỗ hình vẽ con cò.. Có phải vậy không? Tại sao lại như thế.. Hình như gã đang lẩm bẩm những câu vô nghĩa, hoặc một nội dung mơ hồ, không nắm vững cách phát âm.

Gã xoay người vào trong, bò lê trên mặt đất, mồm ngậm tờ giấy. Gã bò đến cửa, thân hình lắc lư, run rẩy như con chó bị trấn nước. Gã cố đưa bàn tay qua ô cửa kính vỡ để kéo cây móc bên trong, nhưng bàn tay không còn điều khiển được cứ lần mò trên những ô mắt cáo. Giữ vị thế quỳ, đầu tì vào khung cửa, gã dùng bàn tay trái đỡ cùi chỏ cánh tay mặt, nâng lên từ từ... Nhưng ngón tay vẫn rờ rẫm bạc nhược, không thể nào tìm ra ô thủng lỗ.

Cuối cùng, gã phải bám cả hai tay, chậm chạp đứng lên, xoay xoay chiếc tay cầm, lay lay cánh cửa. Tiếng khô nỏ chiếc thanh ngang rơi xuống, gã túm chiếc áo ở bụng như đang phải bị chấn thương mạnh, cong người lại, đi vào phòng, ngã xuống chiếc đi-văng gỗ, nằm cong queo như con tôm khô luộc. Anh đã THẤY hình dạng, đã cảm được, nhận ra ngây ngây hơi lạnh Sự CHẾT ở đây, trên chiếc đi-văng gỗ nầy... *Thằng Q, em mình nằm chết như thế nầy; có đâu mấy tháng... Mười năm trước, 1950.*

Lạnh! Cái lạnh từ trong cơ thể, nơi đường ruột rung rung sôi, nơi hoành cách mô bị ép cứng, trong dạ dày bị khuấy trộn, bàng quang muốn nứt đôi như đang đầy ứ nước tiểu. *Mình có ăn uống gì đâu mà đau bụng và muốn tiểu thế nầy.* Gã chỉ loáng thoáng nghĩ được câu ngắn ngủi, xong trở lại đối phó với cái lạnh kỳ quái càng ngày càng tăng. Đâu có tấm chăn, cái đắp. Tấm chăn màu Đỏ quấn tròn xác đứa bé em, thò chiếc đầu lơ thơ những sợi tóc nâu nhạt. Gã liếc xuống nền nhà, trước bàn thờ có chiếc chiếu dùng cho người ngồi quỳ lạy trong dịp cúng giỗ. Gã hơi ngần ngại vì bản tánh sạch sẽ, nhưng phản ứng nầy không kéo dài được lâu.

Cơn giá lạnh chụp riết, thấm sâu. Gã đánh bò cạp, rên hừ hừ, bò xuống đất đến chỗ tấm chiếu. Khi đã đắp được thân hình, gã mới nhận ra được điều nghịch lý: Chiếc đầu nóng sôi như đang bị hắc ín chảy nhão rót theo hai giây thần kinh từ đỉnh đầu nối xuống gáy. Gã nằm mê mê, tờ điện tín đắp lên mặt.

... Sóng người đẩy dạt gã từ phòng đợi ra sân ga, ở đây đang đầy ắp những người mặc y phục quê xứ Bắc; y phục của ngày di cư năm 1954, vào Đà nẵng. Tất cả đều ở vị thế nằm với những bao bị lớn màu cứt ngựa. Cho dù vùng vằng chống cự, gã cũng phải bước qua đống hành lý hỗn độn và khối đông với cảm giác e dè. Có những gai, đinh lẫn trong bao gói ngổn ngang kia.

Những người đàn bà thoạt tiên nhìn gã với ý chế diễu, sau buông lời chửi mắng, mỗi lúc một tồi tệ. Gã cố chạy trốn nhưng chân dính cứng xuống sân xi-măng bởi một loại dầu nhớt đen. Gã thử rút một chân.. Đôi giày há mõm trơ những cái đinh sắt (Vừa bực bội vừa buồn cười như tình cảnh của phim Charlot coi ngày nhỏ) Nhưng bây giờ gã không thể há miệng cười được vì trong mồm đang đầy những hạt trơn, tròn, trắng, nhạt nhạt. Những hạt nầy đóng ở vòm miệng, thành lưỡi nhưng không thể nuốt xuống hoặc nhổ ra, bởi nùi bông gòn chật cứng khô khan đầy miệng.

Dầu dính chặt chân, đế giày thủng, những đinh gai, những bàn tay bấu víu, cào cấu trên cổ chân, tia nhìn khinh miệt, lời xỉ nhục. Tất cả trạng thái, tình cảnh kỳ cục khó khăn nầy hình như kéo dài bất tận.

Mặc cho lời chửi mắng, ta hãy cứ gắng đến cửa phụ lên được tàu đi Nha Trang với mẹ là xong. Gã tự nhủ khi lách người qua khe hàng rào gồm những cây cột màu trắng bê-tông cốt sắt, nhưng chỉ lọt được cánh tay, thân kẹt lại vẫy vùng, lúng túng. Làm sao bây giờ; tàu đã đến kia rồi...

Tiếng người cãi cọ, giọng Quảng Nam khắc khoải, đau đớn, tuyệt vọng... Những người đàn bà Bắc đồng loạt đứng lên. Tất cả chạy vào hẻm núi đá đen, những bàn chân trần xô đẩy, đạp lên nhau, ngàn vạn tròng mắt hốt hoảng trợn trừng. Cảnh tượng càng trở nên hỗn loạn khi đoàn tàu rầm rập tới, còi hú dài rền vang. Tàu tiến vào sân ga, không một bóng hành khách, các toa dài thậm thượt chỉ chất đầy vòng cườm tang và than đá đen.

Gã thanh niên bứt được qua khe hàng rào, chạy theo đám đông đàn bà, hướng mũi tên Đỏ trên tấm bảng mầu trắng có ghi rõ hàng chữ "ĐI HÀ NỘI". Thế là không đi Nha Trang, phải ra Hà Nội, không tìm được mẹ. Làm thế nào bây giờ?! Gã thanh niên bị đám đông kéo theo vào hẻm núi tương tự như lần đầu bị kéo ra khỏi phòng đợi. Và lần nầy cũng không phải cảnh khó khăn như khi bước qua đám đàn bà nằm nơi nhà ga mà đã là một tình trạng thực khốn khổ với những gai nhọn đâm lút bàn chân và dầu ngập đến gối.

Ô kìa, mẹ đang đứng trên núi cao, đỉnh núi đen thẫm, tay mẹ cầm cuốn sách lớn bìa màu Đỏ... *Mẹ đưa con cầm hộ...* Gã muốn kêu lớn, nhưng không thể nào phát âm dù đã vùng vằng, cào cấu, thử đến lần thứ hai, lần thứ ba. Gã cuống cuồng trèo lên sườn núi, cũng là cách thoát thân bởi hai sườn núi đang dần siết chặt lại. Từ vị thế chông chênh trên sườn núi gã nhìn lui. Đám đàn bà đang trong cơn cuồng khấu tuyệt vọng, đạp lên đầu nhau tìm đường thoát thân.

Người mẹ vẫn lặng yên nhìn gã xót thương, ánh mắt buồn thảm đau đớn và thân người bà nâng cao dần với vị thế bất động. Bà đưa cho gã cuốn sách. Nhưng khi gã chạm đến bìa thì cuốn sách biến thành cái khung vàng: Từ trong rơi ra những hạt cườm như những hạt trơn trơn gã đang ngậm phải.

Người thanh niên cố gắng trèo nhanh, tay bám vùn vụt lên những lằn đá núi. Đá cắt tay gã những đường máu đỏ tươi. Hốt hoảng, gã di động tay qua những phiến đá khác. *Chết rồi!* Gã kêu lớn. *Mẹ ơi...* Nhưng người mẹ đã lẫn vào trong mây. Và tay gã ướt đẫm máu những vết cắt mới. Máu chảy đỏ trên sườn đá thành giòng. Gã dẫy dụa, cào cấu, lăn lộn trên sườn núi loang loáng máu. Người thanh niên vụt tỉnh giấc. Nước mắt đầy tròng, chảy tràn xuống cổ, sau vành tai. Chưa bao giờ trong đời gã khóc dữ dội đến như thế.

... Anh Rô, anh Rô... sao Rô khóc dữ rứa? Giọng đứa em sũng ướt lo âu. Nỗi tội nghiệp của con chó nhỏ sắp bị bán, cho đi hoặc bị giết. Con bé cầm tờ điện tín e dè.. Nó đọc những giòng chữ mã hóa khó khăn. Nước mắt dần chảy dài, tờ giấy hóa ẩm ẩm ươn ướt.

Bây giờ gã sống trong tình trạng tuyệt vọng của giấc mơ, hiện thực nơi toa tầu bẩn thỉu, ẩm ướt nhớp nháp và đứa em ngồi co ro bên cạnh. Con bé ngồi im do tiết lạnh, phần lo sợ chuyến đi bất chợt hiểm nghèo. Gió đùa mưa rây rây bay vào toa qua cửa sổ, đám hành khách nhốn nháo lên xuống, những gánh quà rong chao đảo đi lại ồn ào.

Cảnh tượng ngoài trời nhòa nhạt trong vùng hơi nước xám đục, qua màn khói tàu kéo lướt thướt từ từ kết đọng trước khi tan. Gã trẻ tuổi chỉ phân biệt được loạt âm động đều đều nhịp bánh xe, tiếng máy tàu hừng hực, va chạm ngúc ngắc từ những tấm kim loại nối kết hai đầu của mỗi toa, hệ thống thắng siết, nhả dưới lườn xe. Chen trong chuỗi âm thanh xao xác, tiếng khóc rấm rứt, nấc nấc tội nghiệp của đứa em.

Hai anh em đến ga Nha Trang vào nửa đêm. Trên lối đi chìm bóng tối dẫn đến bệnh viện, người thanh niên có lúc nhận ra. Biển đang gầm gừ chuyển động ở một nơi nào đó rất gần. Gần như sát bên cạnh, trong thân. Cơn lạnh từ chiều hôm qua hình như càng lúc càng siết chặt. Gã choàng tay ôm em. Hai chiếc bóng xao động chập chờn trên mặt đường theo tàng lá cây bị gió quật ngã nghiêng.

Người mẹ nằm sát mặt nệm như cành cây mục bị lấp xuống đất đã lâu. Dấu hiệu sự sống chỉ còn nơi tròng mắt, nhưng ánh mắt cũng đã lạc thần, thỉnh thoảng lóe lên tia nhìn kinh hãi van xin...

- Mẹ em bị *"cancer vert"*, ung thư gan. Chúng tôi không thể làm gì hơn được. Đây là triệu chứng của giai đoạn cuối cùng. Tiếc rằng không phát hiện từ trước và nền y tế nước ta không có phương tiện.

Người bác sĩ diễn đạt, tóm tắt bệnh lý với cách thức khác thường lệ, vượt qua khỏi lạnh lùng khách quan nghề nghiệp.

- Dạ... Hai anh em con cám ơn bác sĩ, cám ơn các chú, các cô y tá ở đây... Chúng cháu chỉ hai anh em, không biết gì hơn, không có gì cả.

- Hai anh em thôi à. Một người nào đấy hỏi nhỏ.

- Vâng, cháu mười bảy và em cháu mười hai.

Người bác sĩ và đám y tá bước ra, ông nói khẽ với nhân viên phụ trách trực tiếp giường bệnh. *C'est trop tard... Plus de morphine pour ell.* Ông cố làm vẻ dửng dưng sau khi vỗ nhẹ nhẹ vai gã thanh niên.

Sự chết đã hiện nên cụ thể từ ngón chân lên đầu gối. Hai ống chân, đúng hơn hai ống xương chân phủ lớp da khô tái lạnh tanh, xuôi im tê liệt bất động. Tất cả phần thịt từ đùi bụng đã hoàn toàn teo khô, tiêu biến. Ánh mắt xiêu lệch, leo lét, trống vốc.

Lâu lâu người mẹ đão tròng mắt qua lại như tìm tòi, cố nhớ một điều gì hoặc lẩn trốn một sợ hãi đe dọa. Hình như bà muốn đưa tay lên nắm, sờ con, nhưng cơn đau đớn từ trong cơ thể lôi kéo, đẩy bàn tay vào một chuyển động rời rạc lẫn lộn. Những ngón tay run run đưa trước mặt, lay lắt khe khẽ như muốn hất bỏ, tách ra lớp da thịt, bộ phận nào trong cơ thể đang bị lở loét, nhức nhối, đau đớn...

Những ngón tay bất chợt thả xuống, bấu vào

mép chăn, sờ sò lên ngực, gạt nhè nhẹ ở bụng. Động tác tuy yếu ớt nhưng tia nhìn bỗng loé lên ánh quyết liệt. Lần quyết định cuối cùng để bức thoát khỏi nỗi đau quá sức chịu đựng.

- Mạ... mạ... đau... quá...

Chiếc lưỡi cử động khó khăn.

- Mỏi chân lắm... mạ bỏ hai đứa... Tội lắm!

Người mẹ không nói được hết câu, đưa hai cánh tay lên che mắt. Con chim heo bay qua kêu thét tiếng ngắn. Âm rờn rợn ác độc xẻ bóng tối chập chùng, đêm mùa đông sũng ướt, miền biển lộng gió chướng.

Người thanh niên gỡ cánh tay bà mẹ xuống. Anh mở mí mắt sụp cứng, nhìn vào tròng mắt đứng sững.

- Mẹ chết thật rồi em a... Gã nói tiếng nhỏ. Thật sự chỉ mấp máy môi. Đứa em cắn chặt những ngón tay giữa kẽ răng, vùng vằng đầu tóc ngắn...

- Em không biết... Em không biết!

Bên ngoài, phía biển hình như gió thổi mạnh hơn. Người tuổi trẻ đột nhiên nghe tiếng sóng dập dồn mạnh mẽ rồi bất chợt lặng thinh. Ngày chưa đến, bóng tối nhờ nhờ qua khung cửa sổ dưới tàng cây đục màu chì.

oOo

Gã nhìn xuống ngôi mộ vừa mới đắp, mưa nhỏ rây ướt thấm mềm lớp đất nâu đỏ như cặn máu. Vậy là kết thúc đời của mẹ. Một đời người. Gã đã đến đây từ Huế, người mẹ đi ra từ Sài Gòn. Hai mẹ con gặp nhau ở đây, một nơi chốn không hề định trước.

Trên sườn núi lưng Đèo Rù Rì, gã trẻ tuổi nhìn theo con đường nhựa đen, Quốc Lộ I chạy thấp thoáng uốn lượn, lẫn khuất giữa đá núi, đồng ruộng và bờ biển. Quay lại hướng thành phố Nha Trang, những khối nhà hỗn độn, cầu xóm Bóng, hàng dừa xanh màu lục đậm cùng màu mặt biển nằm im. Đèo Rù Rì. Tên nghe lạ quá.

Mẹ chưa tới bốn mươi. Mẹ chưa hề trọn một buổi ngày vui vợ chồng, hạnh phúc gia đình đầm ấm. Động tác thoải mái, nét mặt thư thả, bình yên nhất là những khi mẹ đã chùi xong nền nhà, ngồi chống tay trên mép giường, nhìn chiếc sàn loang loáng nước. Nắng hanh chiều cuối năm dọi vàng ô chữ nhật đổ chéo từ ngoài hiên hắt bóng vào.

Những giờ khắc quá ngắn như màu nắng chiều cuối năm hiu hắt. Niềm vui của mẹ cũng mau chóng thoáng qua như buổi giao hòa đất-trời, cũ-mới, của ngày tận cùng, đêm trừ tịch. Mẹ thắp hương, nhỏ bé mong manh đứng trước bàn thờ, nét mặt phảng phất khói nhang, đôi ngươi loáng sáng ánh nến. Và mẹ hình như mỉm cười. Đang hoan lạc lung linh. Mẹ mình chỉ có những phút vui quá ngắn và không thật.

Và từ một tế bào nào đó tận sâu trong cơ thể đã gây nên một cơn đau có thật làm run cánh môi, làm ánh mắt lo sợ lạc thần, đẩy đẩy những ngón tay tuyệt vọng co quắp. Và có thật sự mất mát tưởng như không thật nầy. Nơi nấm mộ nằm im không kẽ nứt, giữa núi đá trùng trùng vây kín và biển im lặng ngoài xa.

Đột nhiên, gã nhớ ra sáng hôm nay, ngày Ba mươi Âm lịch. Chiều nay, chiều cuối năm, và sẽ là đêm Giao Thừa. Như thế, Tết nầy Mẹ không ở với mình. Mẹ sẽ mãi không có.

Nhớ một lần cuối năm ở Nha Trang.
Tết Năm Tân Sửu, 1960-1961.

Chuyện Dọc Đường

ÂM VỌNG
BUỔI CHIỀU XUÂN

Về Lê Th. Tr,
Sau năm-mươi ba năm.

MỘT.

Gã thiếu niên ngồi vòng hai tay qua gối, lặng lẽ nhìn quanh quất, cảm ra mối thương thân nặng nề đè xuống như một khối hình cụ thể. Dẫu hắn không muốn nhận ra tình cảnh khốn khổ hiện tại là điều có thật, nhưng bởi bây giờ là chiều cuối năm, và căn nhà vắng vẻ đã trở nên quá đỗi thê lương.

Từ chỗ ngồi ở bậc cửa, gã ngó mông ra khoảng sân loang bóng nắng trên bụi lùm cây cỏ xơ xác, những gốc hoa vạn thọ cằn cỗi ngổn ngang quanh chiếc bể cạn khô rốc với hòn non bộ hoang phế hư rã, xiêu lệch... Hắn xoay người, liếc lại vào căn nhà lổng chổng bộ bàn ghế gỗ cây mít cũ kỹ, mặt bàn nhớp nháp bụi bậm, và tấm vải màn nâu đỏ u ám ngăn chỗ đặt giường ngủ với tủ bàn thờ nơi gian giữa...

Thằng Bảo đi đâu lâu quá không về ta? Hắn tự hỏi trống không cốt để phá vỡ phần im lặng, chứ biết rõ đứa bạn (con chủ nhân căn nhà) đã đi về một làng quê vùng Cẩm Lệ, phía bắc thành phố, hướng ngoại vi phi trường quân sự Đà Nẵng... *Không biết mẹ mình, em mình ở đâu há?* Hắn không phân biệt rõ tự thân đã nói thành lời hay chỉ nghĩ về điều âu lo se thắt nầy, và tiếp câu tán thán không kìm giữ...

Tết năm ngoái nhà mình còn ở trên ngã Ba Cây Quăn mà! Xong, theo đà đẩy đưa của phản ứng được tháo gỡ, hắn lập lại thắc mắc khắc khoải... *Không biết mẹ mình, em mình giờ nầy ở đâu,* và thả trôi theo hoàn cảnh đơn độc buồn thảm không thể phủ nhận.

Chiều ni ba mươi tết rồi! Cuối cùng, như để không nhìn thấy tình thế hiện tại, cũng đồng thời che dấu giọt nước mắt cay cay chực sẵn, gã thiếu niên gục đầu xuống cánh tay... Hắn cũng quên mất cơn đói từ bao ngày qua, từ khi nhà trường cho học sinh nghỉ tết, gã bạn cùng nhà trở về làng quê, và thùng đựng khoai, sắn khô, hũ gạo dự trữ dần cạn hết. Như không thể kéo dài thêm đựng tình trạng khó khăn vây bũa, xao xác, gã đứng dậy đi ra sân.

Nắng cuối ngày, cuối năm lay lắt vàng vọt trên

đám lá cỏ, lốm đốm khối hình hòn non bộ, gió gây rét lùa tới từng cơn, từng chặp... *Gió ông bà đó!* Câu nói bất ngờ không suy tính làm gã lặng người nhớ đến mẹ, bởi hắn vừa lập lại lời của bà trước đây hay nói, khi màu nắng cuối ngày nhạt dần, và hơi gió bắt đầu chớm lạnh. Người mẹ hằng nói thế khi sửa soạn bàn thờ cúng buổi chiều ba mươi, đón giao thừa với cách thức thành kính, như đang chứng kiến lần trở về của những dạng hình hư ảo, bí ẩn.

Âm tiếng chùng lặng, thì thầm dè dặt khi bà nhìn lên ánh nến lung linh những cánh hoa huệ trắng, khép hờ mắt, chuyển mình vào thế giới u minh, linh hiển với những người đã chết. Thật ra, mới chỉ là chiều ba mươi của dịp tết năm ngoái... *Mẹ mình, em mình ở đâu?* Gã trở lại tình cảnh xa vắng, thương tâm - Hoàn cảnh thực tế thật tâm muốn chối bỏ.

Để tránh trở vào chỗ ở tối tăm mà bây giờ chập choạng đe dọa như căn nhà ma, và tìm đến một nơi nào đó để đi tới, gã đẩy xe đạp qua cổng gỗ. *Bây giờ đi đâu ta?* Những câu nói và tự trả lời bị bỏ dở, gã chồm người nhấn mạnh bàn đạp thể hiện lòng quyết tâm dứt bỏ, chạy xa. *Tết nầy là mình được mười bảy tuổi.* Ý nghĩ cuối cùng hắn có được, đồng thời nhận ra trời vừa sập tối và gió lạnh hơn tự lúc nào.

Từ căn nhà, gã thiếu niên theo lối đất đỏ băng qua khu mả đá mà thường ngày vốn hoang vắng; đêm nay, khoảng bóng tối chìm chìm dày đặc, xào xạc âm âm gió luồn qua bãi lau làm tăng thêm vẻ xôn xao kỳ dị của khu nghĩa trang mang với những đầu hương cháy đỏ leo lét, chập chờn... Những chấm đỏ thỉnh thoảng lóe lên khi gió thổi qua gây ý nghĩ có đoàn âm binh đang hiện diện, xô đẩy, dành giựt nôn nao. Gã đạp xe nhanh như thể trốn thoát một cuộc vây bắt.

Ra đến đường Hoàng Diệu, hắn có ý định đi về phía trung tâm thành phố, đến Hội Quán Hướng Đạo, nơi tập họp bạn bè quen thân, những người có thể giúp hắn qua khỏi tình cảnh khắc nghiệt ở thời điểm đáng sợ nầy. Cụ thể hơn, họ có thể đưa hắn về nhà cho bữa ăn qua cơn đói đang chuyển rì rầm nơi bao tử trống rỗng, tạo nên chuỗi âm động sôi sục, cồn cào. Nhưng như thúc dục bởi một lực mạnh hơn cái đói, gã rẽ về hướng đường Ông Ích Khiêm, lối ra ngã tư Khải Định-Hùng Vương, đường qua Chợ Cồn để về căn nhà cũ, nơi người mẹ luôn hiện diện, sống cùng từ buổi thơ ấu, khi đứa em còn nằm nôi mà hắn có bổn phận trông giữ để mẹ đi làm, đi chợ. Căn nhà ở đường Hoàng Hoa Thám, vùng ngã Ba Cây Quăn.

Khi đạp xe qua giếng nước trước ngôi chùa đối diện Miếu Cây Quăn, gã trẻ tuổi bỗng nhiên như mất hết sức lực. Hắn dừng lại, xuống xe, ngồi dựa vào một gốc cây kiền kiền, nhìn xuyên qua bóng tối vào khối hình người đang chen chúc quanh nơi lấy nước. Đám đông cười nói xôn xao chen lẫn tiếng gàu múc thả xuống lòng giếng dội thanh âm ùng ục, và nước đổ ào ạt vào những chiếc thùng... *Cho tui múc trước để kịp về cúng nghe... Làm như chỉ một mình nhà mi có bàn thờ thôi há...* Người đàn bà thở gấp, bỏ dở câu nói nửa chừng.

Có thể là o Nuôi đang gánh nước lắm? Gã muốn nghĩ về một nhận xét tự nhiên, bất giác xẩy đến khi nghe tiếng nói của người nơi giếng nước để cố quên đi điều thảm não. Dạng hình đứa bé gái mười hai tuổi, gầy yếu cong mình dưới gánh nặng chiếc thùng, dẫu hắn đã cố ý kéo thùng nước về phía sau để chịu hết phần sức nặng cho em.

Mình gánh nước cho đầy lu để mẹ mình có nhiều

tiền phải không Rô? Bé em hỏi giữa tiếng thở gấp... *Gánh đi, hỏi hoài mấy chuyện chi đâu không à.* Hắn gắt em, nhưng thật lòng để che dấu điều tội nghiệp. *Em mình tết ni không có áo mới. Có tiền mẹ mới mua áo cho mình anh hí!* Con bé trở lại điều muốn nói (về áo quần ngày tết) mà từ những chiều nầy nó đã hỏi người mẹ nhiều lần, nhưng bà đã cố tình lãng tránh không trả lời...

- *O Nuôi nói gánh nước nhiều, lu đầy nước thì nhà mình có nhiều tiền.*

- *Nói miết, gánh đi.*

Thằng nhỏ tìm cách lãng tránh điều không muốn nhắc nhở. O Nuôi, người gánh nước mướn, đứa em, bà mẹ tất cả hiện đủ giữa bóng tối, với tiếng gàu múc dội sóng nước nôn nao, thúc dục... Hôm nay, nếu lại phải gánh nước thì mình có thể gánh cả hai thùng thay cho em. Gã nghĩ về một điều khả thể thuận lợi thay vì hoàn cảnh khổ nhọc mà đứa em phải gánh chịu vào mấy năm trước, cùng với mối hối hận bởi đã thiếu phần lo lắng chăm sóc em.

Bậy thật, nhiều khi ham chơi đá banh, mình về nhà trời đã tối, em hắn phải ra đứng ngoài sân chờ vì nhà đầy muỗi và đèn chưa thắp sáng. Nhưng dù gì lúc đó mình còn có mẹ và em. Cách giải cứu tạm thời rốt cuộc không giúp được gì hơn, gã trở lại hoàn cảnh khốn cùng của thực tại.

Khi đi ngang cống nước nơi ngã ba đường Hoàng Hoa Thám và đường Hùng Vương, để tránh khỏi nghĩ đến những sự việc não nề của thuở trước, gã thiếu niên chuyển hồi ức về cảnh tượng nhộn nhịp sống động vào những ngày nước lụt dâng lũ, với đoàn người lưới cá dọc hai bờ chiếc cống - Sinh hoạt vui hòa làng xóm mà thuở nhỏ hắn đã mê mãi dự phần.

Thằng nhỏ chạy nôn nao len lỏi giữa đám người lớn, nghe ngóng, chia sẻ lời trầm trồ tán thưởng hào hứng khi họ lưới được những mẻ cá lớn, nhưng cuối cùng, hồi tưởng nầy cũng không giúp cho hắn phần phấn khởi để quên đi tình cảnh đơn độc se thắt của đêm ba mươi tết. Hơn thế nữa, khi nhớ đến hình ảnh những thân cá trắng bạc vùng vẫy xao xác giữa lòng lưới lùng bùng trũng ướt, nó lại động mối thương tâm.

Tội nghiệp mấy con cá quá há! Cảm ứng xưa cũ mà ngày trước hắn đã mơ hồ thấy ra về một điều nguy biến, lo sợ. Tương tự như trong lòng trùng xuống buồn buồn khi trông thấy những người lính ngồi đống im lặng đợi sang phà ở bến Câu Lâu, xã Vĩnh Điện trên Quốc Lộ I, hướng đi về Nam. Những người lính mặc những quần trận hai lớp, vải ka-ki vàng của quần trong che phần rách của chiếc quần màu xanh lá cây bạc màu bên ngoài.

Lính họ cực quá, phải mặc quần rách! Trong phút giây ngắn, giữa bóng đen dày, gã thiếu niên đột nhiên hiểu được... Hóa ra, từ tuổi nhỏ gã đã thấy điều xót xa (*của đàn cá mắc lưới, vùng vẫy tuyệt vọng, bị nhấc cao, kéo ra khỏi nước; hay những người lính buồn lặng, nhọc nhằn*) cũng là tình cảnh tội nghiệp của bản thân hôm nay...

Không biết cực như thế nầy đã đủ chưa hả?! Gã thầm hỏi do linh cảm tình huống nầy chỉ là lần mở đầu cho một cuộc sống chẳng mấy bình an với ngày mai không rõ ra sao.

Gã thiếu niên quay xe trở về khu phố sau khi liếc vào căn nhà đầu đường Hoàng Hoa Thám... Nhà sáng ánh đèn và dạng người lui tới. Không phải nhà của mình nữa mà! Gã nói thành lời nghe rõ... *Người mẹ thư thả ngồi nhìn sàn nhà vừa mới lau còn ướt nước, quần xắn cao, bàn chân, ống chân trắng xanh, gầy mỏng, mong manh.* Quả thật hắn không dám đi đến trước cửa để nhìn vào như dự tính.

Hai.

Vừa qua khỏi cầu Cẩm Lệ, khi dừng xe trên con đê cao, nhìn xuống ngôi làng chập chùng những khối tre xanh dày, gã thiếu niên hiểu rằng mình đã phạm điều nhầm lẫn. Hắn không thể nào tìm ra nhà gã bạn giữa xóm làng lẫn khuất rối rắm dưới kia. Và như để lảng tránh nhận ra khuyết điểm vừa vấp phải, gã xoay qua vấn đề khác (cách thức thường áp dụng để khỏi trực tiếp đối ứng với một tình thế khó xử). Không hiểu sao lại mệt như thế nầy, ngày trước mình đạp xe từ đèo Ông Hổ về sân vận động (trung tâm thị xã Đà Nẵng, nơi tập họp của đoàn Thiếu Sinh Hướng Đạo sau kỳ trại dã ngoại) còn chở thêm *"Minh trịt"* mà có đứa nào theo kịp đâu. Tại sao, nay chỉ mới đi một khúc thôi mà đã chóng mặt quá trời?!

Gã cố ý lập lại một thành tích vượt trội ngày trước để bào chữa tình trạng yếu đuối hiện tại, khi lau mồ hôi đẫm ướt trên trán, đầm đìa da mặt. Lớp mồ hôi nhớp nháp lạnh lẽo. Gã ngồi xuống bãi cỏ vệ đường, thở dồn, nghĩ lan man... *Mệt quá, chắc vì mình bị đói mà thôi!* Gã tìm ra nguyên cớ (vì đói) của cơn mệt, và xem như là một yếu tố khách quan, không quan trọng lắm đối với bản thân khi ngửng nhìn lên bầu trời chói nắng. *Bữa ni là mồng Hai Tết.* Gã nghĩ đến số lượng thời gian đã phải chịu đói, chứ không là cảm giác hân hoan về lượng ngày xuân đang đi qua.

Chắc là vì mình đói quá mà... Gã lập lại tình trạng

khó khăn của bản thân, xác định nguyên cớ gây nên điều khốn khổ, bình thản suy tính (coi như sự việc thuộc về một người nào khác - cách tự tin của kẻ khốn cùng, không muốn chấp nhận điều thua thiệt tự thân). Gã nhìn quanh quẩn. *Thế nào cũng kiếm ra cái gì để ăn chứ!* Gã tin vào khả năng tháo vác của mình từ bao lâu vốn được ứng xử, đối phó với những tình huống khó khăn...

Đó, dưới đó thế nào cũng có đồ ăn! Gã nói ra thành lời khi nhìn xuống căn miếu nhỏ nơi bãi đất bồi giữa lòng sông, chung quanh cắm những cột tre gắn giải phướng đỏ bay bay. *Chỗ đó chắc phải có đồ cúng tết!* Gã cao giọng đoan chắc, chỉ tay xuống ngôi miếu, thúc dục, bảo đảm với chính mình. Bởi gã biết, nếu vì lòng ngần ngại, gã sẽ không còn cơ may để giải quyết cơn đói sẵn cồn cào đang chuyển thành những tiếng động sôi sục lộ liễu trong bụng.

Gã dẫn xe xuống chân đê đối diện bãi đất bồi, dứt khoát cởi chiếc áo ấm khoát ngoài, và chiếc quần jean xanh cũ. Khi tụt chiếc quần xuống gã vùng vằng giận giữ, tự gắt với bản thân. *Ai mà thích mặc quần nầy để đi học bao giờ. Mà không mặc nó thì mặc cái gì đây?* Hắn nhớ lần bị ra hội đồng kỷ luật nhà trường do không mặc đồng phục đúng quy định, thiếu nghiêm chỉnh trong buổi chào cờ đầu tuần.

Lấy đâu ra quần trắng đồng phục để mặc hả cha! Gã tự chế nhạo mình với thái độ một kẻ vô tâm. Nhưng khi bước chân xuống dòng nước, hơi lạnh thấm vào da, thêm cơn gió gây gây. Gã trùng xuống với lời than van không định trước. *Đói với lạnh thế nầy không biết lội ra đó có nổi không đây?* Gã nhìn qua bên kia sông, nơi phía xa, núi Non Nước hiện rõ giữa bóng nắng soi dáng xuống dòng sông lay động hàng lau lách, ước lượng bề ngang giòng sông, xong vừa tự tin, chen lẫn liều lĩnh, cùng đành, gã phóng mình xuống nước...

Động tác dứt khoát bởi gã vừa nhớ ra buổi vui đùa sống động cùng mẹ và em nơi vùng Núi Non Nước kia. Bên sau hòn núi rì rầm tiếng gió là biển Mỹ Khê. Người mẹ vén vạt áo dài đứng trên bờ cát săm sắp sóng nhỏ, tóc bà bay dài theo gió che lấp một phần khuôn mặt tươi trẻ rực rỡ. Nó có ý nghĩ... *Mẹ là người đẹp nhất. Mỹ Khê là biển đẹp nhất...* dẫu chưa hiểu đầy đủ được ý nghĩa của tỉnh tự *"đẹp".*

Nước lạnh đẩy gã ra khỏi vùng quá khứ mau chóng. *Gắng lội ra ngoài đó nghe không ta.* Gã tự thúc dục khi cảm ra phản ứng lạ từ bụng lan xuống ống chân... Cảm giác lạnh buốt co thắt. *Mẹ ơi!!!* Gã hiểu điều nguy biến đang xẩy ra: Phần chân từ đùi trở xuống như bị cắt khứa từng miếng nhỏ đau đớn, săn cứng... *Mẹ ơi!* Gã thiếu niên kêu lên tiếng bất chợt ngắn ngủi hoảng hốt như lần rơi xuống bến sông Đào nơi cầu Gia Hội - *Ngày hè năm lên sáu lúc còn ở Huế, trước khi vào Đà Nẵng... Ánh nắng, bến sông, thân thể bồng bềnh, chìm lặng xuống Nước. Và Người Mẹ. Không hẳn chỉ là Người Mẹ của nó. Có những Người Mẹ nào nữa trong giây phút nguy biến năm xưa, và bây giờ. Tất cả là Một.*

... Tụi tui mà không lanh tay là cậu chìm rồi, chỗ ni có huông, không ai dám tới tắm hết, đã có mấy người chết ở đây... Mà cậu ở đâu tới?

Gã thiếu niên ngồi dậy, cong người, ọc ra bọc nước... *Đó, đó, cố cho ra hết đi.* Một người nào giúp gã bằng cách ấn đầu sâu xuống để thót bụng lại. Nước lạnh nhợt nhạt váng đục nôn thốc ra... *Cám ơn mấy bác, cám ơn mấy chú, tôi ở dưới Đà Nẵng, đi tìm thằng Bảo, con ông chủ tiệm Mỹ Dung.* Gã chỉ chỉ về làng Cẩm Lệ nơi xa. Mắt rưng rưng, gã ứa nước mắt, những người chung quanh không để ý. Không ai biết.

Đạp xe đến khu Cổ Viện Chàm thì quả tình gã thiếu niên không còn chút sức lực, hắn xuống xe, đi nghiêng ngã vào khu cổ viện vắng lạnh theo lối đi trải sỏi dưới hàng cây hoa sứ. Gã vào căn phòng khuất trong sâu cùng, nơi có tấm bản đồ lớn in trên tường, nằm xuống chiếc bệ khóc thành tiếng... *Mẹ ơi... xuýt nữa là con chết rồi.* Thật ra chỉ là ý nghĩ. Gã không còn hơi sức để nói thành tiếng. Nhưng chỉ nghĩ không thôi, gã cũng thấy đau.

Ba.

Đến ngã tư hai đường Yên Bái, Thái Phiên, khi đi ngang khối nhà lớn gã thiếu niên nhận biết đây là nhà của Thục, cô bạn gái cùng lớp. Hắn chợt thấy ra nỗi ao ước muốn được chia sẻ, nói cùng với một người lần thoát chết oán hờn, tình cảnh khốn khổ vừa trải qua, đang kéo dài, thấm xuống trong thân.

Và như để thực hiện một điều cần thiết, gã quyết định đi đến chiếc cổng sắt sơn màu xanh nhạt, đặt ngón tay rung rung lên nút chuông điện gắn dưới tấm bảng đồng khắc hàng chữ màu đỏ: Công Ty Xuất Nhập Cảng Nguyễn Lê. Từ căn phòng cuối khu sân rộng cô gái đi ra với đôi chân thoăn thoắt bước như chạy. Cô đi nhanh nhưng thân hình êm ái, thanh thoát lướt thướt chuyển động...

Trời đất ơi! Trời đất, chết rồi... Tại răng, tại răng... Cô đưa tay lên miệng, xong thả xuống giật giật vạt áo ngắn... Môi mím chặt, tròng mắt đen sáng mở lớn, sững sốt, Thục không thể tưởng ra gã bạn đã biến đổi tang thương đến như vậy. Mắt gã u sầm, hốt hoảng, lạc lõng.

Nhân, Nhân... vô đây, vô đây... mà tại răng... tại răng như ri?! Gã thiếu niên cúi mặt, dấu xúc động tủi thân, gã gắng gượng... *Không có chi... mình đi chơi, tới thăm Thục, tết, bữa ni là tết... mồng mấy... tết!* Cô gái nghe ra những âm tiếng thều thào, yếu đuối, đứt khúc. Cô hiểu bạn mình đang trong cơn hỗn loạn, bởi gã tuổi trẻ vốn được cả lớp, toàn trường yêu mến, khen ngợi do luôn có khả năng dựng nên những trò chơi linh động, hào hứng. Gã luôn vui hòa, nồng nhiệt với bạn hữu.

... Nhân ăn mứt nghe, ăn bánh nghe... Nhân muốn uống chi, hay uống rượu dâu, rượu dâu Đà Lạt... rượu ngọt lắm, họ cho ba mẹ mình mà trong nhà không ai uống. Cô gái luống cuống như muốn một lúc cho bạn hết những gì cô có thể... *Hay là Nhân ăn bánh mì nướng, mình nướng bánh cho bạn nghe...*

Gã thiếu niên ngong ngóng nhìn quanh căn phòng rực sáng, im lặng, thoang thoảng hương tinh khiết. Cuối cùng, hắn dừng lại nơi bàn thờ Phật, những bình thủy tinh cắm hoa huệ trắng với đôi mắt không cảm giác. Quả thật hắn chưa hoàn hồn sau chặng đường nguy biến lớn lao vượt quá sức chịu đựng. Gã chuyển hướng nhìn ra nơi khung cửa sổ lớn, vùng xuất phát mùi thơm tự nhiên của khối hoa trắng cánh nhỏ.

Cây ngọc lan và cây hoa lê đó Nhân. Tinh tế nhận ra vẻ dò xét qua sắc mắt của bạn, cô gái mau mắn giải thích. *Chút nữa, mình hái cho Nhân mấy bông ngọc lan nghe, ngọc lan thơm lâu lắm...* Gã thiếu niên khua tay... *Đừng, đừng hái, nhìn đủ rồi...* Gã cúi mặt nhìn xuống bàn chân trần di di trên nền gạnh bông thấm mát, không biệt được ranh giới thực giữa tình cảnh nơi bờ sông, chỗ căn phòng vắng lạnh của Cổ Viện Chàm, và của hiện tại. Gã nhìn những ly cốc thủy tinh, lọ đựng mứt trên bàn như những vật chất giả. Gã liên tưởng giữa bàn chân người mẹ xăn quần ngồi nhìn sàn nhà ướt nước vừa được chùi sạch, ngón chân của gã trên nền nhà, và dáng di chuyển đặc biệt đôi chân bạn - Người vừa chứng kiến lần gã được cứu sống.

Chỉ có những bàn chân là thực. Gã cảm động cầm miếng bánh vừa dọn đến. Nếu được ăn no mình đâu đến nỗi suýt bị chết chìm. Gã không nghĩ đang ăn những vật chất bình thường. Và Người Bạn có một giá trị gì rất lớn. Cao hơn tất cả.

... Bây giờ Nhân ăn mứt, uống rượu, và nghe mình đàn. Hôm liên hoan cuối năm, mình đã tính mời Nhân tới nhà chơi trong mấy ngày Tết ni, để nghe Thục đàn. Chưa kịp nói thì Nhân đã đi đâu rồi, bây giờ, tự nhiên bạn tới là đúng ý mình...

Như rứa Thục chưa nói ra mà Nhân cũng biết. Gã thiếu niên cười ngượng ngập. Bạn hắn không thể nào hiểu ra lý do thực của lần viếng thăm. Nó nhìn cô gái ngồi trước chiếc đàn dương cầm như một ảnh tượng trong tranh vẽ - Loại tranh phụ bản những chuyện cổ điển, thần thoại tây phương.

Nắng buổi chiều hắt qua màn cửa động những ô vàng tươi trên áo cô gái. Cô lắc nhẹ khối tóc dài uốn gợn sóng nhỏ, đặt những ngón tay lên phím đàn dè dặt, nghiêm trang. Và âm thanh theo nắng, gió, hương thơm của căn phòng lãng đãng bay lượn từ những ngón tay chuyển dịch trên phiếm đàn màu trắng. Lần đầu tiên gã thiếu niên được chứng kiến một người đàn dương cầm. Lần đầu tiên gã nghe ra niềm hoan lạc từ âm thanh của một người bạn kết đọng trong ánh sáng, bóng lá, hương hoa.

Nó muốn bật khóc - Không phải do mối tủi hờn tang thương vừa gánh chịu - Nhưng từ niềm hân hoan vô tận được thương yêu an ủi, vỗ về. Nhân nhìn Thục với tấm lòng trân quý hàm ân. Nhưng hắn cũng biết ra rằng sẽ không bao giờ nói thành lời cảm xúc dậy nên từ tiếng đàn trong một buổi chiều xuân ngày mới lớn - Buổi đầu đời năm 17 tuổi thấm hiểu nghĩa tử-sinh.

Kết từ.

Bà bạn chỉ xuống dòng nước chảy siết nơi chân cầu St. Michel Notre Dame nói nhỏ nhẹ. *Những ngày ở đây mình có một cách giải trí riêng là khi nào thấy mệt mệt... Mình đi bộ từ trên Poissy tới đây.* Bà ngừng lại như để diễn tả cách từ tốn, thong thả của động tác... *Tới đây, mình ngồi chơi... Nhìn sông, nhìn nước... Và rứa coi như về Huế, về Đà Nẵng, về Sài Gòn. Mấy mươi năm rồi.*

Âm tiếng trong vắt, trung hậu. Bà kéo vạt áo khoát phủ lên chiếc quần đen đơn giản, trang nhã, quý cách. Ông bạn cười trống không... Ngồi vậy thì chán lắm, phải có cuốn sách, hoặc chai rượu, điếu thuốc như mấy anh Tây kia.

- Ngồi một mình, không làm chi mới vui... Như lúc nhỏ qua Cầu Gia Hội, ở Huế.

- Bà nói cầu nào ở Huế? Ông bạn hỏi gấp.

- Thì Cầu Gia Hội, đường đi xuống Trường Mai Khôi đó... Cứ mỗi lần qua, nhìn xuống nước sợ phát khóc lên. Nhưng qua hết cầu, thấy như mình vừa làm được cái chi ghê lắm, lại muốn nhìn xuống dòng sông. Thấy thương chi lạ... Đúng là con nít. Bà cười nhỏ thú vị.

Người đàn ông - gã thiếu niên thấy ra... *Ánh nắng, bến sông, thân thể bập bềnh, chìm lặng xuống NƯỚC một ngày hè năm lên Sáu nơi chân cầu Gia Hội Huế, và ngày Mồng Hai Tết năm 1960 nơi sông Cẩm Lệ, Quảng Nam ...* Và Người Mẹ. Không hẳn chỉ là Người Mẹ của riêng nó. Có những Người Mẹ nào nữa trong giây phút nguy biến năm xưa. Và Bây Giờ với Bạn. Tất cả là Một.

Phan Nhật Nam
(1943-1960- 2003-2013)
California-Paris-Huế, Đànẵng, Sàigòn.

Thơ như một tia chớp vĩ đại!

Hoa Địa Ngục Toàn Tập - Nguyễn Chí Thiện

(Lần viết thứ nhất, Tháng 7 năm 2006 khi tập thơ vừa được phát hành. Và nay, viết lại lần thứ hai - 2 Tháng 10, 2012 - Ngày Nguyễn Chí Thiện về Trời với Thơ bỏ lại những cáo buộc hèn hạ và cay độc. Chúng ta, người còn sống buộc phải lên tiếng)

Những dòng chữ viết của người vừa ra đi là những dòng máu lệ viết tự trong cảnh chết dài theo một đời người cùng tận khổ đau - Những khổ đau kinh hoàng lặng lẽ không riêng của một cá nhân, nhưng toàn khối Người Việt chịu chung tầng tầng bách hại kéo dài từ một ngày tháng 7, cách đây hơn nửa thế kỷ:

Ngày 20 tháng 7, 1954, Ngày đất nước phân chia, hợp thức hóa bắc vĩ tuyến 17 một chế độ khắc nghiệt, thậm tệ khinh miệt con người của chế độ gọi là "nhà nước vô sản" đầu tiên của những quốc gia thuộc địa trên toàn thế giới mà hôm nay nếu so sánh lại với những đọa đầy của chế độ thực dân Pháp người ta có cảm tưởng như đã được sống tại *thiên đường huyền hoặc* của một chuyện cổ tích không thực.

Câu chuyện miên man, bất tận, cùng khắp dài theo khổ nạn quê hương mà hiện tại, cơn phá hoại, nỗi thống khổ vẫn còn nguyên cường độ, nét, sắc đau thương, uất hận đối với mỗi đơn vị Người Việt. Tất nhiên, không tính tới những người chủ trương xóa bỏ, cố ý quên khuất.

Hơn thế nữa, đối với chúng tôi, nội dung được trình bày tiếp theo đây là dịp để nói Lời Hàm Ân, và bày tỏ Niềm Thống Hối - Hàm ân đối với một Con Người đã tự nguyện gánh khối nặng khốc liệt mà chế độ cộng sản Việt Nam, bộ máy cầm quyền Miền Bắc đã đổ chụp, siết chặt lên nửa phần đất nước kể từ ngày họ chính thức vào Hà Nội 10 tháng 10, 1954, và toàn thể quê hương sau 30 tháng Tư, 1975.

Cũng là lần diễn dịch niềm thống hối do đã im lặng thụ động đối với Tính Ác mà số rất đông người Việt đã vô tình, hay cố ý đồng thuận để mặc người cộng sản phóng tay tàn nhẫn hành động, và hung hẳn đoạt thắng.

Thế nên, dẫu quá muộn sau những thời điểm rất cần thiết phải được ghi nhớ, kết tập kinh nhiệm (từ những lần thất bại của các lực lượng dân tộc, tự do, dân chủ).... 1945, 1954, 1960, 1968, 1972, và lần thất trận toàn diện cuối cuộc 1975.... Tiếng lời ấy nay phải được mạnh mẽ khởi động bởi: IM LẶNG CÓ NGHĨA ĐỒNG LÕA CÙNG SỰ ÁC. *CHÚNG TA PHẢI PHÁ VỠ KHỐI IM LẶNG TRÌ CHẬM ĐÁNG PHẢI BỊ LÊN ÁN NẦY.*

Một
Để sống qua cảnh chết: 25 tháng 4, năm 1983

Trại 5 Lam Sơn Thanh Hóa. Anh nhận ra cơn lạnh dâng lên từng chập trong thân thể. Lạnh của khiếp sợ. Lạnh của sự chết. Lạnh do con người biết mình đang dần chết với cơ thể còn hiện sống. Anh đưa tay cào cào lên mặt cửa gỗ phòng giam. Thật sự anh cố lung lay tấm cửa, nhưng bởi đã quá kiệt sức nên đầu ngón tay chỉ sờ sẫm loay hoay trên mặt gỗ sần sùi. *Có ai nghe tôi không... Có ai nghe tôi không?!!*

Anh muốn hét lớn, nhưng chỉ phát ra những tiếng rên rỉ ư ư trong cuống họng qua hàm răng dẫu cố nghiến chặt vẫn tự động đập vào nhau do cơn lạnh tê buốt mỗi lúc một mãnh liệt dâng ngập trong thân. Đầu anh lại nóng hầm hầm như đang trong cơn sốt cao độ...

Có ai nghe tôi không... Có ai nghe tôi không?!! Anh lập lại lời van xin, mắt trừng trừng vào vũng tối hình như kết khối dày đặt, và sắc lạnh hơn. Tiếng ư ư dần tắt nghẹn bởi cổ họng khô rốc, đóng cứng... Bên ngoài hai bức tường đá trước cửa khu kiên giam có tiếng lao xao của những người bạn tù Miền Nam... *Đi nghe, "cà phê phượng"... Đi về hết nghe, "cà phê phượng".* Giọng Quảng Nam nặng âm sắc của Phan Văn Giỏi (cố ý để anh nghe ra được) bằng cách lặp lại biệt danh *"cà phê phượng"* mà những năm trước khi vào kiên giam các bạn thường gọi anh. Âm động rầm rập của toán đông người leo lên xe.

Đoàn xe mở máy, động cơ nhỏ dần,... nhỏ dần. Nhiều người đồng loạt la lớn *Chào, chào nghe... Tụi tôi đi anh ơi!!* Anh ngã sập người, bấu nghiêng lên tấm cửa, chiếc chân bị cùm kéo căng từ bệ nằm không gây nên đau đớn. Anh cũng không biết mình đã bật khóc sau khi gào lên được tiếng ngắn thương tâm... *Trời ơi!!*

Không biết bây giờ là mấy giờ, và anh đã quì, nằm theo vị thế một chân kéo dài, một chân quì trên đất đã bao lâu. Có tiếng kẹt cửa từ căn phòng đối diện, và ngón tay gỏ gỏ lên tấm gỗ làm dấu hiệu... *"Chú, chú gì đấy.... Chú "zét"gì đấy... Chú có nghe gì không?"*(1) Anh lắng nghe, nhưng không thể trả lời. Người ở phòng đối diện lại đập mạnh cửa... *"Nầy, chú, chú gì đấy... chú "zét" gì đấy... Người ta đi rồi đấy, có nghe ra không?"* Anh gắng gượng phều phào hỏi nhỏ... *Họ đi thật rồi à!*

-Chứ còn gì nữa, ban sáng cháu lên cơ quan làm việc, có đi ngang chỗ các chú ấy, họ biết cháu ở trong (khu biệt giam) nầy, nên có người nhắn cháu gửi lời chào chú,

- Anh biết họ đi đâu không?

- Thì vào Nam chứ còn gì nữa!

- Biết đâu họ chuyển trại đi đâu đấy? Anh cố gắng, gượng tự cứu, bám vào một hy vọng đã tắt hẳn. Như thế chỉ còn một mình tôi ở đây sao? Anh phân bua tội nghiệp, cùng đường.

- Thì hẳn thế chứ còn gì nữa, hỏi thối vừa vừa chứ... Nhưng nầy, chú bị vụ việc gì mà khó thế? Giọng kẻ kia bỡn cợt, bất cần...

Không để ý lời của người bên kia khung cửa, anh chuyển câu chuyện qua tình huống khác:

- Anh có thấy ai bị "kiên giam" tương tự như tôi không?

- Ối, ngoài Hỏa Lò, trên mấy trại phía Bắc khối người ấy, cứ hết hạn nầy đến hạn khác, ba bốn cái "tập trung" suốt!!

Anh cố giữ mối an ủi khốn cùng:

- Nhưng đó chỉ là diện hình sự như của các anh chứ gì?

- Hình sự chúng cháu thì nói làm gì, cứ xong "trường" là lên trại, hết Trại 1, Phố Lu, đến Trại 3, Nghệ Tĩnh, rồi Trại Ngọc, Trại Phong Quang... nay "quân ta" lại về Trại 5 Lam Sơn nầy... Người nầy đổi giọng nghiêm trọng: Ý là cháu nói các ông chính trị đấy chứ, có ông ở Hỏa Lò chuyển trại lên Phong Quang mấy năm trước, khi cháu còn ở đấy - Cái ông gì chỉ vì "tội làm thơ" mà bị tập trung mấy mươi năm, còn cả gan ném thơ vào Đại Sứ Quán nước ngoài nữa đấy!

Đến chiều, sau khi đã hoàn hồn với tình cảnh đơn độc thảm não hiện tại (cũng không thể có cách giải quyết nào khác(!), anh xoay vòng chân cùm ở vị thế chữ U úp xuống để có thể quì hai gối lên bệ nằm, đầu gục xuống ngực, nói ra lời: "Lạy Chúa Thánh Thần xin gìn giữ, xin giúp sức qua khổ nạn. Xin cầu cho người anh em không quen biết. *Xin cầu cho Người Bạn Làm Thơ không biết tên...* Cầu cho tất cả những ai cùng khốn, đau thương."

Hai- sau lần thanh toán Thượng Đế:

Trong thời gian dài lâu, từ thập niên 60, lúc tuổi đời chưa tới ba-mươi, khi bắt đầu xử dụng chữ viết, người viết đã nhiều lần, thường trực lập lại với riêng bản thân: "Sau khi đã ngang ngược thanh toán Thượng Đế không thương tiếc thì con người có còn không lương năng, tri giác đích thực?

Có còn không tính trung trực của người trí thức? Có còn không bản lĩnh Kẻ Sĩ- Người Dụng Văn- Giới sáng tạo chữ nghĩa? Mỗi khi phải chứng kiến, nghe, đọc lại về những điều ác độc mặc nhiên được thực hiện, xem trọng, đề cao. Bọn bạo ngược trân tráo đoạt thắng, và người hiền lương vô tội, kẻ trung chính bị ngược đãi, bức bách, mà trong rất nhiều trường hợp phải chịu nạn thảm sát thương tâm. C.V. Gheorghiu, Arthur Koestler, Elie Wiesel trước Thế Chiến 2 ở Châu Âu.

Sau năm 1945, chiến tranh chấm dứt, nhưng bi kịch về thân phận kẻ sĩ, người trí thức, quần chúng vô tội (bị lôi kéo vào vòng tranh chấp, củng cố quyền lực, của những kẻ cầm quyền tham tàn, bạo ngược, nên mặc nhiên biến thành đối tượng bị bức hại chính trị), vẫn không dấu hiệu thay đổi, cải tiến, nếu không nói còn bị đày đọa tàn tệ hơn.

Bởi lần nầy, hệ thống quyền lực (các chế độ cộng

sản đông, tây) thay đổi sách lược đàn áp người đối lập chính kiến (hoặc bị vu cáo, áp buộc một cách ngang ngược), với kỹ thuật độc hiểm, tàn nhẫn hơn hẳn so với cách giết người thô thiển trắng trợn của nhà nước Đức Quốc Xã đối với người Do Thái, các chủng tộc thiểu số người Gypsies, Slaves, nhóm đồng tính luyến ái.

Với Việt Nam, tình thế không hẳn hoàn toàn giống như các nước cộng sản đông-tây. Hơn cả Sắc Luật ngày 15 tháng Tư, 1919 của đảng cộng sản Liên Xô cho phép cơ quan mật vụ OGPU (tiền thân của MKVD, KGB) có quyền bắt giam những người bị đánh giá là *"nguy hại đối với chế độ".* Đảng Cộng Sản Việt Nam với tập đoàn lãnh đạo gồm những ủy viên bộ chính trị, những đảng viên cộng sản thuần thành, chính thống, cũng là những người cộng sản tập trung đầy đủ những tính chất xấu nhất của loại lãnh chúa, quan lại phong kiến (ti tiện, tham tàn, ích kỷ, tự ti lẫn tự mãn...), cộng với kỹ thuật cao nhất về tổ chức, tuyên truyền, vận động quần chúng của cán bộ đệ tam quốc tế.

Tập đoàn nầy hiện thực nên một tổng hợp nhất quán gọi *"đỉnh cao trí tuệ"* tính theo chiều ngược của tri thức nhân loại - Cho dù là tri thức về lý thuyết cộng sản. Từ tổng hợp *"độc địa và tàn hại"* nầy, do huấn luyện, chỉ đạo, điều hành của Hồ Chí Minh, cơ quan đầu não ở Hà Nội thực hiện được một điều mà các cá nhân, tập đoàn cầm quyền cổ, kim, đông, tây (cho dù thuộc chế độ độc tài chuyên chế khắc nghiệt nhất) cũng không thể xây dựng nên - Đặt toàn bộ dân tộc ra ngoài vòng pháp luật - Có nghĩa: **Đảng Toàn Quyền Bắt Giữ, Giam Cứu, Xét Xử, Quyết Định Áp Dụng Mọi Biện Pháp Trừng Phạt Đối Với Tất Cả Thành Phần Dân Chúng, Đảng Viên Cư Ngụ Trên Lãnh Thổ Việt Nam Dân**

Chủ Cộng Hoà (bao gồm vùng đất và dân cư dưới vĩ tuyến 17, thuộc chính phủ Việt Nam Cộng Hòa) mà không phải tuân theo một quy chế hành chánh, sắc luật pháp chế nào.

Sắc Lệnh 1961 của Nhà Nước Việt Nam Dân Chủ Cộng Hòa về *"Chính Sách Tập Trung Cải Tạo"* kiểm soát chặt chẽ toàn thể các tầng lớp dân chúng, đảng viên hiện thực bước ổn định chính trị sau Nghị Quyết thành lập *"Mặt Trận Dân Tộc Giải Phóng Miền Nam"* (19 tháng 12 năm 1960), và Nghị Quyết *"Tập Trung Cải Tạo"* của Đại Hội III Trung Ương Đảng. Nội dung chính trị và pháp chế của sắc lệnh nầy về mặt văn hóa được chuyển thành những khẩu hiệu tuyên truyền chiến lược qua những ngôn ngữ đáng kinh sợ do tính sa đọa phi nhân:

Trời không có thiên thần

Đất không có thánh nhân

Chỉ có Nhân Dân thần thánh

Và Đảng ta làm nên sức mạnh

Bay đến chân trời....

Nguyễn Đình Thi

Chiếm giữ vị thế tối thượng bao gồm: *"Chủ thể lãnh đạo lẫn mục tiêu thụ hưởng - Đảng và Nhân Dân"* - Tập đoàn cầm quyền Hà Nội dựng nên hệ thống tiêu chuẩn giá trị đạo đức mới. Tiêu chuẩn nầy cho phép họ thủ đắc toàn diện một quyền hạn tuyệt đối.

Quyền quyết định đời sống của người khác: Quyền giết người do yêu cầu chính trị, bởi mạo danh: *"Không có gì quý hơn Độc Lập-Tự Do"*. Nhưng tất cả đã là vô ích trước mắt nhìn Thi Sĩ. Tiên phong hơn tất cả những con người uất hận. Hùng tráng hơn âm sóng của một đại dương cuồng nộ. Nguyễn Chí Thiện từ đầu thập niên 60 đã có lời khẳng quyết:

Tôi biết nó,

Thằng nói câu nói đó

Tôi biết nó,

Tôi biết nó... Đồng bào Miền Bắc biết nó!

Ông tự kết án, chấp nhận cách chết chậm rải, chắc chắn với 17 chữ ngắn ngủi nầy khi vừa qua tuổi 20, năm 1961. Năm ấy, ở Miền Bắc Việt Nam, sự trừng phạt khắc nghiệt cũng không giới hạn đối với lực lượng những người viết văn, làm thơ phản kháng có ý thức thuộc nhóm Nhân Văn, Giai Phẩm, 1956 với những kiện tướng Trần Dần, Phùng Cung, Phùng Quán... do con người lẫm liệt Phan Khôi thủ xướng.

Hoàn toàn không phải như thế, *"Nghị quyết tập trung cải tạo 1961"* đưa toàn bộ Miền Bắc vào trại tù, xuống tận sâu địa ngục, chung quanh vây kín tầng tầng vũng lửa - Những nơi chốn kinh hoàng mà chữ nghĩa nhân loại khó có thể mô tả, viết nên; trí não con người không hề nghĩ đến dẫu trí tưởng tượng dồi dào, phong phú nhất.

Địa ngục ấy có thật dưới mặt trời, nơi một chốn tự chiếm dụng tính danh: *"Thủ đô của phẩm giá con người"*. Chúng ta hãy cùng Nguyễn Chí Thiện phá vỡ khối nặng im lặng gớm ghê ác độc, đê tiện nầy - Cảnh sống-chết nơi nhà giam dựng nên khắp miền Bắc với những đơn vị gọi người bị đánh giá thấp xuống sau loài vật do những *"tội"* quy kết từ lý do *"an ninh tổ quốc"*...

... Được nghe "bà" kể tội

Con thấy đời con thật là đáng chết

Con đã đi bóc lột để nuôi bà

Con bây giờ không dám gọi là cha

Dù bà là do con để ra...
Hoặc:
Bà kia đã sáu mươi rồi
Mà sao không được phép ngồi bán khoai
Và,
Cô kia như giải lụa đào
Mà sao bát phở vài hào cũng trao
Nguyên nhân chẳng phải sâu đào
Thấy ngay thủ phạm: Vàng Sao lá cờ

Ba- Buổi con người bị khinh miệt tận diệt:

Khu nhà tù Hỏa Lò do người Pháp dựng nên sau khi bình định được nước Việt, là trại giam trung ương của Miền Bắc.

Sau năm 1954, công an cộng sản Hà Nội xử dụng làm nơi tạm giam các phạm nhân chờ chấp cung, chưa có án, đợi đưa đi các trại. Nhà tù gần trung ương, Bộ Nội Vụ, Cục Trại Giam, thuộc quyền Sở Công An Hà Nội để tiện việc bắt giữ, điều hành, quản lý, xét xử.

Nhà tù nhận nhiều đợt tù ngay sau khi bộ đội cộng sản vào Hà Nội 10 tháng 10, 1954, từ đây chuyển đi các trại trung ương từ biên giới Việt-Trung đến Nghệ An, Hà Tĩnh, các trại tập trung dọc vùng thung lũng sông Mã Thanh Hóa, Hòa Bình, hậu thân của hệ thống trại Lý Bá Sơ, đã thành danh hiệu một Tây Bá Lợi Á của cộng sản Việt Nam từ khi nhà nước vô sản đầu tiên được dựng nên ở Đông Nam Á, ngày 2 tháng 9, 1945 - Cũng là ngày thành hình hệ thống nhà tù cộng sản thay thế ngay lập tức, và có hiệu quả nhà tù thực dân trong những vùng vừa được *"giải phóng"* với chính sách giam giữ khắc nghiệt, tận khinh miệt con người.

Chúng tôi không nói điều mỉa mai, cố ý đặt để. Những nhà tù Sơn La, Nghĩa Lộ, Yên Bái với những cùm bằng sắt đã có thời cùm giữ các ủy viên trung ương, cán bộ cộng sản nay được tăng cường số lượng với vòng siết thắt chặt hơn; chén cơm, thức ăn, rau tươi, hoàn toàn bị cắt bỏ thay thế vào đấy những thứ lương thực, thực phẩm như sắn tươi nung khô, bo bo, khoai ủng, rau khô úa mà loài chó, lợn cũng từ chối.

Chiếc cùm chân Trường Chinh ở phòng giam nay được giữ lại ở Hỏa Lò như một chứng tích lịch sử của *"thời thực dân tàn ác, bóc lột"*, thật không thấm vào đâu so với khối cùm hộp kẹp vỡ xương ống chân của những con người trong câu chuyện sắp kể ra.

Cũng tại nhà tù Hỏa Lò nầy. Thế nên, phải nói thật một điều tưởng chừng như vô lý - Nhà tù Hỏa Lò thời thực dân đã là một thiên đường so với thời *"tập trung cải tạo xã hội chủ nghĩa theo lời dạy của Bác Hồ vô vàn kính yêu!!"*

Chúng ta cần nêu một so sánh để khỏi bị cáo buộc vô bằng cớ. Khi xây khám, người Pháp dự trù chỉ để giam cứu cho vài ba trăm người với những dãy nhà dài rộng. Sau 1954, công an cộng sản chia thành bốn khu chính với những phòng giam ngăn cách bởi những dãy tường đá, trên thả kẽm gai, và mãnh chai vỡ. Chỉ đến Tháng 8, 1961 khi bị đưa vào tù theo nghị quyết tập trung kể trên, người tù vốn là cựu đại úy quân đội quốc gia Kiều Duy Vĩnh đã có số tù 4257.

Điều nầy giúp cho biết, chỉ mới đến tháng 8 lượng tù đã quá số 4000, thế nên cuối năm, theo nhịp tập trung bắt giữ như đã xẩy ra ắt hẳn khoản 6000 lượt người, vào và chuyển dần đi. Hỏa Lò nhận một số tù gấp mười lần số lượng dự trù, và diện tích phòng bị co rút lại, thế nên, các phòng giam dầu treo khẩu hiệu: "**Ăn sạch. Ở sạch. Nội vụ sạch**", sinh hoạt "*điển hình tiên tiến*" ở phòng Số 14 đã diễn ra như sau: Ba chục tên mới vào chen chúc đứng ở chỗ cửa ra vào, rộng khoảng ba thước vuông, đám tù sẵn có chen nhau nằm trên hai sàn, trên lối đi giữa phòng, không một kẻ hở nhỏ. Tất cả phải nằm úp thìa (bụng người nầy sát vào lưng người kia, chân co lại), trong nhà mét (nhà vệ sinh có bề ngang "*một mét*") hơn một chục tên nằm ngồi ngổn ngang. Tên trực phòng bàn với tù trưởng phòng:

- Bây giờ ba chục tên mới vào nhét vào đâu?

- Đành phải lèn chúng nó bằng được!

Trực phòng gọi từng tên một đến chêm vào đống người nằm chật trên sàn. Dồn lại! Dồn lại! Miệng hô, gót chân nện vào bụng, ngực những thằng đương nằm, cố có được một khoảng trống độ mười lăm phân để chêm thêm một tên. Vất vả khoảng mười lăm phút cũng chỉ chêm được bảy tên, nên cuối cùng trưởng phòng có sáng kiến:

- Tao có biện pháp, cho chúng nó "*tạc tượng*", nghĩa là đứng dựa vào tường đêm nay. Đêm mai sẽ thay lớp khác.

Lập tức hai chục "*pho tượng*" được đặt dọc theo bức tường.

Nhưng 250 con người trong căn phòng dự trù chỉ hai mươi người ở kia có những nhu cầu sinh tử, trong đêm họ phải đi tiểu, đại tiện... Thế nên kẻ đi vào phòng vệ sinh phải trở thành một diễn viên xiếc thượng thặng...

Vào được phòng vệ sinh, lại phải thêm một phen chen chúc. Một tên ngồi gục đầu trên hố xí, úp mặt xuống lỗ hố xí thối thủm, một tên khác ngồi ở bệ bước lên, nhưng dù sao đấy cũng là *"hai chỗ ngủ tốt"*. Có tên nằm co quắp trong bệ tiểu tiện, phải đánh thức tên nầy dậy mới đi tiểu được, vừa tiểu tiện xong, bệ tiểu đã có một tên nhảy vào ngồi trám chỗ.

Căn phòng im lặng lềnh đặc mùi tanh tưởi của máu, mủ, mồ hôi, mùi phân người bốc lên ngầy ngật... Mấy trăm bộ xương da khẳng khiu, lở loét ngập tràn, nằm ôm cứng la liệt như đống xác chết như một nấm mồ tập thể, lộ thiên chưa lấp đất.

Chắc hẳn, bạn đọc đã có ý nghĩ: Đám tù của phòng số 14 nầy phải là những tay anh chị, dân dao búa, vào tù do phạm những tội hình gia trọng?! Cũng có thể đúng như vậy, nhưng trong đám không thiếu những bi kịch thương tâm.

Chúng ta hãy nghe người tù già thở than với gã tù trưởng phòng (để gã nầy gia ân cho khỏi ngủ *"nhà mét- chuồng xí"*... Vâng, thưa bác, cháu chỉ vì đạp xe trái luật, bị cảnh sát phạt hai chục đồng (khoảng một, hai đồng tiền Mỹ). Cháu không đủ tiền nộp, họ giữ ở đồn mấy hôm. Vợ con cháu đói, cháu van lạy công an trả xe, cháu đi làm sẽ nộp phạt sau. Mấy ngày liền cháu lên đồn cầu xin, công an không trả còn mắng chưởi, xua đuổi. Nhà cháu ức quá kêu trời, đất, tên các ông Lê Duẩn, Trường Chinh để kể ra nỗi khổ... Thế là bị giải vào đây, đã mười bốn tháng vì tội *"lăng mạ, xúc phạm lãnh tụ"*. Cháu không biết chữ, xin bác làm ơn, làm phúc, viết cái đơn, xin nhà nước tha cho cháu."

Ông lão đạp xích lô không phải là trường hợp riêng biệt, có gã tù trẻ hơn, đói quá đang ngồi bỗng nhiên ngất xỉu, được lão tù (vốn là đại úy quân đội quốc gia vừa kể ra trên) cho uống một ca nước pha chút đường, gã tỉnh lại, rơm rớm nước mắt, kể lể *"Cháu có tội gì đâu, cháu làm nghề sửa đồng hồ, đạp xe đạp quanh các phố rao mời: "Đồng hồ nhanh, chậm, hỏng vỡ... Ai cần chữa...". Một hôm quá mệt, cháu rao ngắn hơn... "Hồ hỏng, hồ vỡ, sửa chữa..." Rao được vài phố thì bị công an bắt vào đồn. Ông chấp pháp hỏi cung, bắt cháu phải nhận có ý đồ phản động, xỏ xiên lãnh tụ, xúc phạm bác Hồ!! Cháu giải thích, hôm ấy cháu bị ho, lại quá mệt chứ nào dám xúc phạm Hồ Chủ Tịch, cháu còn hai con nhỏ phải nuôi, làm sao có gan bằng giời như thế! Ông chấp pháp bảo nếu có cố ý thì cứ nhận, đảng sẽ khoan hồng, cho về với vợ con. Cháu tin theo, ký vào biên bản, nhưng không hiểu tại sao cứ bị giam ở đây, đã mười tám tháng.... Gã thợ sửa đồng hồ khóc nấc".*

Những trường hợp thương tâm, bi hài như trên không phải là hiếm hoi, và hậu quả của khốc hại của chế độ giam giữ không chỉ gây nên đói khổ, ngủ nhà xí, trong bồn đi tiểu.

Chúng ta qua khu nữ tù, khu thứ ba của Hỏa Lò để biết ra thêm một khía cạnh bi phẫn: Phận người, phận người tù nữ cũng không kém cường độ khốn khổ, trái lại trong những tình cảnh khốn cùng kia, họ đã là những đơn vị thụ động, bị đánh vỡ trước tiên.

Chúng ta hãy nghe câu chuyện: Phòng nữ không quá đông như phòng nam, nhưng cũng chật ních, thêm mùi cầu tiêu, mồ hôi, mùi máu mủ, ghẻ lở, lậu, giang mai, kinh nguyệt quyện vào lan tỏa... Đám nữ tù khi vào buồng, đồng cởi áo quần, nằm ngồi ngổn ngang, lấy những mảnh giẻ con thấm máu mủ cho nhau.

Có tiếng khóc của trẻ con, mụ trưởng phòng đã ngoài bốn mươi, bế đứa nhỏ trong tay, nựng nịu... Khổ thân cho cháu quá, bé tí thế nầy mà đã vào tù, mới mười tháng mà đã trở thành tù nhân, mà cái nầy cũng chỉ tại mẹ mầy, trẻ người non dạ... Mẹ nó còn đường không đấy? Cô giáo đừng ăn đường của con đấy nhé.

Mẹ đứa bé, vốn là cô giáo sùi sụt: Cám ơn các chị thương cháu, cho cháu đường để pha nước cháo, em đâu nỡ ăn đường của con,

Mụ trưởng phòng an ủi: Thôi đừng khóc nữa, trên thế nào cũng chiếu cố cho mẹ con em về, mà em cũng thật dại, bao nhiêu người chồng chết, con chết mà ai dám chưởi như em đâu?

- Em nào dám chưởi đảng bao giờ, nghe tin anh ấy chết, em chỉ gào mỗi câu *"nghĩa vụ quốc tế giết chết chồng tôi rồi..."*. Không biết kiếp trước mẹ con em phạm tội gì mà giời đày đọa đến thế nầy, chồng thì bỏ mạng ở xứ người, xác không biết chôn đâu, mẹ con em lại phải vào tù đã năm tháng nay.

Với môi trường tù ngục như trên, đứa bé lại thiếu dinh dưỡng, dẫu cô *"nữ quái"* của phòng đã dùng đến chiến thuật của nghề cũ- Dùng thân xác mình o ép, lập kế dụ các gã bộ đội võ trang (đi tuần hằng đêm) cung cấp hộp sữa để được sờ mó người cô, và dùng sữa nầy nuôi đứa bé - Nhưng bé không chịu đựng nổi sức nóng của căn phòng, vào những ngày tháng Tám, nóng lên đến quá 40 độ, bé bị sốt cao, rôm sẩy đầy người, la khóc đến nghẹt thở, xong chỉ còn những tiếng rò rè thiêm thiếp.

Cô giáo chỉ còn da, xương, mắt quầng thâm, ôm

con lo lắng. Một buổi sớm, cô thiếp mê, khi tỉnh dậy thấy thằng bé há hốc chiếc miệng nhỏ xíu, mắt trợn lên, bất động. Cô hoảng loạn kêu ầm... Con tôi chết rồi!! Con tôi chết rồi!

Gã tự giác vào phòng, giật đứa bé khỏi tay cô giáo, đẩy cô ngã xuống. Cô vùng lên chạy theo, gào thét... Trả con cho tôi! Trả con cho tôi! Tôi tự tử chết! Cô đập đầu vào song sắt. Máu từ đầu chảy xuống hòa nước mắt.

... Nhờ các bạn tù theo dõi, trông chừng, cô giáo không tự tử chết được, chỉ trở nên người mất trí. Trong cơn điên, cô hát lại những câu hát thời thơ ấu, lúc con còn sống, cô thường hát để thay lời ru.... *Ai yêu Bác Hồ Chí Minh hơn các em nhi đồng. Bác chúng em dáng cao cao, người thanh thanh.... Mong Bác sống muôn đời để dìu dắt nhi đồng thành người....* Cô vừa hát, vừa ngâm thơ, vừa múa đẹp, thường kết thúc trò vui với lời gào khản... ới con ơi... ới con ơi!!

Một sáng đầu tháng mười, ông y sĩ trại vào dẫn cô đi. Cô giáo được đưa tới một trại giam người điên bên Châu Quỳ, Gia Lâm. Các bạn tù thì thầm *Nó được Bác Hồ phù hộ đấy. Bác thiêng lắm, hôm Bác mất, giời mưa khóc bác...* Thì con điên ấy chẳng thường ngâm, *"Người tuôn nước mắt, Trời tuôn mưa"* đấy con ơi là con!

Đến đây, hẳn bạn đọc có thể nại đến một thắc mắc để có được cớ an ủi: Những người tù vừa kể trên thuộc về những thành phần đại chúng, thấp cổ, bé miệng, không ai biết đến, và hệ thống nhà tù đẩy họ vào chung một hoàn cảnh khốn cùng mà thôi.

Không phải như vậy, Nguyễn Chí Thiện sau một hành trình từ bốn giờ sáng, suốt 18 tiếng đồng hồ bằng tất cả những phương tiện, ca nô, xe tải, xe lửa.

Chen chúc nhau trong một toa đen bịt kín, nhầy nhụa phân lợn, phân người mười một giờ đêm đến trại Phong Quang, sát biên giới Việt- Hoa, cách nơi khởi hành chỉ hơn 100 cây số, khoảng 60 dặm anh.

Sáng hôm sau, Nguyễn Chí Thiện đến bệnh xá tìm gặp một người. Một người trung niên, mặc áo bông, đứng trước cây ớt chỉ thiên, đầu ngẩn lên nhìn trời, nét mặt xám nhợt, bất động.

Phùng Cung, cây bút trẻ tuổi mạnh mẽ nhất của nhóm Nhân Văn, Giai Phẩm, từ thập niên 50 đã nhận chân ra được phần *"tài năng"* của đám bồi bút đảng, những Xuân Diệu , Huy Cận, Chế Lan Viên... qua bài viết *"Con ngựa già của Chúa Trịnh"*. Và vì những giòng chữ viết trong chuyện ngắn nầy, người viết văn trung trực đã phải nhận ngay trừng phạt với mười năm tù không tuyên án tính đến năm 1970 (và tiếp theo sau một thập niên nữa), nghĩa là ngay sau khi nghị quyết tập trung kể trên kia được thi hành.

Phùng Cung không được chết, dù phải bị bệnh lao, chuyển về đội đan lát, (một đơn vị của trại tù có biệt danh *"mầm non nghĩa địa"* - gồm những người sắp chết), anh phải sống sót, ra tù để chịu đựng sự đe dọa thường trực *"suốt chục năm, sau ngày ra tù, (kể cả sau khi Liên sô sụp đổ 1990), công an thường xuyên tới nhà, lục soát, gọi lên đồn, đe dọa, khủng bố tinh thần. Có lần không biết ai tố cáo, anh phải nộp 50 bài thơ chép tay; may chỉ là thơ tả cảnh, không đụng gì tới chế độ."*

Bên cạnh sự khủng bố của công an, còn có tiếp sức của cái đói, *"cái đói bám vào thắt lưng mà đánh"*. Phùng Cung tôn kính hạt gạo vô cùng, ông nói thành lời: *"Tôi rạp đầu. Bạc tóc rạp đầu. Lạy hạt gạo thiêng!"*

Vợ chồng ông phải sống trong cảnh: Trệu trạo trái sung. Ruột tím cơ hàn. Và trong lòng là nỗi sợ hãi nơm nớp: Mắt trước, mắt sau. Kinh hoàng di lụy. Quỳ gối, chống tay, vẫn còn sợ ngã!

Có điều nào lầm lỗi trong những chữ nghĩa xót xa nầy, một đời người toàn diện hiến dâng cho độc lập, tự do dân tộc, ngợi ca, gìn giữ phẩm giá con người, từ những năm còn độ tuổi thiếu niên....

Vùng châu thổ Lưỡng Hà vang tiếng gáy

Lớp lớp thương vong bằng an ngồi dậy

Dưới sao Mai ưu ái trong lành

...

Khắp nẻo Nam, Bắc bán cầu

Chim hót Thánh Thi

Cuối cùng, chế độ quyết định kết thúc đời người tại những tình huống tận sống trong cảnh chết qua bi kịch khốc liệt như sau:

"Người thanh niên 31 tuổi, vốn là bộ đội giải ngũ vì thương trận, anh can tội đánh cắp kho thuốc tây phố Đinh Liệt, quận Hoàn Kiếm. Chẳng phải số lượng thuốc bị mất cắp quá lớn để có thể gây thiệt hại đến nền y tế quốc gia, nhưng bởi đấy là kho thuốc của trung ương đảng nên anh bị kêu án tử hình. Án xử đã được định sẵn với công tố Đỗ Xuân Sảng vì trung ương đảng muốn cảnh cáo cho dân chúng biết - Đánh cắp của ai cũng có thể châm chước (bằng chứng những vụ tham nhũng, làm hư hại, gây lỗ các xí nghiệp, nhân hàng lên đến hàng chục tỷ đồng cũng chỉ bị "cảnh cáo nội bộ"), nhưng đánh cắp của đảng (của đảng viên tung ương đảng) thì chỉ có tội chết mới xứng đáng - bởi đấy là biểu hiệu nhất quán về phản động chính trị - Coi nhẹ pháp chế của đảng. Xúc phạm lãnh tụ".

Cô gái cũng có trường hợp tương tự, vì uất ức tên trưởng khu phố đã lợi dụng chức vụ (dù chỉ là chức *"trưởng khu phố"*) để đòi cô cho hắn ta thỏa mãn (như cách tổng, lý, xã trưởng của đầu thế kỷ khi còn chế độ quân chủ, phong kiến), còn bứt bách mẹ cô vốn là một cô giáo.

Quá phẫn uất, cô gái dùng xăng đốt nhà gã nầy cho đến chết. Cô bị kết án tử hình lúc 19 tuổi. Hai người đối diện nhau qua dãy hành lang của khu khám tử hình và sống cùng nhau trong những giờ phút cận kề, chạm mặt cái chết:

- Hai đứa bị tử hình mà không thương nhau thời thương ai? Thấy mặt anh ngây ra, em buồn cười quá. Chắc chúng mình có duyên nợ nhau từ kiếp trước. Năm nay em mười chín tuổi, ở ngoài , em chưa yêu ai đâu!

- Em mười chín tuổi, chỉ mới trăng tròn lẻ bốn tuổi, chưa mảnh tình vắt vai, tuổi mới bước vào đời mà phải bước ra. Tiếc thật, giá anh có thể chết thay cho em thì tốt biết bao... Mấy đêm trước, anh mơ thấy thầy mẹ anh. Hai *"cụ vía"* vui lắm, nói là sắp được đón anh. Kiếp sau hai đứa mình sẽ chung sống nhé!

- Đợi kiếp sau lâu lắm, em không đợi được đâu, sau khi chết hai linh hồn chúng mình phải gặp nhau cơ. Chúng mình nên chọn nơi thật thơ mộng như bên Hồ Tây, trên đường Thanh Niên ấy,

- Ý kiến hay quá, nhưng theo anh, chúng mình hẹn gặp nhau trên đê sông Hồng, chỗ Đồn Thủy đi thẳng ra....

- Này, nếu ở thế giới bên kia mà anh phụ em, em sẽ *"hỏa thiêu"* luôn cả linh hồn anh.

- Trời đã thương anh, ban em cho anh, anh mà

phụ em, trời cho sét nổ trên đầu, đánh chết tươi anh ngay. Em ơi, anh muốn sang bên buồng em quá. Nghĩ tới được ôm ấp em, vuốt ve em, anh run cả người lên đây nầy,

- Em cũng muốn lắm, mồ hôi em cũng lấm tấm trên trán đây,

Gã tù hạ thấp giọng, nói nhỏ:

- Em đã thông cảm thì anh mạnh dạn nói. Đêm qua, anh nghĩ sẽ đề nghị với em là chúng mình sẽ thành vợ chồng, nhưng chuyện động phòng là không thể được rồi, anh chỉ muốn chúng mình ngắm thân thể của nhau!! Đến giờ vệ sinh, anh sẽ đứng lên cùm nhìn sang buồng em. Đến lượt em cũng thế, nhớ cởi hết ra đấy!!

- Nếu có cơ hội, anh mở lỗ cửa gió buồng em như hôm nọ, em sẽ để môi ra cho anh hôn...

- Sáng kiến hay quá, ờ.... mà không phải hôn. Anh sẽ uống linh hồn em!

Nhiều tiếng giầy thình thịch đi vào sân. Rồi tiếng mở khóa loảng xoảng. Gã tử tù ngưng nói, xong hốt hoảng: Có lẽ anh *"đi"* đấy. Giọng cô gái hồi hộp: Có thể là em!

Tên quản giáo mở cửa buồng gã tử tù. Hai vũ trang xông vào quát: *"Ngồi im không được cử động."* Chúng bẻ tay gã tử tù ra sau lưng, dùng còng số 8 khóa lại. Gã tử tù nói to: *"Anh đi trước anh đợi em ở bờ sông Hồng!"* Cô gái đập cửa buồng gào lên: *"Xin các ông đưa tôi đi bắn cùng anh ấy! Xin các ông!"*

Gã tử tù bị đẩy ra hành lang, hướng về buồng cô gái: *"Tạm biệt em, đừng cầu xin gì chúng nó cả. Chắc chắn chúng mình sẽ gặp nhau."* Cô gái nức nở: *"Anh ơi, Em thương anh quá. Em muốn đi với anh, chúng mình gặp nhau ở bờ sông Hồng.... Em sẽ tới đó."*

Ra tới sân, gã ngoái cổ lại kêu lớn: *"Đừng buồn, chúng mình gặp nhau trên bờ sông Hồng... ở bờ sông Hồng nghe em... Sông Hồng... sông Hồng em ơi..."*

Bốn- Lời kết:

Thưa anh, Người Bạn Nguyễn Chí Thiện, chữ, nghĩa tự thân không phải là điều to lớn.

Chúng chỉ là những ký hiệu, nhưng qua bàn tay, từ chiếc đầu nung lửa khổ đau, anh chúng biến thành sức mạnh. **Chữ của anh là Phán Xét Chung Cuộc chính xác. Chữ của anh Tiếng Lời Tiên Tri.** Bởi, giữa vũng lầy lừa dối của Miền Bắc, siết chặt cùm xiềng, anh đã hằng khẳng quyết: Ta vững tin đất trời kia chẳng phụ.

Công đức vun bồi nuôi dưỡng thân ta.

Trong đêm cùng vùng nhiệt đới bao la. T

rái lửa của ta sẽ bùng lên vạn ánh.

Và có ai chia cùng chúng tôi, những người ở Miền Nam nơi buổi mai sáng đất nước vỡ toang để chìm dần xuống đáy huyệt của sự chết toàn diện nếu không muốn nói một mình anh. Chỉ mỗi mình anh với tiếng gào thống hận khôn nguôi.... *Khi Mỹ chạy bỏ Miền Nam cho Cộng Sản....* Vâng, chung thủy chỉ mỗi mình anh - Người dụng Thơ Nguyễn Chí Thiện.

Viết lại, nhân ngày ra đi của Nguyễn Chí Thiện

California, 2 tháng 10, 2012

Phan Nhật Nam

Hai Người Lính...
sau Một Lần

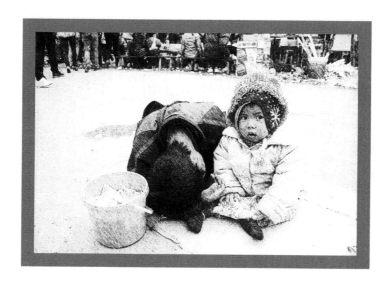

Sau 30 tháng 4 năm 1975, trong các tài liệu "*học tập*" phổ biến khắp cùng miền Nam, người cộng sản Hà nội thường dùng đến những cụm từ *"chế độ Mỹ-Diệm... Thiệu-Kỳ..."*, khi nói đến chính phủ VNCH với những tính chất như *"Lê máy chém khắp nơi... Tàn bạo đến nỗi trời không dung đất không tha.. Dùng trúc Nam sơn, chấm mực biển Đông cũng không thể nào viết hết tội ác,v.v...".* Và trong màn lăng nhục có hệ thống đó, người lính VNCH tất nhiên được *"mô tả"* (bởi một hệ thống văn nô rất *"chất lượng"*, cho dù người viết thuộc thế hệ những nhà văn *"phản kháng có ý thức đổi mới"*) qua hình ảnh một *"thằng lính ngụy"* chuyên nghề *"ăn gan, uống máu..."* gọi cố vấn Mỹ bằng *"ngài"*... và hiếp dâm hằng chục, hằng trăm người trong một đợt hành quân.

Mười chín năm sau, trung tâm *"trưng bày tội ác Mỹ - Ngụy"* ở đường Trần Quý Cáp (tức là đường Võ văn Tần bây giờ... Một thằng cha ở đâu nghe lạ quơ lạ hoắc, nguyên nhân gây nên chuyện lạc đường cho chính dân Sài gòn hôm nay...) vẫn mở cửa để làm chứng tích của một thời sự ác tràn ngập miền nam. Và những người lính VNCH vẫn bị lăng nhục, nguyền rủa bất công đáng uất hận, phẫn nộ. Một kẻ thù luôn cần phải có trong hệ thống truyền thông mạ lỵ của người cộng sản. Cho dù kẻ thù ấy đã không còn, tiêu vong, vắng mặt.

Người cộng sản cũng luôn cần thấy người và mùi máu, như bài hát họ đã từng tấu tụng, hằng ngợi ca. Và ở đây, nơi đất Mỹ hình như vẫn không có gì thay đổi. Người cộng sản Việt Nam vẫn đang là một đề tài được khai thác với nhiều ngộ nhận *"ưu đãi"*... cho dù đã 19 năm, đã bao lần, đã bao người...Với Polpot ở Campuchia, Céaucesscu của Roumania, Kim Nhật Thành Bắc Hàn, Stalin Liên sô... Và người mà bác sĩ Lý mô tả *"không chịu đánh răng, không bao giờ tắm, chuyên môn "đổ bệnh" cho gái quê là ai của "Đông Phương, nơi mặt trời màu Đỏ không hề lặn "*... Và người ra lệnh *"cho phép"* trẻ con bám bè vượt biển trong bão tố vào đất Mỹ của tháng 9, 10 vừa qua và đang xẩy ra. Là ai, là những ai?!

Sự kiện nầy khiến chúng ta nên đặt ra câu hỏi. Không lẽ hôm nay trên thế giới vẫn còn rơi rớt một thứ cộng sản đẹp đẽ nào đó mà chỉ vì do *"chưa tốt trong quản lý kinh tế "* nên đã có những hiện *"tiêu cực"*. Nói theo kiểu cách của người cộng sản Việt Nam. Cách nói đã được rất nhiều người tin, sống và chết cùng. Sống và chết với những ngôn ngữ không sinh khí như thây ma của kẻ vô thừa nhận đã khô rã từ lâu. Câu chuyện sau minh chứng những lời trên. Sự việc nhỏ nhoi, im lặng, xẩy ra trong bóng tối, ở vùng quê giữa hai người lính. Lẽ tất nhiên ở Việt Nam. Vì chỉ ở đấy mới có được những chuyện tầm thường, tội nghiệp nầy.

Anh luôn ý thức được điều, mình là người Khổ Đau. Sự khổ đau có thật, từ một tình cảnh cụ thể, hiểm nghèo. Luôn chuẩn bị để đi tù, bị nhốt vào phòng tối và tồi tệ hơn, sắp đem đi... bắn. Tình cảnh đáng sợ hãi nầy không do anh gây nên, nó xẩy ra cùng một lần với việc sụp đổ miền Nam, khi những người lính được lệnh ném khẩu súng xuống đất, vất bỏ bộ máy cò, cởi tấm áo, chiếc quần, đôi giày... Anh làm những động tác nầy trước mắt lính anh, ngay tầm nhìn của những người dân thất thần lơ láo.

Anh tự lột truồng dưới ánh mặt trời, giữa đám đông không ngại ngùng, không bối rối, xấu hổ. Anh coi mình như đã chết từ lâu. Nhưng bởi chưa chết được với thân xác cụ thể nên anh phải sống với tâm thức đợi chờ điều đau đớn cuối cùng kia. Anh sống như là một Khổ Đau. Đây là một thực tế *"không thể phủ nhận, đảo ngược được"* nói theo kiểu của cán bộ chính trị, những tay văn công, kẻ *"hộ lý và trợ lý"* viết bài cho *"các anh lớn"*, đám báo chí, văn nghệ sĩ miền bắc lẫn dân miền nam nếu muốn đuọc tiếng có *"Tiến bộ - Tiến bộ cách mạng."*

Hóa ra anh đã sống cùng người cộng sản đến

mười tám năm nên nhiễm phải thói quen, chữ nghĩa của họ lúc nào không hay. Mười tám năm để chờ một điều không có gì phấn khởi. Bằng khoảng thời gian từ lúc sinh ra đời đến ngày đi lính, cách đây ba mươi ba năm. Mười tám năm. Kinh thật!!.

Anh nghĩ lang bang như trên khi đứng ở ngã tư Cách Mạng 1 tháng 11 - Trương Tấn Bửu (bây giờ chính quyền cộng sản đổi tên thành Nguyễn văn Trỗi và Trần Huy Liệu). *"Cách mạng"* thành Nguyễn Văn Trỗi thì cũng thế thôi, chẳng ai giành với ai. Cái gọi là *"cách mạng"* từ Đông sang Tây, thượng cổ đến hiện đại, nhiều người đã dùng qua. Anh chàng giác đấu Spartacus (thế kỷ thứ 8 sau công nguyên) đến ông rậm râu Ché Guévara của thời đại chúng ta. Chỉ khác nhau chi tiết, mấy ông làm cách mạng khúc sau nầy (thế kỷ 19, 20) hay để râu. Karl Marx, Lenin, Hồ Chí Minh... để nhiều râu; Tôn Văn ít râu, Gandhi không có râu...

Từ đó có thể rút ra kết luận đầu tiên - Càng có nhiều râu càng có nhiều *"tính cách mạng"* và... càng lắm râu càng... ác! Nhận định nầy có vẻ chủ quan và phù phiếm. Vì Hitler chỉ chút ít râu mà cũng đã ra gì với sáu triệu người Do Thái bị đẩy vào lò hơi ngạc và Staline với mỗi bộ râu mép cũng làm tới hai mươi triệu mạng dân Nga. Và *"bác ta"* tuy có râu trên dưới, mang thêm cả dép râu mà nào có giết ai đâu...

Tập trung cả ngàn người bị chôn sống ở Huế đầu xuân Mậu Thân 1968, bị pháo kích chết chỉ riêng một ngày 29 tháng 4, 1972 trên chín cây số đường nam Hải Lăng, Quảng Trị... Người chết nơi sông Ba, đoạn Phú Bổn-Tuy Hòa, trên bến tàu Đà Nẵng, cầu đá Nha Trang. Và trăm ngàn, triệu người vượt biển, hiện đang bị đày ải nơi dẫy trại cấm Hồng Kông, Mã Lai, Phi-Luật-Tân, hoặc đã tan thân trong sóng nước.

Hỏi vì sao đã chết. Vì đâu nên nỗi đau thương. Không một ai có thể trả lời. Không tìm ra kẻ gây nên tai họa. Những người chết không được định nghĩa. Những cái chết không thủ phạm! Làm gì có kẻ giết người nào trên một đất nước có con người kiệt liệt, tên gọi Hồ Chí Minh, người được cơ quan UNESCO làm lễ tuyên dương một trăm năm bởi đã hoàn tất sự nghiệp *"bảo vệ con người"*. Ngôn ngữ đến đây mang tính cách miệt thị đến độ vô luân và tàn nhẫn nhất với những ý nghĩa lạm dụng nhơ nhuốc tận cùng. *"Cách Mạng"* - Chữ đáng bị nguyền rủa nhất.

Khi đứng nhìn chú nhỏ lồng ruột vào lốp xe honda, anh có ý nghĩ... Ngoài việc gánh chịu tai ương, chiến tranh, những hoàn cảnh khắc nghiệt một cách thản nhiên, người Việt luôn biết khai triển, biến đổi các tình huống khó khăn nhất thành hữu dụng. Riết đâm quen, họ xoay xở những điều xấu xa, độc ác nên nguồn lợi ích.

Bao ni-lông ướt nhẹp nước cống lầy nhầy chất dơ, thứ phế phẩm rác rưới bẩn thỉu ghê tởm kia có thể gây buồn nôn cho bất kỳ người tây phương nào đã là một phẩm vật gây ẩu đả có thể đi đến giết nhau giữa hai con người đói khổ. Cũng như chiếc ruột xe honda bị rải đinh đâm thủng nầy đã là nguồn sinh kế cho một người, nuôi được cả gia đình. Biết đâu (với một tỷ lệ hiện thực rất cao), chú nhỏ vá ruột xe nầy trở thành một giáo sư có học vị tiến sĩ, phó tiến sĩ hoặc kỹ sư công nghệ. Bởi đã có người, rất nhiều người làm một công việc đại loại như cho hạt cải giống vào bầu... (miếng lá chuối quấn tròn đựng cục đất màu) sau một *"quá trình công tác"* trở thành *"kỹ sư nông nghiệp"*.

Người hướng dẫn tiến trình huấn luyện nầy cũng

được đào tạo theo phương thức quy chế tương tự. Nói tóm lại, mấy chục triệu người Việt Nam đã đồng *"thực hiện và thực hiện tốt, có hiệu quả và đạt năng suất cao khẩu hiệu. Tranh thủ mọi điều kiện; Tận dụng mọi phương tiện; Khắc phục mọi khó khăn; Huy động mọi khả năng..."*.

Tất cả cụm từ nầy phải được xử dụng đủ một lần... để được gọi là *"đáp ứng được mục đích yêu cầu khi phát biểu"*; Không phải do ý riêng của người viết. Khẩu hiệu có tính cách chỉ đạo chiến lược và chỉ huy chiến thuật phát xuất từ ban tuyên huấn trung ương *"đảng ta"*. Khẩu hiệu nầy có thể áp dụng cho tất cả mọi tình huống, bao gồm nhiều lãnh vực, trong tất cả các thể loại công tác chỉ cần thêm vào đằng sau những câu, mệnh đề phụ. Ví dụ như *"Để tiến tới thâu đoạt một vụ mùa thắng lợi"* hoặc, *"Để thực hiện tốt chính sách sinh đẻ có kế hoạch"*, v.v...

Cũng có thể trương lên nơi một công trường khi cần thiết *"Để hoàn thành vượt mức chỉ tiêu tiến độ thi công tuyến đường 304"*... Tức là đoạn đường xẻ qua ngọn đồi nhân kỷ niệm ngày chiến thắng 30 tháng Tư. Hai trăm con người cuốc, đào, cào, xới một đỉnh núi với tay trần, cuốc, xẻng, xà beng liên tục từ sáu giờ sáng đến chiều tối theo âm động thúc dục của hai cái trống, dãy cờ đỏ và tấm biểu ngữ viết khẩu hiệu trên.

Con người không chỉ sống bằng bánh mì. Người có thể sống với khẩu hiệu và tiếng trống. Và cũng có thể chết rất yên ổn với một vài từ ngữ được học thuộc lòng, nói đi nói lại. Như con chó trong thí nghiệm Palov dễ dàng chảy nước giãi khi nghe tiếng chuông gióng dã thay thế miếng thịt tưởng tượng. Người cộng sản Việt Nam quả thật đã thành công, rất thành công trong vận động chữ, nghĩa. Những ngôn ngữ vô tính dưới tay họ thoắt trở nên sống động, dậy mùi máu và hơi tử thi. Thành quả thâu đoạt tiếp liền sau *"quá trình"* xử dụng xác chết như vừa nói trên...

Đám thực khách đang cao độ nhậu, chú nhỏ vá lốp xe, hai người đàn bà giành giựt cái bao ni-lông nơi rãnh cống trước quán ăn, kể cả thằng người cụt chân nằm trên tấm gỗ có bốn bánh xe lăn. Thằng người đưa mười ngón tay cùi lở bôi phẩm xanh đỏ lên trời, úp mặt xuống nhựa đường la lối, chửi rủa những lời vô nghĩa.

Đám đông qua đường lúc nhúc xe đạp, xe ba gác, xe xích-lô, xe honda và xe hơi mang bảng số xanh của nhà nước dồn ứ lại quanh thằng người gây nên cảnh nghẹt xe huyên náo, bụi mù sùng sục. Người cảnh sát - công an gác đường đang nhỏ to hỉ hả với một cô gái vừa bị thổi còi, kêu vào do một lỗi vi phạm giao thông nào đó. Lấy xe, trả tiền, đạp nổ máy... Anh nhập vào đám đông lúc nhúc kia.

Lòng cũng trắng nhợt một niềm bình yên.

Đi đâu đây... Thôi về vậy.

Khi anh qua cầu An Lộc, trời đã sụp tối. Cầu An Lộc tức là chiếc cầu bê-tông thay thế cầu sắt bắt qua kinh An Phú Đông, nối tiếp con đường từ xóm Mới lên vùng Hóc Môn, đổ ra xa lộ Đại Hàn, vòng đai Sài gòn ở mặt Bắc.

Nơi đây, suốt đoạn đường, trên từng khung sắt loang lổ của cây cầu nầy... Ngày ấy... khói bom, vết đạn xoáy sâu xuống mặt đất, miết hẳn lên lớp sơn đỏ, uốn cong lan can vài thành cầu, vòm sắt phía bờ trái ngập nửa thân xuống nước. Người lính bò khó khăn trì chậm dưới sức nặng của ba-lô, nón sắt, súng đạn.

Con người di chuyển như một con sâu. Chỉ khác, con sâu bò bình yên trong đất, giữa đám lá; người lính bò nguy nan trên khối sắt còn nóng hơi. Súng nổ từ đám ô rô, bên bờ rạch đối diện, đạn chạm thành cầu nghe coong coong... Người lính hơi nhỏm lên, nhô đầu nhìn quanh quất nháo nhác, ánh mắt thoáng vui mừng khi thấy đồng đội bò theo sau. Tia sáng vui mừng hé lên đồng thời bùng vỡ ánh sợ hãi... Chết tui rồi!! Anh ngã ùm xuống nước. Chìm mất. Máu đỏ loang rây rây màu nước xanh. Ba-lô kẹt vào chân cầu giữ xác anh không bị cuốn đi, chỉ chiếc nón nhựa bung ra khỏi lớp nón sắt trôi bập bềnh theo dề lục bình lấp lánh nắng đầu năm trên phiến lá.

Anh ra lệnh cho người thượng sĩ thường vụ kéo xác người lính vào bờ, cùng lúc khám phá thêm hai thây mới; thân áo bà ba căng cứng, rách tơi tả, lũ còng gió bám vào những lỗ thủng nhão loét, nửa người từ thắt lưng ngâm dưới nước, phần thân người trên kẹp giữa đám dừa nước, ô-rô. Nước xâm sấp xô đẩy vào ra, thây người chuyển động như động tác muốn bò lên bờ. Khi kéo xác người lính lên, người hạ sĩ quan nhìn anh, khẽ hất hàm về phía hai thây chết... *Thôi để nó nằm đấy, kéo lên làm gì.* Anh nói trống không.

Tôi sợ để đấy làm dơ hết nước, mà cũng thấy tội nghiệp.

Ừ, ông muốn làm gì thì làm.

Anh đột nhiên nôn khan khi nhìn xuống xác người lính. Thằng nầy hôm kia đi phép thăm bà già đâu trong Chợ lớn đây mà. Chiếc máy thâu thanh bọc vải dù mang trước ngực anh ta vỡ toang. Mặt người lính tái thâm đau đau. Anh cúi đầu bỏ đi. Có cảm giác mình cũng chết một phần.

Anh bước lên mặt đường, lớp đá bị đào xới tung

toé, lỗ chỗ. Trên dải đất đá điêu tàn rời rã những
xác chết không toàn thân. Con chó gục đầu cắn một
đoạn xương người chạy lẩn khuất giữa vườn dừa
cụt đầu cháy nám. Chẳng biết xương dân hay xương
lính, lính cộng sản hay lính cộng hòa vì chỉ là đoạn
xương chân, tay. Mùi thây chết ngây ngây theo cơn
gió càng đậm thêm trong sắc nắng thiêm thiếp đầu
năm. Một ngày đầu năm miền Nam năm 1968. Cũng
một năm Thân như năm nay. Hôm nay, anh đi từ cầu
An Lộc, cầu sắt An Phú đông lên ngã tư Đại Hàn mất
năm phút honda. Ngày năm ấy, mất năm ngày. Có
thể lâu hơn. Thôi dẫu gì cũng hết chiến tranh, người
Việt mua hòa bình với giá quá đắt. Trong trị giá nầy
có máu của mỗi người.

Trên đoạn đường năm phút honda, anh sống với
nỗi đau hai mươi bốn năm trước. Chỉ khác, ngày xưa
anh có đồng đội, bạn hữu vây quanh chia sẻ, đấy
lại là dịp đầu năm nắng vàng tươi và trời gây gây
ấm. Đêm nay anh qua đoạn đường nầy một mình
và chiều cuối năm tháng mười một âm lịch. Trời se
lạnh, gió bạt mưa trái mùa ẩm ẩm rây rây.

Ba bóng người đứng nép vào nhau dưới mái
tranh chòi quán đóng cửa bên cạnh đường dốc lên
cầu Ba Thôn, cầu bắt qua con kinh nhỏ đầu xã Thạnh
Lộc, nơi đơn vị anh thiệt hại ba sĩ quan khi điều quân
vượt qua cầu tiến chiếm khu chợ. Cả ba đồng cấp đại
úy, có người thuộc khóa trước và người cùng khóa sĩ
quan với anh. Mỗi lần đi qua đây, anh luôn nhớ hình
ảnh hàm râu lởm chởm của Khiêm, cầm người bị nạn
nghếch nghếch khi thở hắt hơi cuối cùng.

Cũng một năm Thân như ngày nầy

Bao lâu xong hết phần phiền muộn

Theo giòng bóng tối ta qua đây

Kẻ mất... Người sống tiếp cơn mộng.

Anh chỉ còn cách nghĩ đến những câu thơ rời rạc khi đi qua mối tử-sinh. Ba bóng người loáng thoáng ẩn hiện. Họ là ai? Khoảng đường nầy không người qua lại muộn. Người thôn quê vốn ngủ sớm, cũng là cách tiết kiệm đèn dầu. Anh quay xe, ghé sát mái hiên... *Anh chị và cháu đi đâu?* Cùng lúc nhận ra, gia đình gồm bốn chứ không phải ba, trên tay người đàn ông có một gói nhỏ, đứa bé còn trong tháng, hai chân lòi ra như chân chó con.

...Dạ chúng cháu lên ngã tư An Xương. Giọng người Bắc vùng quê, tội nghiệp, than vãn chịu đựng.

- Ngã tư An Sương xa lắm, cách đây đến hơn mười cây số...

- Vâng, chúng cháu biết. Người đàn ông nhướng cặp mắt mờ đục về phía anh chứng tỏ tính chắc chắn của lời nói, chấp nhận hoàn cảnh.

... Làm gì được cho gia đình nầy? Hai vợ chồng còn trẻ, đứa con gái nhỏ dắt tay và đứa bé nằm trong đống tã. Thôi nhé, tôi biếu anh và cô chút tiền đi đường, ở lại đây đi, mai đi tiếp, đường còn xa lắm.

Cho tay vào túi quần lấy hết tiền lẻ. Đưa rất lẹ và phóng xe đi. Anh không muốn nghĩ gì và nghĩ thêm gì đây. Những người chết trên đoạn đường nầy, xuôi giòng kênh rạch, nơi lường cầu và người sống kia... Ai nhọc nhằn hơn ai?! Người chết quả thực thua thiệt, nhưng người sống có được gì.

Anh ngừng xe giữa cầu sắt Lái thiêu, cầu bắt ngang sông Sài gòn, nối Gia-định, Bình-dương. Sông dâng khói lớp lớp, mờ khúc quanh chảy về hướng Bình triệu. Ông già ăn xin quen mặt vẫn còn ngồi dựa thành cầu.

- Khổ quá ông ơi... Giờ nầy sao còn ngồi đây, leo lên tôi chở về trong chợ, xin ai được nữa...

Ông già hếch mặt cười cười... Nụ cười trẻ nhỏ vô tư, tốt bụng... Khổ gì ông ơi... A Di Đà Phật, đời ông với tui đâu đã khổ, ông dzề đi... Mặc tui...!!

- Thôi cũng được, nếu ông không muốn, hôm nay tôi cũng hết trơn tiền lẻ rồi, cho người ta dưới Thạnh Lộc hết trọi. Anh mệt nhọc, giận dỗi bâng quơ. Cảm giác có lỗi và vô ích.

- Không sao, hôm nào có thì cho. Ông lão gõ gõ chiếc lon lên sàn cầu, nhìn xuống giòng sông, ư câu vè, câu hát lẫn lộn.

- Chào ông, tui về.

Ông già bắt chéo chân, ngồi bình yên... Ừ... Mắt vẫn không rời mặt nước thấp thoáng dưới xa qua màn mưa, chập chờn ánh lửa từ lò gốm bên bờ hắt tàn đỏ.

Khi qua lồng chợ Lái Thiêu trời đổ mưa nặng hạt, anh ghé vào một hàng hiên. Đám đông người không rõ mặt, đứng chen chúc, tiếng ngắn hỗn độn càu nhàu, thở than... Chiếc loa ở nóc trạm thông tin đang loan báo về những thành quả thâu hoạch, sản xuất, tin tức chính trị... *"nhờ đồng chí bí thư tỉnh ủy tỉnh Sông Bé cùng các cấp ủy đã xuống làm việc tận cơ sở và chỉ đạo sâu, sát nên nhà máy đã sản xuất được những mặt hàng tốt, chất lượng cao, hoàn tất kế hoạch năm 1992 trước thời hạn, đạt và vượt chỉ tiêu do lãnh đạo đề xuất. Công chúa Thái Lan đã đến thành phố Hồ chí Minh, phái đoàn thành ủy, ủy ban nhân dân thành phố, mặt trận tổ quốc, hội liên hiệp phụ nữ, hội đoàn kết Thái-Việt. Các em bé thành phố đã dâng lên công chúa những bông hoa tươi thắm...".*

Anh nghĩ đến đoạn đường còn lại, ngõ nhỏ dưới lùm tre, lò bếp, ánh đèn dầu vàng đục và căn nhà kín cửa im lặng. Yên lặng đến mức nghe được chân hương cháy đỏ rũ tàn trên bàn thờ ảnh mẹ. Anh hằng nghe âm động im lặng đó, tiếng đêm chuyển dịch và trầm trầm sông trôi nơi xa... A Di Đà Phật...!! Đời tôi với ông đâu đã khổ... Thật đấy chứ nhỉ, đời ông lão ăn xin đâu đã khổ. Một thân, một mình, lát nữa về lồng chợ, chỗ ngủ quen thuộc, xị rượu lãng quên. Và anh, cũng không có gì để gọi là khổ; sung sướng nữa là đằng khác.

Lo gì? Tính gì? Trí não trống không thênh thang, không nhu cầu, không hệ lụy; dẫu là căn nhà tranh cũng kín đáo, ấm áp bội phần so với một sạp chợ bẩn thỉu, nơi ông lão ngủ nhờ và chắc chắn quá đỗi lớn lao đối với mái hiên của gia đình nặng con nhỏ trú đỗ trên đường xa... Hai đứa nhỏ quá... Trời ơi! Anh lấy áo khoác ni-lông trong túi xách ra. Mấy ngàn đồng lẻ vừa rồi thay đổi được gì đâu. Anh quay đầu xe trở lại, hướng cầu sắt. Chái hiên nơi chân cầu Ba Thôn trống vắng. Anh đi thêm vài phút, dưới luồng sáng đèn xe, những hình người chạy lúp xúp, con trẻ bước theo bố mẹ ngã nghiêng...

Đứa bé gục xuống ngay trên tay lái xe honda, người đàn ông (đúng ra đang ở tuổi thanh niên, chỉ do khốn khổ hóa nên tơi tả, khờ khạo) vòng tay ôm chặt người anh, gói tay nải lên giữa bụng.

- Ông cho cháu giữ thế nầy nhá, cháu bị mù. Giọng nói còn trẻ, chân thật, vùng quê xứ Bắc.

- Anh ở đâu, người Bắc sao đến nơi nầy?

- Vâng cháu là người ngoài ý, cháu, ý... là bộ đội!!

- Bộ đội sao đến nỗi thế, ở đâu đến đây?

- Vâng... nhà cháu đi từ Lộc Ninh xuống.

- Gì... từ đâu..??

- Dạ... Lộc-ninh, vùng kinh tế mới ở trên ý...

Lộc Ninh, An Lộc, cầu Cần Lê, Xa Cam,... Chơn Thành, Bến Cát, Bình Dương... Đoàn người gánh con chạy giặc năm 1972,.. chạy *"hòa bình"* 1973... Và cuối cùng chạy *"giải phóng"* tháng Ba, Tư năm 1975. Người Thượng, người Kinh, người vào Nam cạo mủ cao su trước 1945, người di cư 1954... Đoạn đường trăm cây số nầy người Việt Nam sao chạy hoài không hết. Không bao hết những người bế con, cõng cha mẹ già đi dọc theo những dặm trường thống khổ quê hương...

- Bé! Bé!... Dậy đi con, dậy để ông dễ lái.

Người cha lay đứa con nhưng vô hiệu. Nhà cháu đi từ hôm kìa, ngày nghỉ đêm đi. Cháu bế con, mẹ cháu dẫn đường, dắt cháu bé nầy; tội nghiệp cháu mới tám tuổi, phải đi hai ngày đường, vừa đi vừa ngủ gật... Không tiền đi xe, đi đến đâu xin ăn đến đó.

- Bộ đội, sao anh phải đến tình cảnh nầy? Anh bỏ dở câu hỏi, vì chợt nhận ra đang nói đến một điều thừa.

- Cháu bị mù ngày giải phóng Đà Nẵng, khi vào đánh chiếm chỉ huy sở quân ngụy.

- Còn ai ở đấy để anh đánh đến đỗi bị thương mù mắt?

- Chẳng ai làm cháu gì hết... Bọn ngụy chạy tất... chỉ do cháu tự gây ra mà thôi... Ấy là nhân bắn quả B40 vào cụm máy, máy nó phát nổ và cháy ra cái khói sáng gì đấy... Mắt cháu nhiễm phải nên bị mù ngay... y sĩ ngụy cũng không chữa được

- Bác sĩ nào của ngụy?

- Thì quân giải phóng bắt được tại đấy, chúng nó có bao nhiêu là thuốc, phòng mổ rét đến khiếp... Cái số cháu quả không may... Thế nên rốt cuộc phải mù!

- Anh mù thế mà không được trợ cấp gì sao?

- Có ạ, trên cho cháu nằm viện, xong chuyển ra trại an dưỡng... Cháu gặp mẹ cháu tại đấy. Sau nầy lãnh đạo điều gia đình cháu đi Lộc Ninh... Từ năm 1982, mười năm rồi đấy.

- Lên Lộc Ninh làm gì?

- Dạ, làm kinh tế... vùng kinh tế mới quy hoạch trồng tuyền cao su.

- Anh mù thì làm gì được...

- Mẹ cháu đấy chứ, cháu chỉ ở nhà nom các con. Đến khổ, phải để cho hai đứa lớn vào rừng kiếm củi, chúng đạp phải mìn, mìn bọn ngụy để lại đấy mà... Giọng anh nghẹn lại.

- Còn hai đứa bé nầy mắc phải sốt rét, cháu sợ mất con nên bỏ về đây. Con bé nó đang sốt đấy ạ.

Giọng kể bình thản trở lại, hình như có phần hân hoan vì tìm được nguyên cớ chính xác làm chết hai đứa con lớn (nghĩa là không thuộc phần trách nhiệm của anh), và đã quyết định đúng đắn để bảo vệ hai đứa còn lại. Nỗi sung sướng của người thoát cảnh chết, rất bằng lòng cùng phần cơ thể bị mất đi.

Khi xuống cây xăng ở ngã tư An Xương, người lính tỏ vẻ ngần ngại. Anh hiểu ý.

- Đừng lo, tôi đã hứa... thế nào tôi cũng làm. Đợi một lát cho mát máy, tôi vòng lui chở vợ anh, từ đó lên đây một giờ, một vòng mất hai tiếng. Anh đừng sốt ruột.

- Không, nhà cháu không có ý ấy, chỉ thấy ông quá

vất vả vì chúng cháu. Cháu không biết lấy gì đền đáp. Cháu muốn nói...

- Đừng thắc mắc, tôi không lấy tiền xe anh đâu, anh không nhớ lúc đầu đêm tôi có biếu tiền cho anh và cô mà.

- Ô... hay, thế ông là người cho chúng cháu tiền khi đứng trú mưa đấy phỏng?!

- Tôi đấy, không những thế tôi còn cho nhiều hơn được nữa. Đợi tôi đưa vợ con anh đến hẳn tính.

- Ông nói thế, chứ chúng cháu không dám đòi hỏi gì thêm.

Người lính đến giờ nầy vẫn không tin sự việc đang xẩy ra, đừng nói điều lớn lao hơn. Và để thêm phần chắc chắn anh hạ giọng.

- Ông ạ... Cho cháu vô lễ nhá...

- Anh cứ nói...

- Ông là cán bộ công tác ở cơ quan nào đấy ạ...

Anh cười trong bóng tối.

- Không phải đâu...

Thật ra anh muốn có lời *"Tôi là người hứng trái B40 ngày anh vào 'giải phóng' Đà Nẵng. Anh mất đôi mắt và hai đứa con, nhưng tôi và nhiều người nữa mất hẳn cuộc đời. Mất hết cuộc đời."*

Anh lên xe sau tiếng cười nói lớn.

- Bố tôi cũng bộ đội như anh, nhưng ông ta chết rồi!

Anh nói điều thành thật.

Người đàn bà bế con đứng chờ anh trong bóng tối. Khác với người chồng bị mù, chị ta xoay trở vụng về với đứa con trên tay trong động tác leo lên ngồi sau yên xe.

- Chị sao thế, chuyền tay nải cho tôi, đặt cháu bé giữa tôi và chị, nhớ giữ cho kỹ. Té là khổ đấy.

- Dạ! Ông chạy chậm chậm cho con. Con bị hư tay, giọng người Quảng Nam buồn bã phiền phiền.

- Tay chị bị hư làm sao?

- Con... con là... *"dũng sĩ diệt Mỹ"*!!

- Chị có nói quá không đấy?

- Con thưa thật mà... Con còn có bằng tuyên dương *"Anh hùng lao động"* và *"Huân chương kháng chiến"* lát nữa con trình ông xem.

- Tôi xem làm gì!

Và để nhắc nhở chị ta khỏi ngủ, anh đi chậm. Nghe được và ráp nối nên câu chuyện sau.

... Năm 1965, người đàn bà ngồi sau lưng anh là một cô bé gái mười hai tuổi. Bé nhập vào đám người sống quanh các bãi rác, căn cứ Mỹ, Quảng Nam, Đà Nẵng - nơi lính Mỹ đổ bộ đầu tiên, bãi Nam Ô.

Từ Nam Ô, quân Mỹ mở rộng vòng đai phòng thủ chung quanh Đà Nẵng, chiếm đóng các cao độ trên dãy núi Tường Phước, những đầu mối giao thông dẫn vào thành phố, mặt Bắc phi trường. Bé hằng ngày hai tay hai chai coca đến gạ bán cho đám lính thiết giáp bảo vệ toán công binh làm cầu Cẩm Lệ, nhánh sông Thu Bồn chảy qua Đà Nẵng vòng dưới chân núi Non Nước.

Hai chai coca thỉnh thoảng mới được bán, nhưng hằng ngày bé trở về với nhiều gói kẹo, sô-cô-la bọc giấy bóng lắm màu sắc. Lính Mỹ vốn yêu trẻ con, cô bé lại có nét mặt thanh tú, mái tóc khô se che nửa mặt không làm cho bé mất nét linh động, tinh anh.

Đám lính thiết giáp, lính công binh dần quen thân với bé, họ đưa cô nhỏ lên ngồi trên khung pháo tháp chiến xa, cho vào ẩn trong các vòm kim loại (để sẵn làm cống) khi trời mưa gió. Họ gọi bé *"baby coke"*.

Thoạt đầu cô không hiểu sau dần quen. Bé cũng lần biết và gọi những tên nghe tức cười... Bốp, Dôn... hoặc nhiễu âm như *"Lồ... me lồ"*, v.v... Và bé cũng dần quen với những công việc không ai biết. Đổ cát vào nòng súng, nhét những gói ni-lông nhỏ đựng một thứ nước gì đấy vào những lỗ hổng của máy phát điện, máy cày, máy nổ, máy truyền tin...

Tất cả do mẹ dặn sau một thời gian *"điều nghiên"*. Điều nghiên, chữ của chú Sáu Cơ nói với mẹ nhiều lần. Sau thời gian *"điều nghiên"* và thực hiện đúng những lời căn dặn trên, bé được mẹ yêu thương, chiều chuộng hơn hẳn các em.

Cầu làm xong, đám lính công binh đi chỗ khác, lính thiết giáp ở lại, làm nhiệm vụ hằng ngày di chuyển theo con lộ, quanh căn cứ, có những người lính đi bộ dọc hai bên đường theo đoàn xe. Từ nhà thường nghe những tiếng nổ lớn, lính Mỹ bắn vu vơ, xe thiết giáp sùng sục chạy xuống ruộng và trực thăng bay lồng lộn bên bãi cát, trên đồng lúa. Bé biết tiếng nổ đó ở đâu và do ai. Bé có được mối hân hoan pha lẫn nặng lòng.

1968, cô bé đã là một thiếu nữ cứng cáp khôn lanh để không đi bán coca nữa, mà hành nghề rửa xe nơi bãi cát dưới chân cầu. Bé kiếm được những món tiền khá dễ dàng mà công việc cũng không lấy gì làm nặng nhọc. Mẹ còn cho phép bé lân la thân mật với những người lính trẻ. Những người lính tóc vàng, mở lớn đôi mắt xanh, thường nói với giọng đùa cợt... *"I love you baby..."*. Cô không hiểu nghĩa lời nói nhưng chắc đó là một ý vui, nên chỉ lắc đầu cười rạng rỡ. Bé cũng biểu lộ mối cảm tình với đám lính bằng cách rửa xe thật sạch, trả lại những đồng tiền quá giá biểu, nhưng cũng biết tránh né những đụng chạm lộ liễu với ánh mắt vụt trở nên nghiêm nghị, lách thân mau mắn khỏi những ngón, bàn tay suồng sã.

Do từ những tiếp xúc, nghe ngóng, dò hỏi, cô dần biết khoảng thời gian, số lượng xe, người di chuyển vào ra qua ngã cầu Cẩm lệ. Những tiếng nổ vì thế trở nên chính xác và hiệu quả hơn. Trên mặt cát dấu máu người rây rây kéo dài đến mấy ngày sau.

- Nhưng tất cả cũng tại vì con. Người đàn bà kết luận.

- Tại vì cô như thế nào? Anh chuyển xưng hô vì một nỗi e ngại mơ hồ, phần mệt nhọc bất chợt nên câu hỏi lạnh nhạt trống không.

- Do con ham quá!! Thấy các chú quá khen nên hôm đó thay vì chỉ chôn một trái, con cột thêm khối bê-ta, cái kíp nổ nó bị chạm, con bị toét bàn tay...

- Sau khi kíp mìn bị nổ, ai đưa cô đi cứu cấp?

- Mỹ... Mấy người Mỹ thường ra giữ đường, rửa xe. Họ kêu trực thăng xuống. Trực thăng đáp ngay lên chỗ chôn mìn. Mìn nổ, chiếc tàu bay bị bung lên... Người Mỹ bắn súng đại liên chết liền. Ông ta chết đè lên người cháu, nên cháu chỉ bị thương ở cánh tay. Tay cháu hư là vì lần nổ thứ hai nầy, bị phá lên thấu vai.

- Sau đó sao nữa?

- Con nằm nhà thương Mỹ, xong chuyển qua nhà tù của ngụy...

- Sao lại nhà thương Mỹ?

- Vì... vì.. họ không biết cháu chôn quả mìn và làm những chuyện trước đó. Ngày nào cũng có cô y tá Mỹ biết tiếng Việt Nam vào kể chuyện, cho bó bông, và nhiều đồ chơi, nhưng sau đó bên Việt Nam người ta biết... họ vào nhà thương lấy cháu đi.

- Người Mỹ không nói gì cô à...

- Lúc đầu, ở nhà thương người ta không cho cháu đi, nhưng sau đó cô y tá bảo vì cháu là *"vi-xi "* nên phải trả lại cho phía ngụy. Bọn lính Sài gòn đem nhốt cháu tuốt trong Biên Hòa. Trong nhà tù cháu được vào đoàn, sau đó kết nạp đảng do chi bộ nhà giam Tân Hiệp chủ trì. Các dì bảo cháu là một *"chị Ba Định"* hoặc *"dì Nguyễn Thị Riêng"* của đất Quảng anh hùng...

- Cô ở tù bao lâu. Anh ngán ngẩm, tưởng đang kéo khối nặng trì trợm một cách vô ích.

- Đâu khoảng hơn hai năm, năm 1973, bọn ngụy trả cháu về cho chính phủ lâm thời cộng hòa miền nam Việt Nam. Ngày giải phóng Đà Nẵng con vào tiếp thu, xong được bố trí công tác tại trại an dưỡng thương binh. Cháu gặp anh ấy ở đấy, trên kết hợp hôn nhân cho chúng cháu. Ban quản lý bệnh viện bảo chúng cháu là *"điển hình tiên tiến"* của tuổi trẻ thời đại Hồ Chí Minh.

Những chữ, cụm từ trơn tuột không vấp váp.

- Anh và cô chỉ được chừng ấy thôi sao...?! Anh nghe có nỗi hờn giận u uất, cho người và cả cho mình.

- Cháu được biểu dương, có *"huân chương kháng chiến"*, được danh hiệu *"dũng sĩ diệt Mỹ"*. Và giọng nói trở nên mạnh mẽ hào hứng...

- Năm 1981, cháu được cấp ủy Quảng Nam, Đà

Nàng đề xuất làm đại biểu tuổi trẻ đi dự đại hội liên hoan thế giới ở La-ha-ba-na, nếu đừng có những mảnh vụn vì trái mìn làm nám ở mặt và biết nhiều chữ, cháu sẽ đọc diễn văn ở đại hội chứ không phải chị Võ thị Thắng. Nhưng cháu được chụp hình chung với dì Ba Định và đồng chí "phi-đen-cát-ít-xì-tơ-rô". Giọng chất ngất hân hoan.

- Cái hình còn không? Anh hỏi nhạt nhẽo vì câu chuyện không thể chấm dứt chứ không do tò mò tìm biết.

- Còn chớ, và được sang ra làm nhiều tấm tọ bằng nửa cái cửa sổ treo ở Nhà Thanh niên, Trụ Sở Ủy Ban Nhân Dân tỉnh, Hội Liên Hiệp Phụ nữ, thành đoàn và cả Nhà Văn hóa thiếu nhi. Đó là tài sản chung của tập thể chứ không phải của riêng cháu. Các chú cấp cao nói như thế và cháu cũng phải chấp hành thôi.

- Thế cô đi Lộc Ninh từ bao giờ? Anh muốn kết thúc câu chuyện vì đã đến điểm không còn điều hân hoan... Cách chấm dứt mau lẹ một mối đau.

- Sau khi con đi Cu-ba về; các chú ở trên chấp hành nghị quyết của lãnh đạo, theo lời dạy của Bác Hồ "Đâu cần thanh niên có. Đâu khó có thanh niên". Lộc Ninh là vùng mới giải phóng lại bị càn nặng trong chiến tranh nên cần cán bộ khung làm cơ sở, nhất là để tuyên vận thanh niên.

Những từ ngữ quen thuộc tuôn ra mau chóng, người đàn bà đã quên mất cánh tay hư, người chồng tàn tật, hai đứa con bị đạp mìn, đứa bé trong cơn sốt rét, trăm cây số đường dài từ Lộc Ninh và một tương lai khởi đi từ ngã tư An Xương, một nơi đang đi đến.

Chín giờ đêm, anh đến ngã tư An Xương lần thứ hai. Người chồng và đứa con gái ngồi chờ ở mái hiên, anh ta giương tròng mắt trắng đục nhìn xuyên màn đêm dày ngóng vợ, con.

- Mẹ... mẹ.. Mẹ đến rồi bố ơi...!

Người thanh niên đứng vụt dậy. Anh khua gậy lên mặt nhựa đường...

- Mình... mình... Mẹ... mẹ... đâu?

Và khi giữ được vợ con trong tay, anh bật khóc.

- Bây giờ nhà cháu xin nói thật, nhà cháu xin lỗi ông, cháu tưởng ông không trở lại, ông đưa mẹ cháu đi luôn mà... mà... Cháu, mà cháu cũng... muốn thế!!... Mẹ con nó quá khổ... Cháu không đành!

Anh cười thảm hại.

- Tôi đưa vợ con anh đi luôn làm gì và đi đâu?! Tôi cũng không khá hơn tình cảnh của gia đình anh, còn tệ hơn nữa là đằng khác!

Thật ra anh cũng đã hiểu rõ ý nghĩ của người thanh niên từ chuyến đi đầu tiên. Không có tình thương trong cuộc sống của những con người nầy, nếu có cũng quá đỗi hiếm hoi.

Anh lấy trong túi xắc tất cả số tiền vợ chồng người bạn vừa đưa khi chiều để dùng vào dịp lễ giáng sinh và đầu năm dương lịch.

- Đây nhé, tôi chỉ có chừng nầy, anh và cô giữ cho cháu, ngày mai dùng đi đường, cháu nhỏ không còn sức đi thêm nữa. Nhưng anh và cô đến ngã tư An-sương nầy làm gì?

- Chúng cháu định đi Tây Ninh. Người vợ sau khi đã đầy đủ chồng con, lấy lại thế chủ động, mau mắn như sẵn có.

- Làm gì trên Tây Ninh?

- Chúng cháu đi... ăn xin.

Người thanh niên can thiệp. Đôi mắt mù cho anh mối tự tin không ngượng mặt.

- Đi ăn xin thì cần gì phải lên Tây Ninh, sao không về Sài gòn...

Anh cũng không chờ câu trả lời, phóng vụt đi. Điều phiền não trong lòng đã quá đỗi lớn lao. Hình như mắt cay cay.

Khi anh trở lại cầu sắt Lái Thiêu, trời đã qua khuya, mưa tạnh hẳn, trời cao, mây bàng bạc, trăng hạ tuần biêng biếc. Anh ngừng xe nơi ông lão hành khất ngồi ban chiều, nhìn xuống giòng nước sâu đen. Sóng cuốn trăng trôi theo dáng sông. Ánh lửa chài đêm chập chờn đầu sông, phía Bình Dương. Nhìn trái, phải, hai nhịp thành cầu im lặng ướt sương và cơn mưa vừa qua. Nghĩ được gì đây? Có con thuyền nhỏ dật dờ xô đẩy dưới chân cầu. Anh đi đến, nhìn xuống. Bước chân chạm sàn cầu nghe âm u. Thuyền tối sẫm, chỉ bồng bềnh dáng người ngủ say, chân buông thỏng trên sóng nước... Hóa ra lời ông già ban chiều mới thật đúng ... *A Di Đà Phật... ông, tôi đâu đã khổ... Kể cả người nằm say trên giòng sông dưới kia.*

Những ngày cuối cùng ở quê hương.
Viết cho tất cả những người đã sống,
chết của hai bên để không có gì thay đổi
như giòng sông...
Tháng 11, năm 1993.
Phan Nhật Nam

Giáng Sinh Tắt Lửa

Người lặng thấm xuống theo ánh nắng thoi thóp tàn dần gây gây lạnh của Miền Nam dịp cuối năm. Xóm Đạo, xứ Phước Hải, vắng hoe không ánh nến, không lồng đèn, Cờ Giáo Hội đơn lẻ dưới tàng cây, cất dấu, chịu đựng. Những khoảng đường đất cát vòng vèo không bóng người. Khu Xóm Đạo nặng chìm u uất của Đêm Thánh Nạn chứ không phải lần Giáng Lâm hân hoan.

Đoàn người chuẩn bị vượt biên ngồi kín trong căn nhà tranh cuối xóm. Người nhìn nhau nín thở, nói thầm. Không ai biết số phận mình giờ sau. Trời sập tối nhanh, ánh sáng leo lét ngoài sân không soi rõ mặt, ngọn đèn dầu chùm chụp đặt dưới đất, dọi lên mâm cơm. Chiếc rá tre lổng chổng mấy chén đất, đũa tre, nồi cơm đen, chén nước mắm dầm quả trứng và rổ rau lang. Quả trứng trơ trọi rờn rợn như trứng gối đầu người chết.

Bữa cơm có dáng vẻ, không khí của lần ăn chạy giặc những ngày trước 1954 ở vùng Nam Ngãi, Quảng Trị, Thừa Thiên... Chính xác hơn, cơm ăn cầu no trước lần xuống đồng, vào rừng theo lệnh của tổ, đội. Ăn ở sân thóc Hợp Tác Xã, vừa ăn vừa nghe phân công *"trực ban"*... Sau mười lăm năm giải phóng Miền Nam nên được sinh hoạt văn minh tiên tiến xã hội chủ nghĩa nầy - Sản phẩm ròng Miền Bắc.

Phước Hải, Bà Rịa, xứ Đạo trù phú nhất của tỉnh giàu nhất Miền Nam, nơi những triệu phú làm muối, nghề rừng, đi biển. Năm 1966, đơn vị anh, Tiểu đoàn 9 Dù thực tập hành quân ở đây, đêm Xóm Đạo bừng bừng Đức Tin và ánh đèn néon từ máy điện chạy xăng của mỗi nhà. Cũng ở đây, 1965, dân đã đi báo Tiểu Khu cho biết điều động của trung đoàn Việt cộng bôn tập từ mật khu hắc Dịch Hắc xuống. Tiểu đoàn 52 Biệt Động Quân đã lập nên kỳ tích - Một tiểu đoàn đánh bại một trung đoàn ở vị trí phục kích. Hai mươi bốn năm sau đòn thù còn nguyên độ sắc. Đêm Giáng Sinh, xóm Đạo tắt lửa mù căm. Chuông gọi lễ khắc khoải buồn hiu.

Bữa cơm được dẹp đi mau chóng, không ai cạn lưng chén kể cả bé gái khoảng bảy tám tuổi ngồi cạnh người cậu, anh thanh niên chưa đầy hai mươi.

Bé nhìn mọi người mắt ráo hoảnh, hai lúm đồng tiền nổi cao trên gò má giật giật. Bé dấu cơn kích động dưới nét mặt cứng săn tỉnh lạnh.

Giờ Chúa giáng sinh cũng là lúc xuất phát. Anh mở chiếc xắc tay, rút bao thuốc mua buổi trưa nay, lúc lên xe; hút lại điếu thuốc lá đã bỏ đi từ rất lâu. Tay anh chạm cuốn Kinh Thánh, sức lực cứu nạn đã đưa anh qua được mười bốn năm tù, phần lớn nơi hầm tối... Chẳng lẽ lại bị thêm một lần nữa sao Chúa tôi ơi?!

Đoàn người chia làm hai toán. Anh đi theo hai cậu cháu người trẻ tuổi, hai đơn vị vô hại, đơn giản nhất trong đám vượt biên. *Năm "bảy lăm" chắc anh ta khoảng ba, bốn tuổi, bằng thằng út của mình. Đứa nhỏ cỡ Ty, My. Đã có đâu trong năm đó...?!!* Anh nghĩ lãng đãng khi đi theo hai chiếc bóng loáng thoáng. Thương thân thì ít, tội nghiệp nhiều hơn cho con trẻ. Con mình cũng có những đêm tối như thế nầy. Những đứa nhỏ miền Nam!

Anh không nghĩ nhiều hơn; không có lòng cứng cỏi để tính thêm đến những điều nguy khốn. Anh thật sự yếu ớt, bất lực. Những đêm ngày xưa tuổi trẻ, anh có cây súng và những người lính. Bóng tối bất lợi hoặc che chở cho cả hai bên lâm chiến. Đêm nay chỉ một mình anh. Đứa bé kia còn khốn đốn hơn. Không mẹ cha và bóng tối vây bủa. Anh đã sống cùng những đứa bé như thế nầy đêm di tản Pleiku, 15 tháng Ba, 1975. Anh đã thấy những đứa bé thất thần, nháo nhác, không hơi sức khóc giữa đường đèo Củng Sơn Tuy Hoà, dưới chân Hải Vân, trên cầu sắt Nam Ô, bên nầy địa giới Quảng Nam, Đà Nẵng.

Người lớn nhận khổ đau dù sao cũng có phần chọn lựa và quyết định. Con trẻ... Tại sao? Từ đâu hở trời?! Trước ngày về Hà Nội cướp chính quyền, Ông Hồ họp Quốc Dân Đại Hội ở làng Tân Trào, tháng Tám, 1945. Trụ sở họp dưới cây đa. Giữa giờ nghỉ, ông bế một em nhỏ và nói với các đại biểu: *"Đời tôi chỉ có một ham muốn. Ham muốn tột bậc... Là mong cho các cháu thiếu nhi như cháu bé nầy được ăn no, mặc ấm, học hành."* Tất cả đại biểu đều cảm động. Có người phát khóc.

Anh coi như ông ta đã nói thật. Nhưng cũng có một sự thật khác: Sáu thế hệ trẻ nhỏ Việt Nam, không thể tính số lượng tổng quát, đã chịu những hoàn cảnh vô cùng khốc liệt, đau đớn cực độ, tai biến gớm ghê, những cái chết năm lần bảy lượt không toàn thây. Kể từ khi ông ta cùng những người thừa kế nhất định thực hiện lời nói *"chí nhân"* kia bằng lối bạo lực - Bạo lực cách mạng!

Nửa thế kỷ sau, hôm nay, lời nói ấy cũng chỉ là một giả thiết càng ngày càng tồi tệ, không hề có khả năng thực hiện. Bởi một điều dễ nhận ra, chính người cộng sản đã phá vỡ đời sống giản dị bình an của trẻ thơ, vất bỏ khả năng từ nhân kia ngay tại trái tim ung thối bởi tham lam quyền lực chính trị. Anh cũng là một trong sáu thế hệ trẻ nhỏ cùng khốn nầy. Anh và con trẻ cùng chịu một lần. Chỉ khác, kẻ sinh trước chịu lần đau trước. Thế thôi!

Đêm tối khuya, sao sáng bằng bặt, đất căm lạnh và lòng người trắng nhợt. Sau đoạn đường dài nguy khốn, nay anh được tự do chọn lựa tình cảnh nầy. Quà tặng Thượng Đế giành riêng Đêm Giáng Sinh. *Lạy Chúa xin cho rõ ý, giúp sức mạnh và bến đỗ Đức Tin.* Đứa bé trước mặt bước thoăn thoắt, anh vô tình có so sánh, *"Năm kia mình chạy bộ từ Ninh Hoà về Dục Mỹ, mười bốn cây số với súng cầm tay không quá một giờ; đi tù những năm đầu tiên, bè hơn hai trăm cây nứa hộ cho hai ông bạn già Võ Long Tê, Lê Văn Dương lội sông Hồng mùa nước lũ bền như con cá kình. Thế mà bây giờ theo đứa cháu nhỏ không kịp ...Mình già đến thế sao... Tuổi nầy mà bị tù nữa là khốn nạn."*

Anh chuyển bước đi gần như chạy khi qua Quốc Lộ 15, bất chợt liếc qua phía trái, hướng Bà Rịa. Bà Rịa, Suối Nghệ, Bình Giã... Sao đời anh cứ dính líu một cách khắc nghiệt với nơi chốn nầy. Từ đây anh đã ra đi, buổi sáng Thứ Hai, Hai mươi hai Tháng Sáu, mười lăm năm trước.

Đường đi dần khó khăn, đoạn bằng phẳng đất cát đã thay thế bởi vùng đất phèn vừa được khai hóa, những ổ ruộng sụp lút chân trâu, bóng đứa bé ẩn hiện sùi sụp... Đám người đến một bờ kinh. Đêm quá sáng, Sao Hiệp Sĩ chống gươm đứng giữa trời canh giữ. Trời nguyên vẹn hằng có, dáng sao uy nghi, chỉ con người mong manh mải tìm chỗ ngủ đỗ. Nay đã buổi cuối đời. Ngày xưa, những đêm sao mùa Đông, kỳ trại Hướng Đạo trên dãy đồi hoa dũ dẻ vùng Phong Lệ, Miếu Bông, Quảng Nam Đà Nẵng, lũ thiếu niên nhìn dáng sao liên tưởng nổi uy nghi cao cả tự tầng trời và mong được lần hiện thực điều ước mơ kia nơi trần thế.

Và dẫu giữa chiến trận rạn rày, đêm cuối năm 1964, nơi đồn điền Ông Thịnh, bên sông Thị Tính, Bình Dương, giữa hai đợt đạn pháo kích, anh vẫn nhìn sao như niềm thân thuộc riêng tư cùng anh lần qua đêm. Cũng dài cơn ngục tù không dứt đoạn với từng đêm trên đồi trại Thanh Cẩm, mặt dán vào khung song sắt, lắng nghe Sông Mã trầm trầm âm sóng nơi xa... Nhìn lên cao, khoảng rộng hai gang tay mở ra cho anh chốn nghìn trùng ngờm ngợp để luôn có cảm xúc, tự chốn thăm thẳm kia có lời kêu gọi, an ủi, giữ gìn...

Bền lòng chung thuỷ như trăng. Đêm nay, sao có canh giữ bình an cho người?

Đám vượt biên dần tập trung chờ ghe đến *"tắc xi"* ra cá lớn. Đứa bé đã bám chắc vào lưng cậu, buộc chặt bởi đoạn vải lớn rộng. Ghe đuôi tôm đi đến. Những tiếng thở dồn nén gầm ghìm. Bóng người lúp xúp, chen chúc bước xuống dòng tối sẫm loáng chấm sao. Anh nói nhỏ với người thanh niên... *Em đưa chiếc túi anh đeo hộ, rảnh tay giữ cháu...* Đồng thời bước sát gần lại, che đứa bé từ sau lưng. Cả ba đồng lần ngâm mình vào nước. Gió lạnh se sắc rờn rợn.

Đường đạn vạch đỏ chói từ đầu sông, đồng hướng chiếc ghe đang tiến tới. Tiếng nổ vương vải vũng tối. Anh khua tay trước mặt... Khối lưng người thanh niên cõng đứa bé không còn. Những vệt đèn pin ngang dọc loang loáng săn đuổi. Âm động thân người rơi rớt, lụp chụp... *Mi mi... con đâu...* Giọng người thanh niên cuống quít, khiếp đảm, tắt nghẹn bởi ngộp nước... *Mi... mi... con...* Hình như anh ta cố ngoi lên... *Mi... mi...* Đứa bé đáp tỉnh... *Con trên nầy...* Người thanh niên cố kêu lên đâu đó... *Không... được, nhảy xuống...* Đứa bé đáp nhanh... *Không.*

Ghe nổ máy lớn, xô đẩy sóng, vút đi xuyên vào bóng tối. Thân người rời rụng xôn xao. Anh cho tay xuống chân rút đôi giày ba-ta, theo chiều nước chảy lội xuôi về phía Nam.

Khi ra đến xóm Đạo Chu Hải, nhìn lên trời, sao Hiệp Sĩ đã nằm xuống về phía Tây. Anh chỉ nghĩ được điều ngắn ngủi, *Trời gần sáng rồi... May quá không bị bắt...*

Hai ngày sau Báo Sài Gòn Giải Phóng có bản tin ngắn: *"Bọn phản động xã Phước Hải, huyện Bà Rịa,* tỉnh Đồng Nai ngụy trang dịp lễ tôn giáo để tổ chức đưa người ra nước ngoài. Bọn phản bội Tổ Quốc đã bị trừng trị đích đáng...”

Những đứa bé cuả câu chuyện vừa kể bị vất ra khỏi mục tiêu *“một trăm năm trồng người của đảng cộng sản”*, chúng xuất hiện trong Thơ của những người thấm Đau. Thơ Trần Trung Đạo dẫn chúng ta đi xa hơn, đến trại cấm Hồng Kông, Thái Lan, với những đứa bé chỉ thấy được mặt trăng lần đầu trong đêm *“cưỡng bức hồi hương về một chốn gọi là việt Nam...”*. Nơi quả tình em chưa hề biết đến.

Giáng Sinh1989
Trên đường vượt biên Phước Hải, Bà Rịa
Phan Nhật Nam

Chuyện Dọc Đường

Những người lính, chiều cuối năm trên sông Hương, ở Huế...

Lần viết thứ nhất, bắt đầu trước và sau Trận Mậu Thân, 1968 ở Huế. Viết xong năm 1970 nơi 39 Trần Khánh Giư Pleiku.

Xuất bản lần thứ nhất, 1973, Sàigòn. Đây chỉ là câu chuyện xưa cũ, xảy ra trong một đoạn thời gian ngắn ngủi. Chuyện của bốn mươi lăm năm trước, bắt đầu từ những ngày giáp Tết Mậu Thân tại Huế, kéo dài đến cuối mùa Xuân 1968 nơi Sài Gòn, miền Nam nước Việt.

Hôm nay những người kể ra trong chuyện đã là những lão nhân tóc bạc, hoặc trung niên nhọc nhằn, tơi tả sống lây lất lần hồi khắp cùng trên thế giới, hoặc đã chết một nơi nào đó ở Việt Nam, hay trên đường ra khỏi nước sau 30 tháng Tư 1975. Thế nên, nếu so sánh với thực tế khốc liệt của hơn bốn mươi năm vừa qua thì những ý, tình tưởng chừng như quá độ lòng người của tháng năm xưa cũ ấy, những cảnh huống mà thời bấy giờ nghĩ rằng không thể gánh chịu nổi thật ra chẳng đáng kể vào đâu so với sau 1975 và đến hôm nay.

Thật ra cũng không có thể bảo rằng khổ đau nầy lớn hơn khổ đau kia. Có chăng rồi tất cả cũng qua đi. Dấu vết còn lại bốn mươi năm sau chỉ là những dòng chữ im lặng. Cuốn sách được viết lại. Trầm tĩnh hơn. Chân chất giản dị hơn. Viết lại để kể về những người lính hiện diện cùng lần với Miền Nam, chống giữ, bảo vệ một xã hội, chế độ đã bị tiêu vong ba mươi tám năm trước. Cũng như Nỗi Đau không hề cũ với phận người, những Người lính ấy luôn Hiện Sống với vô vàn Cảnh Chết họ hằng canh cánh cưu mang.

Hoàn tất sau nhiều lần sửa chữa của hai mươi năm ở Mỹ,

1993-2013.

Cuối năm 1967. Thuấn lái xe dọc theo con phố. Chiều Thứ Bảy xứ Huế, người đông kín chen chúc nhưng không ồn ào náo nhiệt như với Sài Gòn, Đà Nẵng. Chiều Thứ Bảy nơi xứ lạ hiu hắt không định hình cho một lần nghỉ ngơi, cũng bởi thật lâu anh không biết đến loại thời gian này.

Thứ Bảy, Chủ Nhật, Thứ Hai... những ngày tháng trôi đi không gợi nên chú ý. Sự nghỉ ngơi nếu có chỉ là lúc đêm khuya, đoàn xe chạy chậm vào cổng hậu cứ đơn vị, khi đại đội im lặng trả súng vào kho, những người lính có gia đình cúi đầu nặng nhọc đi về khu gia binh. Và anh ngồi ở bậc thềm phòng sĩ quan độc thân ngó mông lên tàng cây cao su lẫn màu đen, nghe loáng thoáng bên kia khu phi trường âm động máy bay lên xuống. Đi đâu bây giờ ta?

Đã nhiên anh tự nghĩ như thế chứ cũng không thành một câu nói bởi có hỏi cũng không biết đi đâu sau một cuộc hành quân, qua một lần hay nhiều phen thoát hiểm. Biên Hòa, Sài Gòn, Bình Định và nay là Huế, nơi nào cũng giống nhau với lần nghỉ ngơi thật sự không có.

Những ngày nầy, anh chỉ có những lúc ngồi trước ly rượu bên con sông, nhìn xuống khoảng sông đào chen chúc thuyền đậu. Những con đò xứ Huế nặng nề, vững chắc nơi phô diễn thú vui đẫm ướt dục tình được mở ra thỏa thuê trong đêm. Thuấn, người lạ nơi xa đến, người Bắc quê hương xa khuất cuối trí nhớ, quê hương nơi bát bún thang, tấm ảnh Hồ Hoàn Kiếm, chiếc cầu gỗ chênh vênh màu đỏ trên mặt nước lung linh vòng cây phượng. Quê hương được nhớ lại ở trang sách bất chợt trong đó nhắc đến dáng dấp của lão Tàu bán lạc rang, mụ Béo bán bánh tôm ở bờ hồ. Những hình ảnh thoáng qua như ngọn lửa yếu ớt đầu que diêm. Quê hương xa một chốn không còn. Thuấn từ Sài Gòn đến đây theo chiến dịch. Nửa đất nước đi qua. Đi và đến từ hai tỉnh đối đầu của quê hương bị cắt. Thuấn đã khởi hành và đến từ hai cực điểm thường trực phiền buồn.

Huế, thành phố không giống một nơi nào anh đã đi qua. Pha trộn giữa e thẹn câm nín và xôn xao đột khởi, rồi bỗng nhiên dậy nên thành giông bão mà cư dân nhiều lần không khả năng dự tính trước. Thành phố của cảnh trí dịu dàng nhạt nhòa như hình ảnh tự giấc mơ và vẻ tồi tàn luộm thuộm của đời sống thực lỡ làng ẩn ức. Thuấn ở Huế được ba tháng, thời gian của những cuộc hành quân ngắn hạn, từ Huế đi lên hướng bắc qua chiếc phà, con sông nước xanh rêu không gợn sóng, bên kia bờ sông lũy tre mờ mịt sương giăng, sáng mùa Đông im lìm không mặt trời, con gà nhỏ lông sũng nước cố rít lên tiếng gáy, tiếng gáy của loài gà tre nghe the thé phiền muộn.

Quân qua sông, đổ bộ lên bến, cợn đất sét màu vàng ứa ra từ phiến đá khi chân người lính dẫm lên tản theo dòng nước, đoàn quân trầm trầm lầm lũi đi không tiếng động, âm nói chuyện trò. Lính đi băng qua những khu làng trống lạnh ẩm ướt, những đám vườn xiêu ngã hỗn độn chuối, thanh trà, ổi... chen chúc xao xác khép vào nhau trong im lặng nặng trĩu.

Một trái bom hay quả pháo nào vừa nổ, mảnh gang trắng ghim vào thân cây chuối ứa mủ, đống bẹ chuối tươi non nhàu nát tung tóe trên lớp đất bùn nhão cứng, đất dính từng tảng nhỏ trên phiến đá chuối bầm dập như những hạt máu khô đọng trên thân thể bị thương. Mảnh gang của quả bom theo đà bay phá vỡ khoảng tường vôi để lộ phiến gạch tươi, màu đỏ thớ thịt sau nhát dao chưa kịp ứa máu. Ba tháng hay chính xác hơn bảy mươi tám ngày, Thuấn đi qua những căn nhà kỳ quái, nhà không vách, không cột, không nền.

Nhà là căn hầm sát xuống đất, sâu hun hút lạnh lùng, tối thăm thẳm. Nắp hầm được đắp cao bằng đất cứng, chắc chắn như nấm mồ, trên mặt mồ im lìm nầy người dân úp lên chiếc mái lợp lá gồi hay lá tranh và người ta chui từ hầm lên nhà, bò từ nhà xuống hầm, không ai có thể ngồi thẳng lưng trong loại nhà hoang tàn kỳ lạ này.

Người dân ngồi cong lưng đầu kẹp giữa hai gối, người lớn im lìm, trẻ con không khóc. Đứa trẻ đã mất thói quen được khóc. Khóc vì đói, vì lạnh hay ẩm ướt nước tiểu. Đứa trẻ cũng đã quen với bóng tối. Quen với cách sống im lìm nặng trĩu. Tiếng động chỉ có từ những cánh quạt trực thăng chém gió lượn vòng trên cây cau, hay tiếng nổ của quả đạn súng trọng pháo. Tiếng nổ và sự im lặng trì trợm đã làm tê liệt giác quan đứa trẻ. Không còn tiếng khóc trẻ thơ nơi xóm làng Thuấn đi qua.

Thuấn đã đi qua một lần, hai lần, những lần sau không đếm được. Đi qua lại nhiều lần để thấy người dân vùng Quảng Trị

- Thừa Thiên đâu đâu cũng chừng đó thế ngồi, cũng chừng đó lối hò với những âm thanh rít lên khó nhọc, hiu hắt phiền phiền xô đẩy nhau khi trả lời mỗi lần người lính hỏi đến... "Dạ, dạ..."

Những tiếng dạ liên hồi mở đầu chen trong câu chuyện, nghe nhức nhối như vết thương nung mủ bị bóp vỡ giữa hai lưỡi dao kẹp chặt. Thế nhưng người dân vẫn tiếp tục sống. Thuấn tiếp tục sống để sau mỗi cuộc hành quân cùng với một đám bạn lính chen chúc trên chiếc xe đi về thành phố như hôm nay...

- Đi đâu bây giờ?

- Đi đâu? Thuấn quay đầu sang nhìn Minh, kẻ vừa hỏi, giọng người Huế phẳng lì như phiến lá mít. Thuấn ngừng xe, xoay hẳn người ra đằng sau. Đi đâu? Sáu đôi mắt nhìn nhau không nói.

- Hay đi uống cà phê? Đề nghị rụt rè...

Trung Úy Lạc nói nhỏ.

- Cà phê hả? Minh cao giọng. Cách hỏi trống

không, cũng không hẳn là câu trả lời.

- Tao đã uống sáng nay hai lần cà phê rồi, nhưng thôi, thêm phát nữa cũng được. Thuấn xoay người trở lại, quanh xe về quán cà phê giữa thành phố.

- Đến chỗ quán Lạc Sơn ngồi nhìn thiên hạ, chiều hôm nay Thứ Bảy. Không ai nối tiếp câu nói của Minh.

Ba người ngồi quanh chiếc bàn thấp, ba bàn tay khuấy tròn những chiếc muỗng quanh vành ly gây tiếng động dễ chịu giữa không khí cứng đặc.

- Tụi mình đi hành quân được ba tháng rồi.

- 78 ngày.

- Sao mày nhớ kỹ vậy?

- Bà vợ tao vừa viết thư bảo như thế. Trung Úy Lạc giải thích. Thật ra cũng chẳng cần ai nói với ai, nhưng câu hỏi và trả lời của Minh và Lạc làm dễ dàng câu chuyện.

- Mầy là người Huế sao không biết ở đây có những mục gì? Thuấn nhìn thẳng mắt hỏi Minh với cách tra xét.

- Tao người Huế, nhưng loại Huế lai một chút Huế còn sót trong người thôi còn bao nhiêu là tứ xứ. Thuở chưa đi lính, đám nhỏ cỡ tao chỉ mong được ngồi ở quán nầy vào ngày cuối tuần.

- Tại sao lại phải ngồi ở đây? Thuấn vào chuyện với cách hăm hở như sắp bắt đầu cuộc tranh luận.

- Uống cà phê ở tiệm nầy được coi như dấu hiệu trưởng thành!

- Uống cà phê làm người lớn sao mầy, như con nít uống sữa... Thuấn khởi sự theo cách mỉa mai như muốn gây chuyện.

- Đâu biết được tại sao có cái thói nầy, trong lớp

học thuở ấy đứa nào biết hút thuốc, uống cà phê, nhảy đầm thì coi như đã lớn. Minh chịu đựng cách tấn công của bạn cố gắng giả tảng giải thích.

- Lớn bằng chừng nầy không? Thuấn đưa tay lên khỏi mặt đất ước lượng tầm cao, nét mặt làm vẻ tỉnh như không để ý cách đang dồn ép gây khó khăn cho người.

- Đừng xỏ lá đại úy ơi! Minh đưa tay vào túi quần tìm gói thuốc cũng là cách né tránh.

- Thuốc lá mầy để trên bàn rồi, tìm gì ở đâu con trai. Thuấn không buông tha, lộ vẻ bằng lòng với cách châm chọc tinh quái mau lẹ của mình.

Anh thổi khói thuốc lá theo hình tròn của vành ly, nhìn vòng khói vỡ dài theo gió bay loãng ra xa. Thằng nhỏ nào cũng có những lúc sung sướng dù đời nó chẳng có gì để gọi là sung sướng. Bởi vì lúc ấy nó có cái để mà mong ước. Mong ước, như một khoảng trống thổi vào đấy lớp khói của đời mình thành vòng tròn hạnh phúc. Thuấn gật gù thưởng thức nhận xét có vẻ hay ho đặc biệt của riêng mình. Câu chuyện tiếp diễn xoay quanh thuốc lá, cà phê, cuộc hành quân vừa qua.

- Xứ quái quỷ gì buồn thấy mẹ. Thuấn kết luận sau khi đứng dậy cho bao thuốc lá vào túi. - Trả tiền nhỏ ơi! Anh nhìn quanh...

- Để tao trả. Minh can thiệp.

- Tao nhường mầy trả tiền, coi như trả cho cho xứ sở của mầy.

- Lạ thật, khi nào đại úy cũng phải xỏ xiên một điều gì, đến việc trả tiền cũng phải gán cay đắng cho đàn em.

- Khi nào em bằng tuổi anh thì em sẽ cay đắng hơn đại úy bây giờ, Trung Úy Minh ạ! Thuấn tấn công lần cuối với câu nói khẽ rít giữa hai hàm răng cắn chặt điếu thuốc lá trước khi leo lên ghế xe.

Xe chạy từ từ giữa con đường đầy bóng lá xanh.

- Chậm... chậm chậm ông ơi. Minh đập vào vai Thuấn hối hả.

- Gì? Thuấn ép xe vào lề đường, tắt máy.

- Không, không, tôi nói ông lái chậm thôi để cho tôi nhìn mấy đứa nhỏ đi học về. Chúng nó đẹp ác, con bé đi gần gốc cây kia.

- Mầy lái chậm thôi, đừng nói đùa chọc ghẹo. Chúng nó sợ, con gái Huế không thích lời thô bạo, cử chỉ suồng sã.

- Đồng ý, xứ Huế của Trung Úy Minh kín đáo, cổng khóa tường cao, trước cửa có bảng đề "Coi chừng chó dữ" và con gái không muốn nghe lời đùa cợt. Tiên sư, có đứa nào không thích nghe chuyện tiếu lâm. Thuấn lái xe ra lại giữa lộ nói như gầm.

- Nhìn cho đã đời đi Minh em, lớn rồi cứ như "thuở làm thơ yêu em."

- Vớ vẩn vừa phải thôi, nghe được chúng nó cười cho đến xấu hổ. Trung úy nhẩy dù chỉ dám tỏ tình bằng... mắt.

Lạc cười lớn, chen lời kết luận.

- Tao có đủ vợ con rồi, nghe chúng mầy nói đến buồn cười. Về!

Chiếc xe bắt đầu vào đường vùng đồi, những rặng tre xanh ngã bóng xuống con đường đất đỏ mát lạnh như đất đáy huyệt.

- Cảnh con đường nầy làm tao nhớ bức ảnh lúc mới di cư vào Nam. Thuấn đột nhiên rơi vào tình trạng như đang nói một mình sau khi ném điếu thuốc ra khỏi môi.

- Bức ảnh thế nào?

- Một bức ảnh vô tình đọc thấy trong một tập báo ảnh, báo Sáng Dội Miền Nam. Ảnh có hình hai người đàn bà mặc áo dài gánh củi đi dọc con đường núi với lời ghi chú: Đường về Huế sau ngày đình chiến. Lúc ấy, mới di cư vào đang ở Đà Nẵng, tao chưa biết thế nào là Huế nhưng nhìn toàn thể không khí u uẩn của bức ảnh, chiếc lưng còng xuống của người đàn bà dưới gánh nặng, tấm áo dài xô lệch. Tao thấy xúc động kỳ lạ và tự hỏi. Tại sao cảnh tượng tầm thường mà u uất, thê thảm như vậy.

- Chắc hòn núi, con đường trong bức ảnh là chỗ nầy. Minh phá vỡ im lặng từ lúc rời khỏi khu phố.

- Chắc vậy! Thuấn tâm sự thân mật, mất hẳn cách mỉa mai đùa cợt.

- Tao có ý nghĩ đoạn đường mình đang đi là ở đâu đây, và lại thấy hình như phảng phất hai người gánh củi đó với chiếc bóng vô hình và vạt áo phất phới của họ bay theo bước đi. Hơn mười năm trí nhớ về bức ảnh không thay đổi. Và cảnh thật của hiện tại cũng không khác so với trí nhớ về bức ảnh. Nên tao thường ra đây, ngồi nhìn những người gánh củi đi qua, xúc động lúc nhỏ tự nhiên trở về như sống lại thời gian trước.

- Mày chê thằng Minh bây giờ lại đến lượt mày vớ vẩn nhà quê. Lạc vòng tay bó lấy đầu gối ưỡn người trên ghế nệm xe.

- Minh, mày leo lên ngồi với tao, ở đây đâu còn quân cảnh, ngồi đằng sau xe xóc chết cái mông.

- Tao nói cho có chuyện. Thuấn hững hờ trả lời, cách kể lể nôn nao về bức ảnh mất hẳn. Anh đập tay lên tay lái hát những lời hỗn độn...

- Chiều ơi nắng vàng phai màu rồi...

Thật ra Thuấn muốn nói về một hoài niệm khác dậy nên từ câu hát nhưng biết nói ra những gã bạn cũng không hiểu nên đành bỏ dở nửa chứng câu hát.

Xe ngừng ở nơi đóng quân. Đồi nối tiếp nhau thành vòng tròn, lều poncho của lính nằm rải rác trông như những khối đá xanh mềm nhão nhún nhảy theo cơn gió. Từ trong khối đá mềm oặt đó những người lính lạ lùng đi ra.

Người lính thời xưa được biểu tượng qua hình ảnh một người đội nón dấu, mang cây giáo. Người lính cận đại có chiếc nón sắt cùng khẩu súng. Nhưng những người lính bây giờ thì khác hẳn. Họ đang đội chiếc nón nhựa, hình thức loang lổ ngô nghê. Nón sắt có vẻ đẹp hung bạo riêng, nay ở nơi đóng quân lớp nón sắt được hạ xuống để vo gạo, rửa rau. Và người lính xuất hiện với hai chiếc nón sắt nơi hai tay lỏng chỏng những cây cải xanh, nón nhựa chụp nghiêng xuống che kín nửa mặt, áo bỏ ngoài và chiếc quần lót. Loại quần lót nhà binh Mỹ có xẻ một đường rãnh ở giữa, trong đó cái vật giống của người đàn ông Việt Nam di động theo bước chân. Hai đôi chân người lính đen đủi ốm yếu thảm hại trôi xuống từ hai ống quần úa bẩn. Chiếc quần lót màu trắng cũ vàng ố thô tục tội nghiệp.

Những người lính mang đôi giày không vớ, dây không buộc, súng mang vai nặng nề đi xuống sườn đồi. Giờ nấu ăn, những người lính nhảy dù, thiên thần mũ đỏ biến dạng thành sinh vật lạ lùng của một thời tiền sử xám.

- Giờ này về lều chờ cơm tao chịu không nổi với dĩa cơm sấy, cục thịt mỡ ăn suốt gần ba tháng cứ như vỏ dăm bào cũng không đáng để đợi. Lên lăng Khải Định chơi đi. Thuấn đề nghị.

- Lên đó cũng được, nhưng phải có thứ gì uống. Lạc nói.

- Bắt buộc như thế, tụi mày góp tiền vào đây, mỗi thằng hai trăm. Thuấn xòe tay. Những ngón tay chuyển động trước mặt Lạc và Minh. Hai người bạn lấy tiền từ túi quần may ngang hông đầu gối.

- Chúng em đưa nhiều hơn một chút để trả trước cho lần sau. Cảnh đại úy đứng thu tiền rượu trông quê quá! Minh được dịp phản công.

- Tiền lính tính liền mà em, tôi không có khả năng đãi rượu chùa cho các bác. Đưa không thì bảo!

Chiếc xe chạy lồng lên đường dốc, bụi tung đỏ chạch trong ráng nắng chiều. Lăng Khải Định gồm ba khối vuông vức chồng lên nhau xám đặc lặng lẽ, hai hàng tượng đá voi ngựa, quan văn võ chống gươm đứng im lặng nhìn nhau trong bóng nắng cuối cùng của ngày.

Ba người bước lên những bậc thang xám, bóng đổ dài.

- Ngồi ở đây hay vào trong kia? Lạc hỏi bâng quơ.

- Lên trên kia, nơi có bức tượng ông Khải Định, chỗ ấy cao hơn có thể nhìn thấy con sông.

Bia được uống trong im lặng, khối lượng nước màu vàng sóng sánh những tia nắng đỏ hiu hắt.

- Lạnh! Tiếng nhỏ xuýt xoa không rõ từ người nào.

- Gần Tết rồi không lạnh sao được, thằng nào cho tao mượn hộp quẹt. Thuấn nói lãng đãng mắt không rời chiếc thuyền vừa hiện giữa màn khói sông. Tiếng hò bất chợt vút lên đầu ngọn sóng. Sóng nhỏ li ti trôi dạt xua đuổi hai bờ lau.

- Này Minh, sao người Huế mày hò buồn đến thế?

- Buồn ở đâu, người Huế nào cũng hò như vậy,

giã gạo, chèo thuyền, ru con. Khi nào họ chẳng hò được, ông mới nghe lần đầu nên thấy lạ thế thôi.

- Không phải vậy, mầy nghe kỹ đi. Không khí điệu hò váng vất u uất nghe như chết rồi. Thằng cha chèo thuyền dưới kia đang làm một công việc lao lực, thay vì hò để tăng thêm sức mạnh, đằng này nó hò như thở không nổi, chỉ một tiếng *"à... ơi"* kéo dài qua bốn nhịp, trôi hết một quãng sông. Tao không nghĩ nó hò như người ở vùng biển kéo lưới. Nhưng đấy là thói quen thở than, cần muốn được bày tỏ mối đau, sự khổ.

- Luận như thế đủ rồi đại úy, thắc mắc thì xuống gọi nó lên mà hỏi!

Như không để ý đến lời Minh, dựa người vào bức tượng, sau một hớp bia, Thuấn tiếp.]

- Hò nghe buồn thật, tao nhớ cách đây hai buổi trưa, đang nằm trên võng thiu thiu ngủ nghe bà già ở gần nơi đóng quân hò ru thằng cháu, người tao cứ mềm đi. Chắc thằng nhỏ dưới sức tê liệt quái lạ của câu hò khóc không nổi, nó nằm im hết cựa quậy. Buổi trưa nắng hanh vàng, trời yên không gió, có con gà ở đâu lâu lâu cất tiếng gáy. Cảnh vật nhỏ nhưng buồn thảm lạ lùng, không khí đọng cứng lại... Tao cứ nghĩ về tiếng hò từ hôm ấy.

Thật ra Thuấn đã muốn dẫn dắt câu chuyện về xứ Huế dậy nên từ câu hát thoáng nhớ trên đường khi lái xe về chỗ đóng quân, nhưng lúc ấy thấy chưa thuận tiện, nay anh nương theo câu chuyện về tiếng hò trở lại mối u uẩn dấu kín.

- Hôm nào mời đại úy về nhà em, nằm vào nôi, mẹ tôi hò một lúc, chắc đại úy mày chạy dài không trở lại.

Minh hả hê lấy lại thế tấn công từ khi bị Thuấn

trêu chọc. Được hơi men trợ lực, Minh nhảy xuống tượng ngựa đá tiếp tục.

- Chúng mày đâu biết cái nhỏ nhặt của người Huế, như bà già tao, bà để ý soi mói từng lỗi nhỏ, không phải để cho tao hay cho bà nhưng vì người khác.

Hôm tao hỏng tú tài lần đầu, bà buồn phiền ra mặt, buồn vì con bé bên cạnh nhà tao đỗ bình thứ. Đó con xem, nó là con gái mà lại đậu cao! Cứ như thế bà làm tao phát điên luôn. Tao học như mê trong mấy tháng hè, thuộc bài không những chỉ nhớ đến nội dung nhưng thuộc lòng, nhớ như in từng trang sách, nơi nào có dấu mực lem, nét chữ ở chữ khí métal in đậm như thế nào. Mấy trang sách toán lý hóa đè hẳn lên mặt, trong đầu tưởng như không có não nhưng gồm những tờ giấy xếp ngay ngắn; não của những hàng chữ in xếp thứ tự, não của Nguyễn Văn Lâm, Nguyễn Văn Phú, Le Bosset, Brachet in từ Sài Gòn, Chợ Lớn trên đó chặn hòn đá khắc hình bà già.

- Và kỳ thi đó ông đậu ưu? Lạc nhìn hai con mắt to đen của Minh, hỏi nửa thành thực nửa giễu cợt.

- Không, hỏng mới đau. Đến ngày thi tao đổ ốm thật lạ lùng, không nóng, không lạnh, không một nguyên cớ nào cả. Đột nhiên ăn không được, ngủ không được, những ngày trước tao có thể ngủ ngồi ngủ đứng, ngủ trong hai phút nhưng mê man, tưởng như vừa qua cả đêm dài. Tao đổ ốm lạ lùng, bao nhiêu ý chí phục thù tự nhiên tan biến, chán nản buông xuôi, muốn bóc hẳn phần đầu để ném đi, muốn rửa sạch hết trí não, không còn đạo hàm, quỹ tích, lượng giác, vi tích phân. Chỉ còn một khoảng trống như ruột của quả chuông trong đó cứ kêu hoài những tiếng vang. Năm sau tao thi ban A đậu bình và đi lính luôn.

- Sao vào trường mày học toán giỏi thế? Thuấn hỏi, chai bia không rời môi.

- Đó chỉ là để vuốt ve tự ái, tao đem cái vốn toán lý hóa của ban B ra dùng lại như thằng cha đánh kiếm hết thời, sau thời gian đằng đẵng rèn được cây gươm nay trở thành vô ích, không lẽ đem đi bửa củi nên đêm khuya mang gươm ra múa an ủi mình. Buồn cười là có kẻ đã khen nó múa hay cũng như tao được mang tiếng là người giỏi toán nhất của trường Võ Bị. Kỉ thật, hình như suốt đời tao phải cố gắng làm những việc mà lòng quả tình không muốn.

- Ngay cả khi ra trường đi đơn vị tác chiến?

- Có thể, mày xem đấy, lúc lựa binh chủng tao đã có chỗ quân cảnh nhưng đổi lấy nhảy dù. Có thể vì muốn hơn tên trung úy công binh đến chơi với con nhỏ cạnh nhà. Buồn cười thật chẳng mấy đứa điên đem đổi chỗ quân cảnh để lấy nhảy dù với quần áo tác chiến hoa, chiếc mũ đỏ... Nhưng rồi tao thấy thích hợp và hãnh diện với bộ tác chiến rằn ri này lắm.

- Rồi sẽ kéo dài được bao lâu?

- Không biết!

Câu chuyện chấm dứt im lặng tỏa lan như bóng nắng cuối ngày lành lạnh.

Lạc nằm ngửa người trên sàn đá, cong hai đầu gối lại. Anh nhìn hai chiếc gối gầy gò móp vào ở phía bên trong. Gối lỏng, ba mươi sáu tuổi, mười tám năm lính, Trung úy nhiệm chức, thâm niên cấp bậc được tám tháng, mười hai ngày giữ chức quyền đại đội 3 tiểu đoàn 19 nhảy dù. Nhảy dù với áo saut có chiếc đai đằng sau khi nhảy kéo tới đằng trước che hạ bộ. Dù loại T.17 của quân đội Pháp nhảy đau đến ngất ngư, ba ngày sau còn vết thâm trên lưng.

Mười tám năm lính, bao nhiêu gà-men cơm đã khuấy vào đó, chiếc thìa có lỗ thủng ở cán; lỗ thủng buộc vào nút áo, áo tác chiến hoa nhảy dù Pháp có túi dài hai mươi phân hỗn độn chiếc thìa, bao thuốc lá Gaulois, chai rượu Rhum hình con gấu. Lieutenant tối ngày, oui suốt ngày, hai gót giày chạm vào nhau cứng nhắc… À vos ordres monsieur… le petit caporal, caporal Vũ Văn Lạc…

Dọc theo chiều dài của nước Việt Nam hai đầu gối của Cai Lạc đã tựa lên bao nhiêu chiếc chiếu, bao nhiêu tấm nệm, đã tựa trên đất, tì vào gốc cây… Bây giờ hai đầu gối vô ích, mệt mỏi. Chiến tranh này không còn Phát Diệm, Thất Khê, Cao Bằng… Không còn B.M.C. đổ gái xuống trận địa dưới tiếng nổ của sơn pháo 75 ly không giựt, 82 ly Trung Cộng. Mấy ả gái điếm nhớn nhác khóc lóc chạy theo đám lính vào giao thông hào. Nét mặt của gái quê son phấn đã trôi bạt chỉ còn nước da tái xanh bê bết bùn và máu. Đội Lạc thọc bàn tay vào phần dưới chiếc bụng, nơi thịt da thâm đen. Đ.m. như miếng giẻ rách. Tên lính Tabor Châu Phi nhào vô. *Tout fini, mon sergent?*

Oui, Đ.m. vào đi còn ấm ớ. Đấy là những ngày xa xôi ở miền Bắc trước 1954… Chiến tranh này chỉ còn những chiếc chiếu bình yên, những tấm đệm bẩn thỉu nhưng từ tốn. Tiếng động của chân giường khoái lạc vang dội tạo nên một xúc cảm trợ lực cho phần cơ thể thấm đẫm mồ hôi, hai chiếc gối lách cách trăn trở. Trung Úy nhiệm chức Vũ Văn Lạc quỳ giữa một cái bụng nhăn nheo sau bốn lần sinh nở… Sau cái liếc xéo và câu nói rít giữa hai hàm răng: *Chán cái l… già này rồi hả? Không!* Vũ Văn Lạc cúi xuống hùng hục một cách miễn cưỡng… Bà Vũ Văn Lạc hay cô bán hàng xén ở Chợ Dầu kẹp hai đầu gối lại, nhắm đôi mắt. *Mình, mình ơi…*

Chiều hôm nay, một chiều cuối năm 1967, hai đầu gối của Trung Úy Lạc nhô lên một cách vô tích sự giữa bầu trời xám đặc xứ Huế bên dòng sông mờ đục. Nếu tôi được chỗ quân cảnh là tôi đi gấp, gắng làm đại đội trưởng thêm năm nữa, bắt cái đại úy là tôi dọt, có lon đại úy chắc ăn ra ngoài không sợ ai ăn hiếp. Mụ vợ tôi than lúc này không đủ tiền chợ, các ông thật là dại từ trong trường có những chỗ thật tốt không đi, đi làm gì thứ lính nhảy dù này chỉ có được tiếng hão. Rồi các ông sẽ có gia đình, vợ con một đống cả năm chỉ ở nhà không hơn một tháng, lúc ấy mới thấy cái tiếng không có miếng kia là vô ích.

Lạc khề khà giọng đàn anh.

- Nhưng tụi này là sĩ quan nhà nghề, không lẽ đi lính để làm công chức nhà binh sao? Có nhiều nghề dẫn đến sự thành công, nhà binh có cái thành công đồng hạng của nó. Đi nhảy dù như kiếm một cái ghế tốt trong rạp hát đồng hạng, thế thôi.

Minh lên giọng cố gắng.

- À! Ông muốn lên lon nhanh, thuở xưa tôi cũng vậy nhưng lúc ấy nhà binh nó có cái giá của nó. Chiều Thứ Bảy ngày trước ở Hà Nội, tôi lúc ấy chỉ là sergent, trung sĩ nhưng đã hách ra gì, áo quần kaki thẳng nếp, vớ trắng cao tới đầu gối, mũ đỏ, chiếc ga-lông có hình mỏ neo, ông đội ra phố Tây, đi Godart chẳng kém ai. Đ.m. bây giờ anh nhóc con chưa tới hai-mươi, chỉ sau 8 tháng quân trường xong cũng thành ông quan. Sĩ quan hồi này xuống giá rồi, các ông đã đi kiếm công danh quá trễ.

- À! Như thế ông Lạc bảo mày với tao xuống giá rồi, Trung Úy Nguyễn Khoa Minh cựu á khoa của khóa 18 trường Võ Bị Quốc Gia đã đấu vật với một cái bóng công danh muộn. Mày nghe chưa hở Minh, lính già nó nói thiêng lắm, 18 năm lính mòn gần năm mươi đôi giày, từ giày Tây qua giày Mỹ, cái gót chân *"Bắc kỳ già"* kia đã hiển thánh, đã được hun đúc bởi hai nền văn minh, đã thành tinh rồi huống gì đầu não. Lính già này nói đúng, mày và tao đang nuốt một thức ăn thừa. Thuấn vỗ vào gối để tăng độ khoái trá.

- Tôi cũng như các ông chứ khác gì, hơn nữa tôi không còn trẻ để đổi nghề. Bả thuốc phiện nhà binh đã ngấm vào máu, bỏ không được nữa! Lạc buông xuôi.

Thôi uống đi, quanh co hoài! Thuấn cắt ngang theo cách không muốn rơi vào tình thế khó khăn.

Uống! Hình như người lính nào cũng biết uống rượu. Không những chỉ biết mà còn thâu nhận chất men nồng nhiệt kia một cách hăng say mê mải. Rượu, thứ thuốc tê ngắn ngủi có phần lượng, hình khối, có thể nuốt vào người để nảy sinh những phản ứng sôi nổi hạn chế. Chỉ mất ít tiền, mua được niềm choáng váng nhân tạo, cử chỉ bồng bềnh. Rẻ quá, không uống cũng uống đi. Lý Bạch say rượu mà chết, lính thì không có được cái quên lãng tiêu sái đó, nhưng cũng chẳng cần. Uống để có được phút giây đưa cánh tay, nghiêng chất lỏng vàng rực óng ánh như khối mặt trời chảy nước. Đổ từ chai vào ly, từ ly chảy vào miệng... Uống! Động tác say mê tội nghiệp, cách hành lễ tưởng chừng tha thiết nhưng cuối đáy thấp thoáng phần bệ rạc lang thang.

- Minh! Lái xe xuống mua thêm mấy chai nữa. Đây tiền mầy đưa vừa rồi còn lại. Những bàn tay lùa vội trong túi, nắm giấy bạc nhàu nát được kéo ra, năm trăm, bảy trăm.

- Đủ rồi, mua thêm nửa két uống cho đã! Minh lái xe xuống phía xa, nơi lũy tre xanh có nhà cửa, sương lam bốc khói mịt mù. Còn lại hai người, Thuấn trầm giọng hỏi lơ đãng...

- Này Lạc... Thuở xưa tao có đóng một vở kịch vui, kịch có ba vai chính, ba anh ngốc. Trong buổi họp mặt, một anh được cử đi mua rượu, hai anh ở nhà giả vờ chết, anh chàng đi mua rượu nửa đường uống trộm hóa say... Khi về, tưởng hai anh kia chết thật, nó làm nhiều điều thật buồn cười.

- Ông muốn nói điều gì, nói rõ mẹ nó ra, đầu óc tôi đặc cứng chẳng hiểu được. Lạc lè nhè trong miệng.

- Năm xưa diễn kịch tôi nghĩ một đời sống thật như thế không có, nhưng bây giờ mình diễn lại cảnh ba thằng như trong vở kịch. Tôi buồn cười tự hỏi: Không biết mình có phải là thằng ngu ngốc không?

- Ngốc biết ngay, ngu không thể nghĩ vớ vẩn, ngu có vẻ ù lì chắc chắn như cục gỗ mít, trông thì biết liền. Mặt ông mà ngu thì đứa nào khôn vào đây. Lạc cao giọng xác định.

Hơi men giúp câu chuyện dễ dàng. Chuyện vô nghĩa níu kéo nhau theo nhịp độ liên tưởng, lãng đãng mù mờ như lớp men dậy lên theo lượng bia do Minh đem về được uống dồn căng phồng trong bao tử.

Lạc bày trò chơi. Lấy vỏ chai đặt lên đầu tượng ngựa đá, người bắn trật phải uống một hơi hết chai bia. Những viên đạn bay xuống đồi rít tiếng lạnh hơn hơi sương... Minh nâng súng lên. Đầu con ngựa nháng lửa. À, con ngựa tóe lửa. *Bắt con ngựa ô... Ngựa ô tôi bắt, tôi bắt cái con ngựa*. Minh lẩm bẩm hát, mắt nheo lại nhắm theo nòng súng, đỉnh đầu ruồi chao động, bàn tay run, bóng ngựa chập chờn. *Ngựa phi đường xa thật mau.. hi hi...*

- Bắn đi mày, nhắm lâu quá vậy! Thuấn nói lớn.

- Cột con ngựa lại cho tao!

- Con trai say rồi, bắn đi con ơi!

Đoành, đoành... hai viên đạn bay vút.

- Mày bắn trật rồi, uống thêm một chai nữa!

- Sao tao cứ bắn trật hoài, hay ông vua không bằng lòng vì tụi mình phá quấy.

- Này Minh, ông Khải Định hình như bị chứng phong nên chết sớm?

- Phong gì, nếu có ông ta chỉ bị bệnh phong tình, mày không thấy ông Bảo Đại bị yếu mắt hay sao?

- Làm vua mà đi chơi bời sao?

- Làm sao biết được, nhưng nhìn cái tượng thì ông ta chỉ khoảng thước rưỡi, người như thế chắc chơi không nổi!

Đoành... Lạc bắn viên đạn thật chính xác, chai bia vỡ tan.

- A, ngựa vua được uống bia lính nhảy dù. Lạc đặt một vỏ chai khác lên đầu ngựa. - Đến lượt thằng Thuấn bắn.

Thuấn đưa nòng súng lên.

- Tao thấy con ngựa khóc!

- Xạo! Nước bia chảy xuống mắt nó đấy. Tao đố mày bắn trúng mắt con ngựa. Lạc thách.

- Thôi, để cho nó yên thân, suốt đời đã mang ông vua đi chơi bời, đến khi chết đứng nhìn núi trọc, đủ buồn cho thân ngựa đá rồi...

Viên đạn đi trượt thấp xuống trúng vào một nơi nào đó của tượng đá. Thuấn bắn thêm hai viên nữa.

- Lại trật nữa, ê đừng gian nghe đại úy, mày phải uống liên tiếp hai chai.

Thuấn nắm hai cổ chai ngồi vắt vẻo lên yên một

tượng voi đá...

- Cỡi voi ra trận miệng uống bia, chúng mày thấy tao thế nào?... Mấy anh tướng xưa sướng thấy mẹ, cứ ngồi yên trên ngựa hoặc voi rồi tà tà ra trận, tụi mình bây giờ vẫn lội bộ như lính có khác gì. Nếu thuở xưa như tao là cử nhân võ đấy, nhị khoa cử nhân võ. Trời ơi, tao không hiểu tao học thế nào đến hai khóa mới xong chương trình của trường Đà Lạt, cứ mỗi lần đi vào sân bắn ngang qua tấm bảng có mũi tên chỉ lối vào xạ trường, nơi có mấy cây thông con, tao cứ tưởng như có lời chế nhạo. Minh, mày nhớ tấm bảng đó không?

- Nhớ quái gì tấm bảng ấy!

Những phát nổ liên tiếp chung quanh mắt con ngựa, lớp vôi vỡ tung tóe.

- Hay, lính già bắn hay thật! Thuấn và Minh cùng khen ngợi.

Lạc không nói, bóp cò hết sáu viên đạn. Viên đạn chót bay đến chém vỡ chai bia.

Có tiếng gọi ở máy truyền tin âm thoại trên xe Jeep. Lạc đi đến. Lệnh tiểu đoàn bảo tụi mình về họp hành quân ngày mai! Lạc la lớn gọi Minh và Thuấn. Thuấn đưa súng lên trời bắn hết những viên đạn còn lại...

- Tiên sư, làm tướng tá không được, cao bồi Mỹ không xong, thôi về làm lính!

Bóng hai người đi về phía xe, nòng súng chúi xuống đất.

Trích đoạn Dựa Lưng Nỗi Chết
Tái bản sau 40 năm (1973-2013)
Cali, cuối năm 2012.
Phan Nhật Nam

LỜI KẾT...

Phan Nhật Nam - 1966

Đ ây là cuốn sách tương đối mỏng nhưng
tôi phải viết trong một khoảng thời gian
khá dài, và đôi lúc cảm thấy quá khó khăn,
gây nên ý nghĩ không thể kết thúc được. Nhưng nay
cũng đã xong với tâm cảnh tương tự như ngày tuổi
trẻ (bốn mươi năm trước) khi viết xong Dấu Binh
Lửa (1968-69).

Hóa ra tôi đã sử dụng chữ nghĩa tận chân thật mà xét ra cũng không đi đến đâu! Chỉ nghĩ thế thôi đã thấy rã rời kiệt sức. Điển hình với câu chuyện cuối cùng về cảnh khổ của ThVn thôi cũng viết mất hai tháng. Vừa viết vừa căm căm câu hỏi nói ra lời: *Sao con người có thể đau thương đến như thế? Sao con người có thể độc ác với nhau đến như thế?* Chế độ xã hội (gọi là cộng hòa xã hội chủ nghĩa Việt Nam) lại tiếp sức định chế hóa, chính trị hóa, hợp lý hóa sự ác độc kia nên thành chính sách - Một điển hình văn minh tiên tiến *"xã hội xã hội chủ nghĩa".* Làm sao cứu được cho Người? Bắt đầu từ nơi đâu ở Việt Nam?

Hơn thế nữa, tình thế hôm nay xem ra còn *"đáng sợ"* hơn những tháng năm xa xưa kia gấp bội... Vì chỉ một chớp mắt, nay đã trở thành một lão nhân với độ tuổi sáu mươi - Một người già sa cơ thất thế, nước mất nhà tan.

Nhóm từ ngữ miêu tả chính xác tình cảnh thực tế của bản thân (cũng của một số đông bằng hữu, những người lính) không sai trật vào đâu được. Nầy đây, tình cảnh của những ngày đầu tiên (tháng Sáu, 1967) nơi núi rừng đất Bắc, chốn chưa hề có dấu người. Đêm rét lạnh với không gian tưởng như đóng băng sũng ướt, và tiếng chim đêm kêu thảm thiết đâu trong rặng núi mịt mùng đen thẳm trùng điệp vây quanh. Nhớ như vậy cùng tiếp theo câu tự hỏi: *Vậy mà làm sao sống được hở trời?*

Tình cảnh khốn cùng không chỉ đối với riêng những người tù từ Miền Nam ra, mà ngay với thằng bé sinh, lớn lên nơi hẻm núi vùng Xã Việt Hồng, Việt Cường, Hoàng Liên Sơn. Từ buổi đầu tiên, mùa hè 1976 khi chúng tôi đến đây, đã thấy hắn ta chỉ có một áo thun và chiếc quần kaki công nhân màu xanh xắn lên cao. Chiếc quần thả dần xuống mỗi năm theo tuổi lớn; đầu hắn luôn đội chiếc nón lưỡi trai Trung Cộng, chân trần không giày, dép.

Mãi đến năm 1978, hắn cũng chưa hề thấy đèn điện, đi ngủ cùng lúc mặt trời lặn. Nhưng đấy cũng chính là đứa bé nói câu mạnh mẽ hứng khởi: *Cách mạng Việt Nam là cách mạng thế giới!* khi chúng tôi hỏi về những điều hắn học được ở nhà trường. Nhưng chỉ sau năm năm, đứa bé ấy đã kịp có mặt trong đám tù hình sự Trại 5 Lam Sơn với tội danh giết người đoạt chiếm *"tài sản xã hội chủ nghĩa trị giá mười hai đồng bạc"* - Khoảng một Đô-la Mỹ thời giá thập niên 70. Thằng bé phạm tội giết nhân viên bảo vệ hợp tác xã để lấy mươi cân thóc.

Hoặc nghĩ đến tình cảnh người đàn bà đi thăm nuôi ngàn dặm từ Miền Nam bị dồn ép, đè bẹp, xô đẩy, chửi mắng, đe dọa... trong những chuyến tàu xuyên miền Bắc xã hội chủ nghĩa, tiếp chuyến xe trâu giữa hai sườn núi đá sôi bỏng cỏ cây, vào trại tù với bàn tay che nắng hè vùng Thanh, Nghệ, Tĩnh, tay dắt đứa con còn tuổi thiếu, ấu.

Đêm đến, hai mẹ con ngồi ngủ dưới trời mưa trên sân đất lạnh vì dân chúng trong vùng dẫu đã nhận tiền *"cho thuê mái hiên"* cũng chỉ cho họ được phép ngồi ngủ ngoài sân, nhận chịu đòn trừng phạt (của nhân dân/nhân dân miền Bắc xã hội chủ nghĩa) vì tội *"gia đình bọn Ngụy phản động Miền Nam"* - Kiểu đấu tố của bần cố nông đối với đứa trẻ con địa chủ theo lệnh đội cải cách ruộng đất những năm đầu thập niên 50 ở đồng bằng Bắc Bộ.

Sau một đêm ngủ ngồi, hai mẹ con vào trại để nói với chồng, cha lời *"động viên học tập tốt"* qua năm, mười phút thăm nuôi ngắn ngủi... Đường vạn dặm trở về thấm đủ lượng nước mắt thương tâm trên mỗi cột mốc cây số với ý tưởng không dám nghĩ hết: Lần thăm nuôi cũng là lần vĩnh biệt!

Chỉ nghĩ thôi. *Nghĩ cũng đủ thấy đau. Nhưng không chết người cha, người chồng nơi chốn lao tù mà là đứa bé (sau lần thăm nuôi) bị xe hỏa cán nát thân đâu đó khi giúp mẹ tuông củi, buôn than theo đường dây "hoạt động kinh tế phá hoại mậu dịch nhà nước xã hội chủ nghĩa "...Long Khánh, Dầu Giây - Cầu Bình Triệu, Sài Gòn. Đứa bé trước 1975 có chiếc xích-lô trong xóm đón đi học Trường Tiểu Học Tân Định nơi các Sư Huynh Công Giáo dạy lời nhân ái. Phải luôn Kính Chúa và Yêu Người.*

Tất cả những con người sống với, sống còn, sống sót... từ những cảnh huống trên, nay gặp nhau trên những chuyến xe đò dọc đường nơi nước Mỹ, ở Cali với những câu chuyện kể ra không bao giờ dứt. Không bao giờ kể hết khổ nạn người Nam. Người của một quê hương tên gọi Việt Nam. Hết thảy Việt Nam, đâu còn phân biệt *Ai là Bắc. Ai là Nam?!*

Ngày trước Đỗ Phủ có lời thơ hàm súc:

Quốc phá sơn hà tại

Thành xuân thảo mộc thâm.

Tạm dịch:

Nước mất sông núi vẫn còn

Vào xuân cây cỏ trổ mầm thắm tươi.

Nhưng đấy chỉ là chữ nghĩa, thi ca để an ủi, vì trên quê hương hôm nay, hơn ba mươi năm sau chiến tranh, cây cỏ, con người đồng khô kiệt tang thương đến độ ngậm ngùi, xót xa. Tiếng gà không còn, cánh chim mất biệt, người Sài Gòn ra đường với mặt nạ che kín, bụi đen bám dầy sợi tóc.

Trên hè đường Phú Nhuận, trong sân trụ sở tòa nhà Quốc Hội 2 nắng lửa nung sôi, mưa sẫm khói đục tròng mắt mẹ quê Hậu Giang lên Sài Gòn khiếu kiện, vì mảnh vườn bị chủ tịch xã chiếm dụng xây dinh thự làm quà cưới tặng con dâu. Nơi vườn hoa Mai Xuân Thưởng, Hà Nội cùng quằn quại âm vọng thương tâm tương tự. Tập đoàn cường hào ác bá đầu Thế Kỷ 20 dưới thời thực dân Pháp nay được thay thế bởi một hệ thống công an phường, ủy ban nhân dân, ủy viên an ninh xã sẵn sàng xuống tay không thương tiếc đối với mẹ chiến sĩ, vợ liệt sĩ nếu những người nầy có hành vi *"vi phạm an ninh tổ quốc"* do muốn được điều kiện sống như một con người. Dân Ngụy thì còn đâu sức đề kháng sau hơn ba thập niên...

Và người vượt biên năm xưa nay lũ lượt trở về tham quan, ăn chơi, du lịch với nước Việt Nam đổi mới đón *"khúc ruột ngàn dặm"*- Những người vượt biên hai, ba mươi năm trước - Người bị kết án vì tội *"phản quốc, đĩ điếm bỏ nước ra đi theo tiếng gọi của đô-la Mỹ"*. Trong tình cảnh nầy, viết mấy cũng bằng thừa. Chữ nghĩa bày ra toàn phần vô dụng. Vậy xin cáo lỗi cùng Bạn Đọc nếu như đọc phải những điều không vui.

Cám ơn.

Đầu năm,
Nước Mỹ, Cali. Hai ngàn lẻ tám.
Phận Người Việt Nam.
Họ Phan, Đất cũ Nhật Nam.

Phan Nhật Nam - 2012

Chuyện Dọc Đường

MỤC LỤC

Nhà Xuất Bản SỐNG

15751 Brookhurst St., Nọ 225, Westminster, CA 92683
Phone 714-856-4635 * 714-531-5362
Email: tuanbaosong@gmail.com

ĐÃ XUẤT BẢN:

1. Tuyển tập thơ Lê Giang Trần "TRẠM NGƯỜI QUÁ BƯỚC"
2. CƯỜI ĐỂ SỐNG - TẬP 1
3. Thơ Nguyễn Thị Khánh Minh "KÝ ỨC CỦA BÓNG"
4. THƠ NGÔ TỊNH YÊN & KIỀU MỘNG HÀ "THIỀN NHẸ VÀO ĐỜI"
5. CHUYỆN DỌC ĐƯỜNG - PHAN NHẬT NAM
6. PHẬN NGƯỜI VẬN NƯỚC - PHAN NHẬT NAM
7. TUYỂN TẬP THƠ * VĂN * NHẠC * HỌA
    DU TỬ LÊ TÔI VỚI NGƯỜI CHUNG MỘT TRÁI TIM

CÁC TÁC PHẨM SẼ XUẤT BẢN:

1. MẸO VẶT TRONG ĐỜI SỐNG: Tuyển chọn những mẹo vặt thiết thực trong đời sống, được sắp xếp theo từng trang mục, giúp độc giả dễ dàng tìm kiếm khi cần.

4. NHÀ VĂN PHAN NHẬT NAM: NXB SỐNG sẽ tái bản các tác phẩm nổi tiếng trước và sau năm 1975 của tác giả (có hiệu đính và sửa chữa):

    * MÙA HÈ ĐỎ LỬA * DẤU BINH LỬA
    * DỰA LƯNG NỖI CHẾT * ẢI TRẦN GIAN
    * TÙ BINH & HÒA BÌNH
    * TUYỂN TẬP CỦA CÁC NHÀ VĂN VIẾT TRONG LỬA....